இன்றைய சூழலில்

கல்வி

சு.உமா மகேஸ்வரி

சுவடு
வெளியீடு

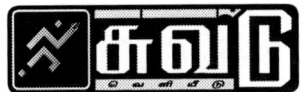

இன்றைய சூழலில் கல்வி

- கட்டுரைகள்
- ஆசிரியர்
  சு. உமா மகேஸ்வரி
- உரிமை
  ஆசிரியருக்கு
- முதல் பதிப்பு
  டிசம்பர்-2021
- பக்கங்கள் - **248**
- அளவு - 1x8 Demy
- பேப்பர்
  18.6 மேப்லித்தோ
- வெளியீடு
  சுவடு
- ரூ. 300/-

INDRAIYA SOOZHALIL KALVI

- Essays
- Author and ©
  Uma Maheswari
- First Edition
  December 2021
- Pages - **248**
- Size - **1 x 8 Demy**
- Paper - **18.6 Maplitho**
- Cover - **300 gsm art board**
- Binding - **Normal**
- Design
  Yaameen Graphic
- Cover Design
  Naanaa's Designs
- Printers - **Suvadu**

ISBN 978-81-955652-4-5

Published by

SUVADU PUBLISHERS,
7A, Ranganathan Street, Selaiyur, Chennai - 600073
Contact : 9551065500, 9791916936
suvadueditor@gmail.com / www.suvadu.in

வாழ்த்துரை

கல்வி என்பது ஒரு சமூக நடவடிக்கையாதலால், இதுதான் மிகச்சரியானது என எந்தவொரு கல்வி நடவடிக்கையையும் அறுதியிட்டுக் கூறிவிட முடியாது. சுற்றுப்புறச் சூழல்கள், இயற்கை வளங்கள், பிரதேசங்கள், மொழி வளங்கள், கலாச்சாரம் மற்றும் சமூகக் கட்டமைப்பு உட்பட பல காரணிகளைக் கொண்டு கல்வியானது தன்னைத் தகவமைத்துக் கொள்கிறது. இத்தகைய தகவமைப்பில் மக்கள், கல்விக் கூடங்கள் மற்றும் அரசு இயந்திரங்கள் போன்ற முகவர்களும் கல்வி முறைகள் மற்றும் கல்வித் தலங்கள் போன்ற கல்வி ஊடகங்களும், கல்வி அதன் சரியான வடிவத்தை எடுக்க மட்டுமே உதவ வேண்டும். மாறாக, இம்முகவர்களும் கல்வி ஊடகங்களும் தாறுமாறாக தன்வயப்படுத்தும் நோக்கில் கல்வியைக் கையாள்வதால், கல்வியானது தனது வேலையைச் செய்ய முடியாமல் ஓர் இயலாமைக்குத் தள்ளப்படுகிறது.

தமிழகத்தைப் பொறுத்தமட்டில், மேற்கூறிய முகவர்கள் மற்றும் கல்வி ஊடகங்களின் தொடர் தலையீட்டால் எங்ஙனம் கல்வி சீர்கேடடைந்து வருகிறது, அதனை எவ்வாறு சீர்திருத்த முடியும் என்று ஆசிரியர் உமா அவர்கள் தனது அனுபவப்பூர்வமான சிந்தனைகளைக் கட்டுரைகள் வாயிலாக ஊடகங்கள் வழியே வெளிப்படுத்தியதன் தொகுப்பாக இந்நூல் வெளிப்படுகிறது.

கல்வியைப் பரந்துபட்ட கழுகுப்பார்வையில், தத்துவப்பூர்வமாக அணுகியே பழக்கப்பட்ட என்னைப் போன்றவர்களுக்கு, கல்வி சார்ந்த கீழ்மட்டப் பிரச்சினைகளுக்கு, ஆசிரியர் உமா அவர்கள் அனுபவப்பூர்வமான சான்றுகளுடன் வினையாற்றி அவற்றுக்கான நடைமுறைத் தீர்வுகளை வெளிப்படுத்தியிருப்பது மிகவும் பயனுள்ளதாக அமைகிறது.

குறிப்பாக, பள்ளிக்கல்வியின் பண்புகளாகிய கற்றல், கற்பித்தல், தேர்வு முறைகள், மாற்றுக்கல்வி முறைகள் மற்றும் பள்ளிக் கல்வியியக்கக் கூறுகள், அவற்றின்பால் மேற்கொள்ளவேண்டிய சீர்திருத்தங்கள் உட்பட பள்ளிக்கல்வியின் அனைத்து அம்சங் களையும் அலசியிருக்கிறார்.

கல்விக்கான பல்வேறு அம்சங்களின்பால் ஒரு ஆசிரியரின் அனுபவப்பூர்வமான பார்வையாக இந்நூலினை அணுகுவது சிறப்பாக இருக்கும். இந்நூலில் முன்வைக்கப்பட்டுள்ள சீர்திருத்தங்கள், தர்க்கங்கள் மற்றும் தீர்வுகள் பலவும் மறு ஆய்வுக்கு உட்பட்டவை என்றாலும், பள்ளிக்கல்வியின் அடிப்படைச் சிக்கல்களை அறிந்துகொள்வதற்கும் அவற்றுக்கான தீர்வுகளாக ஒரு பள்ளி ஆசிரியரின் பார்வை எவ்வாறு பிரதிபலிக்கிறது என்பதை உணர்ந்துகொள்வதற்கும் இந்நூல் மிகவும் பயன்படும். குறிப்பாக, ஆசிரியர்கள் பலரிடையே கல்விப் பிரச்சினைகள் குறித்த புரிதல் இல்லாதது இக்காலத்தில் கண்கூடு. அதனைப் போக்குவதற்கு இந்நூல் பெரிதும் துணைநிற்கும் என்பதில் மாற்றுக்கருத்து இருக்க வாய்ப்பில்லை.

பள்ளிக்கல்வி மற்றும் கல்வி உரிமை சார்ந்த கருத்துக்களை அவ்வப்போது சரியான நேரத்தில் ஆசிரியர் உமா அவர்கள் வெளிப் படுத்தி வருவது மிகுந்த பாராட்டுக்குரியது. இதுபோன்ற அவருடைய முயற்சிகள் எதிர்வரும் காலங்களில் மென்மேலும் வெற்றியடைய என்னுடைய மனமார்ந்த வாழ்த்துக்கள். ஆசிரியர்கள், மாணவர்கள், பெற்றோர்கள், கல்வி மற்றும் சமூக செயற்பாட்டாளர்கள், கல்வி நிறுவன நிர்வாகிகள் மற்றும் பொதுமக்கள் அனைவரும் இந்நூலினைப் படித்துப் பயன்பெற வேண்டுமென வேண்டி விரும்பிக் கேட்டுக் கொள்கிறேன்.

அன்புடன்,
பேராசிரியர் **லெ. ஜவகர் நேசன்,**
மேனாள் துணை வேந்தர்,
ஜே.எஸ்.எஸ். பல்கலைக்கழகம்.

பதிப்புரை

உலகையே முடக்கிப் போட்ட கொரோனா கொடுந்தொற்றுக் காலத்தில் மின்னிதழாக மறுஉருவாக்கம் பெற்று மீண்டும் தடம் பதித்தது சுவடு இதழ். சமூகத்திற்குப் பயன் தருகின்ற, சமூகத்தில் மாற்றத்தை உருவாக்குகின்ற படைப்புகளைத் தாங்கி வெளிவந்த சுவடு இதழில், இன்றைய சூழலில் கல்வியின் நிலையை, கல்விச் சூழலில் உள்ள சிக்கல்களை, கல்வித் தளத்தில் உள்ள அறியாமையை, கல்விப் புலத்தில் முன்னெடுக்க வேண்டிய சீர்திருத்தங்களைக் குறித் தெல்லாம் துணிவோடு எழுதுவதற்குச் சரியான நபர் யார் என்று சுவடு இதழின் ஆசிரியர் குழுவினர் ஆலோசித்தபோது, அனை வராலும் ஒருமனதாகத் தேர்வு செய்யப்பட்டவர்தான் ஆசிரியர் உமா மகேஸ்வரி அவர்கள். சமூக ஊடகங்களில் அவர் வெளிப் படுத்திய பள்ளிக்கல்வி சார்ந்த அவருடைய தொடர் செயல்பாடுகள் மற்றும் அரசுப்பள்ளி ஆசிரியராக இருந்தபோதும் துறையில் நிலவும் சிக்கல்களைத் தயக்கமின்றி வெளிப்படுத்தும் துணிச்சல் ஆகியவை, கல்வி சார்ந்த கட்டுரைகளை எழுதுவதற்கு இவர்தான் சரியானவர் என்பதை அடையாளம் காட்டின.

'இன்றைய சூழலில் கல்வி' என்ற தலைப்பில் தொடர் கட்டுரைகள் எழுத முடியுமா என்று அவரிடம் கேட்டபோது மகிழ்வோடு ஒப்புக் கொண்டது மட்டுமின்றி, மிகுந்த அர்ப்பணிப்போடு குறித்த காலத்தில் கட்டுரைகளை அனுப்பி வைத்தது அவரது நேரம் தவறாமை மற்றும் கடமை உணர்வு ஆகியவற்றுக்குச் சான்றாக அமைந்தது. தன்னைப் போலவே அர்ப்பணிப்பு உணர்வும் ஒத்த கருத்தும் கொண்ட ஆசிரியர் களை ஒருங்கிணைத்து 'அசத்தும் அரசுப்பள்ளி ஆசிரியர்கள் - A3' என்ற அமைப்பை உருவாக்கி, அரசுப்பள்ளிகள் மற்றும் அப்பள்ளி களில் பயிலும் பெரும்பாலான விளிம்புநிலை மாணவர்களின் கல்வித் தரம் உயர்வதற்கான தொடர் செயல்பாடுகளை முன்னெடுத்து வரும் ஆசிரியர் உமா மகேஸ்வரி, பள்ளிக்கல்வி இயக்குநரகத்திலும்

பாடநூல் தயாரிப்புக் குழுவிலும் பணியாற்றிய அனுபவம் கொண்டவர் என்பதால், கல்வித்துறையின் அருமை பெருமைகளோடு அவலங்களையும் சேர்த்தே வெளிக்கொண்டுவர அவரால் முடிகிறது.

மிக முக்கியமாக, இந்தக் கொரோனா நோய்த்தொற்றுக் காலத்தைப் பயன்படுத்தி இணைய வழிக் கல்வி எனும் நாடகத்தை நடத்தி, கல்வியை எளிய மனிதர்களின் குழந்தைகளிடமிருந்து அப்புறப் படுத்தும் அவலத்தை அவர் தொடர்ந்து தோலுரித்து வருகிறார். 'இணைய வழிக் கல்வி, ஏழைக் குழந்தைகளுக்கு எட்டாக்கனி' என்பதை வாய்ப்புக் கிடைக்கும் இடங்களில் எல்லாம் அவர் பதிவு செய்யத் தவறுவதில்லை. கல்வியில் நிலவும் இந்த இடைவெளி, மாணவர்களின் எதிர்காலத்தைக் கேள்விக்குறியாக்கும் என்பதோடு, மிக முக்கியமாக அரசுப்பள்ளி மாணவர்களின் எதிர்காலத்தை அது சீரழித்துக்கொண்டுள்ளது என்பதைத் தொடர்ந்து தன்னுடைய கட்டுரைகள், ஊடகப் பேட்டிகள் ஆகியவற்றில் முன்வைக்கிறார்.

சுவடு இதழில் வெளியான இந்தக் கட்டுரைகளில், கல்வியைப் பாகுபாடு ஏதுமின்றி அனைவருக்கும் ஏற்ற வகையில் அரசே இலவசமாக வழங்க வேண்டும் என்பதை வலியுறுத்தும் ஆசிரியர் உமா, கல்விக்காக ஒன்றிய, மாநில அரசுகள் கொண்டுவந்துள்ள திட்டங்கள், அவை செயல்படுத்தப்படும் முறை, அவற்றில் நிலவும் சாதக பாதகங்கள், அரசே கல்வியை ஏற்று நடத்த வேண்டியதன் அவசியம், அரசுப்பள்ளிகளின் சிறப்புகள், பள்ளிகளிலும் பள்ளிக் கல்வித் துறையிலும் நிலவும் சீர்கேடுகள் உள்ளிட்டவற்றை வெளிப் படைத்தன்மையோடும் உரிய தரவுகளோடும் முன்வைத்துள்ளதோடு, பிரச்சினைகளுக்கு உரிய தீர்வுகளையும் தன்னுடைய பார்வையில் முன்வைக்கிறார்.

கற்றல் - கற்பித்தல் முறைகள், அவற்றில் தேவைப்படும் மாற்றங்கள், தேர்வுச் சீர்திருத்தங்கள், பாடமுறை மாற்றங்கள், ஆசிரியர் - மாணவர் உறவு, மாணவர்கள் மற்றும் பெற்றோரின் உரிமைகள், அரசு வழங்கும் உதவிகள், கல்விக்காக செலவிடப்படும் நிதி, அவற்றைப் பெறும் வழிமுறைகள், அதில் நிலவும் சிக்கல்கள் என அனைத்தையும் பட்டியலிட்டுள்ளார். கல்வித் துறையின் ஒவ்வொரு அங்கத்தையும் அவர் நுணுகி அணுகுவது, அவரது அனுபவத்தையும் பள்ளிக்கல்வி மேம்பாட்டின் மீதான அவரது ஆர்வத்தையும் வெளிப்படுத்துகிறது.

பள்ளிகளில் உளவியல் ஆலோசகர்கள் நியமிக்கப்பட வேண்டும் என்ற அவரது கோரிக்கை, கவனிக்கப்பட வேண்டியதும் பரிசீலித்து செயல்படுத்தப்பட வேண்டியதும் ஆகும். கல்விச் சிக்கல்கள் மட்டு மல்லாது, ஆசிரியர்கள் மீது திணிக்கப்படும் கற்பித்தல் அல்லாத தேர்தல் உள்ளிட்ட இதர பணிகள், அவை சார்ந்த அழுத்தங்கள், அதனால் மாணவர்களின் கல்வியில் நிலவும் தொய்வு ஆகியவற்றை வெளிப்படுத்தும்போது ஆசிரியர்கள் பக்கம் நிற்கும் உமா, தலைமை ஆசிரியர்கள் முதல் கல்வித்துறை அலுவலர்கள் வரை கொடுக்கும் அழுத்தங்களையும் அவர்கள் செய்யும் முறைகேடுகளையும் பட்டிய லிடும்போது, எந்தக் கேள்வியும் எழுப்பாமல் மௌனம் காக்கும் ஆசிரியர்களைச் சாடவும் தவறவில்லை.

அரசுப்பள்ளிகளில் இருக்கும் வாய்ப்புகள் குறித்து விளக்கி, அரசுப்பள்ளிக்கு வாருங்கள் என்று அழைக்கும் உமா, தனியார் பள்ளிகளுடனான போட்டிகளில் அரசுப்பள்ளிகள் தேக்கமடை வதைச் சுட்டிக்காட்டவும் தவறவில்லை. மேலும், தனியார் பள்ளிகளே தரமான கல்வியைத் தருகின்றன என்ற பொதுப்புத்தியில் பதிந்துவிட்ட கட்டமைப்பையும் அவர் உடைக்கத் தவறவில்லை. தனியார் பள்ளி ஆசிரியர்கள் மற்றும் பகுதி நேரச் சிறப்பாசிரியர்கள் மீது நிகழ்த்தப்படும் உழைப்புச் சுரண்டல் மீதான கருத்துக்களை முன்வைக்கும்போது, தான் அரசுப்பள்ளி ஆசிரியர்களுக்காக மட்டுமே வாதாடும் வழக்கறிஞர் அல்ல என்பதை உறுதி செய்கிறார்.

தேசிய புதிய கல்விக் கொள்கையின் வரைவு 2019 மற்றும் புதிய கல்விக் கொள்கை 2020 ஆகியவற்றின் பாதகங்களை, எவ்விதத் தயக்கமும் இன்றி வெளிப்படுத்தும் உமா, வெவ்வேறு பெயர்களில் அந்தத் திட்டங்கள் மறைமுகமாகச் செயல்படுத்தப்படுவதைச் சுட்டிக் காட்டி, ஆட்சி மாறினாலும் காட்சிகள் மாறவில்லை என்பதை அம்பலப்படுத்துகிறார். நீட் தேர்வு, தேசிய தகுதித் தேர்வு ஆகிய வற்றால் மட்டுமின்றி, மேல்நிலைக் கல்வியில் பாடங்கள் குறைப்பு, அனைத்துப் பள்ளிகளிலும் பல்வேறு பாடப் பிரிவுகள் இல்லாமை ஆகிய குறைபாடுகளாலும் வலிந்து உருவாக்கப்படும் உயர்கல்வி வாய்ப்பு மறுப்பையும் அழுத்தமாகப் பேசுகிறார். அனைத்துக்கும் மேலாக, பள்ளிக்கல்வித் துறையில் நடக்கும் ஊழல்களை, முறைகேடுகளை ஆதாரங்களுடன் வெளிக்கொணர்ந்து ஊடகங்கள்

வழியே பொதுவெளியில் முன்வைக்கும் இவரது துணிச்சல் பாராட்டத்தக்கது.

சுவடு இதழில் மட்டுமல்லாது அறம், புதிய ஆசிரியன் உள்ளிட்ட இதழ்களில் வெளியான கட்டுரைகளின் தொகுப்பு, ‘சவால்களைச் சந்திக்கும் பள்ளிக் கல்வி’ என்ற தலைப்பில் இதே நூலில் இரண்டாம் பகுதியாக இணைக்கப்பட்டுள்ளது. இந்தக் கட்டுரைகளில் மக்கள் பள்ளிகள், இல்லம் தேடிக் கல்வி, பள்ளிகளில் நிலவும் பாலியல் சீண்டல்கள், ஆசிரியர் பற்றாக்குறை, சிறப்பாசிரியர்கள் பிரச்சி னைகள், ஆசிரியர்கள் மீது திணிக்கப்படும் டேட்டா என்ட்ரி பணிகள், புதிய தேசிய கல்விக் கொள்கையின் திணிப்புகள், கிராமப்புற மாணவர்கள் எதிர்கொள்ளும் சவால்கள் உள்ளிட்ட பல்வேறு சிக்கல்களையும் அலசுகிறார்.

இவை மட்டுமல்லாது, கொரோனா முடக்கம் என்று சொல்லி, சற்றேறக்குறைய ஒன்றரை ஆண்டுகாலம் பள்ளிகளை முழுமையாக மூடிவிட்டு, மாணவர்களின், கல்வியின் அடுத்தகட்ட நிலை என்ன வாகும் என்ற தொலைநோக்குப் பார்வை சிறிதும் இன்றி அரசு மெத்தனமாக இருந்த வேளையில், சுவடு பதிப்பகத்துடன் இணைந்து அசத்தும் அரசுப்பள்ளி ஆசிரியர்கள் அமைப்பு நடத்திய கருத்தரங்குகள், அவற்றின் வழியே முன்வைக்கப்பட்ட விவாதங்கள், அதன் அடிப்படையில் எட்டப்பட்ட முடிவுகளை முன்வைத்து அரசிடம் முன் வைத்த கோரிக்கைகள் மற்றும் அரசுக்கு வழங்கப் பட்ட பரிந்துரைகள் என, பள்ளிகளை மீண்டும் திறக்க வைக்க எடுக்கப்பட்ட முயற்சிகளில் ஆசிரியர் உமா அவர்களின் பங்கு அளப்பரியது.

இறுதியாக, கல்வி என்பது நம் அடிப்படை உரிமை; அதை இலவசமாக அனைவருக்கும் பொதுவாக்கித் தரவேண்டியது அரசின் கடமை என்று வலியுறுத்துவதோடு, கல்வியை மாநிலப் பட்டியலுக்கு மீண்டும் கொண்டுவந்து நமது மாநில உரிமையை மீட்டெடுக்க வேண்டும் என்று அழுத்தம் திருத்தமாகப் பதிவு செய்துள்ளது மாநில ஆட்சியாளர்களும் கல்வி உரிமைப் போராளிகளும் கவனத்தில் கொள்ள வேண்டிய முக்கியச் செய்தியாகும்.

இந்த நூல், அரசுப்பள்ளி ஆசிரியர்களுக்கு மட்டுமல்லாது, மாணவர்கள், பெற்றோர்கள், கல்வியாளர்கள், கல்வி சார்ந்த அரசியல் செயல்பாடுகளை முன்னெடுப்போர், கல்விக் கொள்கைகளை வகுப்போர் உள்ளிட்ட அனைவருக்குமான ஒரு கையேடாக விளங்கும் என்பது எங்கள் உறுதியான நம்பிக்கை. ஆசிரியர் உமா அவர்கள் எழுதியுள்ள 'இன்றைய சூழலில் கல்வி' எனும் இந்த நூலை வெளியிடுவதில் சுவடு பதிப்பகம் பெருமை கொள்கிறது.

- **நல்லு இரா.லிங்கம்**
பதிப்பாசிரியர்

அணிந்துரை

அன்புடையீர், வணக்கம்.

ஆசிரியர் சு. உமா மகேஸ்வரி அவர்கள் தொடர்ச்சியாக எழுதிய பள்ளிக்கல்வி குறித்தான பல்வேறு கட்டுரைகளைத் தொகுத்து சுவடு பதிப்பகம் ஒரு புத்தகமாகக் கொண்டு வர இருக்கிறது என்பதை அறிந்தும் அதற்கு அணிந்துரை எழுத எனக்குக் கிடைத்த வாய்ப்பை எண்ணியும் நான் பெருமகிழ்ச்சி அடைகிறேன்.

ஆசிரியர் உமா அவர்களை, களச் செயல்பாட்டாளராகவும் பள்ளிக்கல்வி குறித்தான பல்வேறு சிக்கல்கள் பற்றிய ஆய்வுகளை மேற்கொண்டு பல கருத்துக்களை இணையத்திலும் ஊடகங்களிலும் பல்வேறு கருத்தரங்க நிகழ்வுகளிலும் தொடர்ந்து முன்வைப்பவராகவும் பார்த்திருக்கிறேன், பேசக் கேட்டிருக்கிறேன்.

அரசுப் பள்ளிகளில் ஆசிரியர்கள் மற்றும் மாணவர்கள் எதிர் நோக்கும் பல்வேறு சிக்கல்கள் குறித்தும் பிரச்சனைகள் குறித்தும் தனது நேரடியான அனுபவங்களில் இருந்தும் பற்பல ஆசிரியர்கள் மற்றும் மாணவர்களிடம் கலந்தாலோசித்தும் அதன் மூலம் பெற்ற அனுபவத்திலிருந்தும், ஆசிரியர் உமா அவர்கள் இந்தக் கட்டுரை களில் மிகத் தெளிவாகப் பதிவிட்டிருக்கிறார்.

ஓராசிரியர், ஈராசிரியர் முதற்கொண்டு அனைத்துப் பள்ளிகளிலும் மாணவர்களுக்குக் கல்வி போதிக்க வேண்டிய ஆசிரியர்கள், எவ்வாறு கற்பித்தல் அல்லாத பல்வேறு பணிகளில் ஈடுபடுத்தப்பட்டு, கற்பித்தல் கற்றல் செயல்முறையைச் செய்யவிடாமல் தடுக்கப்படுகின்றனர் என்பதை மிக அழகாக இதில் படம்பிடித்துக் காட்டி இருக்கின்றார். வாக்காளர் பட்டியல் தயாரிப்பது, மக்கள் தொகைக் கணக்கெடுப்பு, இவை எல்லாவற்றுக்கும் மேலாக EMIS எனப்படும் எலக்ட்ரானிக் மேனேஜ்மென்ட் இன்பர்மேஷன் சிஸ்டம் என்ற இணையவழிச்

செயலி மூலமாக நாள்தோறும் ஆசிரியர்கள் மாணவர்களுடைய வருகைப் பதிவேடுகளிலிருந்து ஆரம்பித்து பல்வேறு குறிப்புகளை வழங்க வேண்டி நிர்ப்பந்திக்கப்படுகின்றனர். இதனால் கற்பித்தல் கற்றல் செயல்முறைப் போக்கு எவ்வாறு பாதிக்கப்படுகிறது என்பதை மிகத்தெளிவாக அவர் எடுத்துக் காட்டியிருக்கின்றார்.

இது மட்டுமன்றி, கடந்த இரு ஆண்டுகளாக கொரோனா பெருந்தொற்று, எவ்வாறு மாணவர்களுடைய கற்றல் செயல் முறையைப் பெருமளவில் பாதித்திருக்கிறது என்பதை விளக்கமாக எடுத்துக் காட்டியிருக்கின்றார். அரசுப்பள்ளிகளில் இணையவழிக் கல்வி நடத்துவதற்கு வாய்ப்பே இல்லாத அளவிற்கு மாணவர்களிடம் எந்தச் சாதனமும் இல்லாமல் தவித்து வருவதையும் ஆனால், இணையவழிக் கல்வி நடத்தும் தனியார் பள்ளிகளிலோ அதற்கான சாதனங்கள் பெற்ற போதிலும்கூட, இணையவழிக் கல்வி என்பது ஒரு சரியான கல்வி முறையாக எப்படி இல்லாமல் போய்விட்டது என்பதையும் அவர் தெளிவாகப் படம் பிடித்துக் காட்டியிருக்கிறார்.

இதுமட்டுமின்றி, பொதுக் கல்வி அமைப்பு என்பது எப்படி இருக்கவேண்டும், அதை நிர்மாணிப்பதில் அரசின் கடமை என்ன என்பதை எல்லாம் தெளிவாக எடுத்துக் காட்டியிருக்கின்றார்.

பிரச்சனைகள் மட்டுமின்றி, ஒவ்வொரு பிரச்சினைக்கும் சரியான விஞ்ஞானபூர்வ முறையில் தீர்வு என்ன என்பதையும் அதில் அரசாங்கத்தின் பங்கு குறித்தும் ஒரு நேர்மறையான அணுகுமுறை மூலம் அழகாக எடுத்துக் கூறி இருக்கின்றார் உமா.

ஆசிரியர் உமா மகேஸ்வரி அவர்கள் கல்விப் பிரச்சினைகள் குறித்தும் கற்பித்தல் கற்றல் செயல்முறைப் போக்கு எவ்வாறு பாதிக்கப்படுகிறது என்பது குறித்தும் விளக்கமாக இப்புத்தகத்தில் எடுத்துக் கூறியிருப்பதுடன் இவ்வளவு சீர்கேடான நிலைமைக்குப் பின்னாலும்கூட அரசுப் பள்ளிகளில் மாணவர்களுக்குக் கல்வியைக் கொண்டு சேர்ப்பதற்கு ஆசிரியர்கள் எவ்வாறு அரும்பாடு படுகிறார்கள் என்பதையும் தெளிவாக எடுத்துக் கூறியிருக்கிறார்.

நிற்க.

இந்தக் கல்விப் பிரச்சினைகள், இந்தச் சிக்கல்கள் யாவும் ஒரே நாளில் தோன்றியவை அல்ல என்பதையும் இதற்கு ஒரு

வரலாற்றுப் பின்னணி இருக்கிறது என்பதையும் இந்த நேரத்திலே நான் கூற விழைகிறேன். 1986-இல் கொண்டுவரப்பட்ட தேசிய கல்விக் கொள்கை, கல்வி என்பது ஒரு முதலீட்டிற்கான துறை என்பதை அதிகாரப்பூர்வமாகவே அறிவித்தது. ஆனால், இந்த அதிகாரபூர்வமான அறிவிப்பு வெளிவந்தாலும்கூட, பள்ளிக்கல்வியைப் பெருமளவிற்குத் தனியார்மயமாக்க வேண்டும் என்றால், அரசுப் பள்ளிகள் என்ற ஆலமரத்தை வேரோடு வெட்டிச் சாய்க்க வேண்டும். ஆனால் அது அவ்வளவு எளிதாக முடியாது என்பதை உணர்ந்துகொண்ட ஆட்சியாளர்கள், அரசுப்பள்ளி அமைப்பைத் திட்டமிட்ட முறையில் படிப்படியாக நிர்மூலமாக்கக் கொண்டு வந்ததுதான் மாவட்டத் தொடக்கக் கல்வித் திட்டம் (DPEP) ஆகும்.

இது 130க்கும் மேற்பட்ட வளர்ந்து வரும் நாடுகளில், உலக வங்கியினால் நடைமுறைப்படுத்தப்பட்ட திட்டமாகும். பள்ளிக் கல்வியைப் படிப்படியாக, திட்டமிட்ட முறையில் தனியார் மயமாக்குமாக்குவதே இத்திட்டத்தின் அடிப்படை நோக்கமாகும். பள்ளிக்கல்வியானது தனியார்மயத்திற்கான, மிகப்பெரும் லாபம் ஈட்டுவதற்கான ஒரு துறை என்பதையும் பெற்றோர்கள் தமது வயிற்றைக் கட்டியாவது தங்கள் பிள்ளைகளைப் படிக்க வைப்பார்கள் என்பதையும் புரிந்துகொண்டு, உலக வங்கியின் திட்டமான மாவட்ட தொடக்கக் கல்வித் திட்டம் (DPEP) பெரும் அளவில் கடன் வாங்கி நடைமுறைப்படுத்தப்பட்டது. மாவட்டம் தோறும் இத்திட்டத்திற்காக, ரூபாய் 40 கோடி கடன் வாங்கப்பட்டது. இதன்மூலம் மிகப்பெரும் அளவில் உலக வங்கிக்குக் கடன் கட்ட வேண்டிய சூழலும் வளர்ந்து வரும் நாடுகளுக்கு ஏற்பட்டது. பொதுக்கல்வி அமைப்பிலிருந்து விலகிக்கொள்ள, வளர்ந்துவரும் நாடுகளின் அரசாங்கங்கள் எப்பேர்பட்ட விலையையும் கொடுப்பதற்குத் தயாராகி நடைமுறைப்படுத்தப்பட்டதுதான் இந்த டிபிஇபி திட்டமாகும்.

டிபிஇபி என்ற இத்திட்டமானது பள்ளிக்கல்வியில் மாணவர் மையக் கல்வி, விளையாட்டின் மூலமாகக் கல்வி, ஆடல் பாடல் மூலமாகக் கல்வி என்று பல்வேறு கவர்ச்சியான பெயர்களின் மூலமாக அறிமுகப்படுத்தப்பட்டது. போதிப்பவர் - கற்பவர் என்ற நிலையிலிருந்த ஆசிரியர் - மாணவர் உறவை, இத்திட்டத்தின்

மூலமாகப் படிப்படியாக சீர்குலைத்து, மாணவர்களை நிர்வகிக்கும் பொறுப்பு கொண்டவரே ஆசிரியர் என்று ஆசிரியரின் பணியை மறுவரையறை செய்தது. மாணவர்களிடம் சில அட்டைகளை வழங்கி அதைப் பூர்த்தி செய்ய வைத்து வாங்கிவிட்டால் அங்கேயே கற்பித்தல் கற்றல் முடிந்துவிட்டது என்ற வகையில் அது நடைமுறைப் படுத்தப்பட்டது. ஆரம்பக் கல்வியில் 1,2,3 வகுப்புகளில் மாணவர்களை ஒரே இடத்தில் அமர வைத்து, அனைவருக்கும் ஒருங்கே சில அட்டைகளைக் கொடுத்து அதைப் பூர்த்தி செய்ய வைப்பது போன்ற வகையில், ஆசிரியர் பணியை மிகவும் சுருக்கி விட்டது இத்திட்டம். மேலும், ஆடல் பாடல் மூலமாகக் கல்வி என்ற வகையில் பாடங்களைக் கற்றுக் கொடுக்கும்பொழுது, ஆசிரியர்கள் பாட்டுப் பாடி, நடனமாடி சொல்லித்தர வேண்டும் என்று ஆசிரியரின் கற்பிக்கும் முறையை கேலிக்குரியதாக்கியது இத்திட்டம்.

மேலும் கிராமப்புற நிர்வாக அமைப்புகள் என்ற பெயரில், கல்வியின் பொறுப்பை அந்தந்தப் பள்ளி இருக்கக்கூடிய கிராமம் அல்லது நகர்ப்புறத்தில், பள்ளி அமைந்துள்ள இடம் ஆகியவற்றில் பெற்றோர் ஆசிரியர் கழகத்தின் மூலமாகவும் அல்லது பள்ளி நிர்வாகக் கமிட்டி மூலமாகவும் பள்ளிகளின் அன்றாடச் செலவினங் களைத் திரட்டுவது, செயல்படுத்துவது என்று முன்மொழிந்து அதை நடைமுறையும் படுத்தியது. இந்த டிபிஇபி திட்டம் மூலம் அரசுப் பள்ளிகளைப் பராமரிப்பது, அதற்கான அனைத்துச் செலவினங் களையும் அரசே செய்வது என்ற நிலையை மாற்றி, ஒரு பள்ளியைப் பராமரிப்பது முதல் அதற்கு உண்டான அனைத்துச் செலவினங் களையும் அந்தப் பள்ளியை நிர்வகிக்கும் கமிட்டியும் அங்கு பணியாற்றும் ஆசிரியர்களும் செய்யவேண்டுமென்று சொல்லி, கல்விக்கான அரசாங்கத்தின் பொருளாதாரக் கடமையிலிருந்து தன்னைத்தானே விடுவித்துக் கொண்டது.

டிபிஇபி திட்டம் நாடு முழுவதும் ஆசிரியர்கள் பெற்றோர்கள் மத்தியில் ஒரு எதிர்மறையான கருத்தைப் பெற்றதனால், அத்திட் டத்தின் பெயரை மாற்றி அனைவருக்கும் கல்வி திட்டம் (சர்வ சிக்ஷா அபியான் - SSA) என்ற பெயரில், ஆனால் டிபிஇபியின் அதே நடைமுறையை மேலும் தீவிரமாக மத்திய அரசாங்கம் கொண்டு வந்தது. 2001இல் எஸ்.எஸ்.ஏ. திட்டம் நடைமுறைக்கு வந்தது.

மாவட்ட தொடக்கக் கல்வித் திட்டமானாலும் சரி, அனைவருக்கும் கல்வி திட்டமானாலும் சரி, அவை இருபது ஆண்டுகளில் அனைவருக்கும் கல்வியை உறுதி செய்துவிடுவோம் என்று பறைசாற்றின. ஆனால் என்ன நடந்தது? இவ்விரு திட்டங்களின் காரணமாக, ஆண்டு முழுவதும் அரசுப் பள்ளிகளில் உள்ள ஆசிரியர்கள் தொடர்ச்சியாகப் பயிலரங்குகளில் தமது பெரும்பாலான நேரத்தைச் செலவழித்து, கற்பித்தல் கற்றல் செயல்வழி குறைக்கப் பட்டு, அரசுப்பள்ளி மாணவர்களுக்குக் கல்வி பெருமளவில் நிராகரிக் கப்பட்டது.

இத்திட்டம் சரியான ஒரு திட்டமாக இருந்திருந்தால், 'இதைத் தனியார் பள்ளிகளில் ஏன் அரசாங்கம் நடைமுறைப்படுத்தவில்லை?' என்ற கேள்வி எழுகிறது. உள்ளபடியே இது அரசுப்பள்ளிகளை நிர்மூலமாக்க, திட்டமிட்டு கொண்டுவரப்பட்ட ஒரு திட்டமாகும் என்பதை நாம் புரிந்து கொள்ள வேண்டும்.

அனைவருக்கும் கல்வியை உறுதி செய்வதற்காகக் கொண்டு வரப்பட்ட டிபிஇபி மற்றும் எஸ்எஸ்ஏ திட்டங்கள், அனைவருக்கும் கல்வியை உறுதி செய்தனவா? அரசுப்பள்ளிகளில் அவர்கள் கூறியது போல் அதிகமான மாணவர்கள் சேர்ந்தார்களா? அல்லது இருக்கும் மாணவர்களும் அரசுப் பள்ளியைவிட்டு வெளியேறினார்களா? போதுமான ஆசிரியர்கள் இல்லாமலும், இருக்கும் ஆசிரியர்களும் பெரும்பாலான நேரத்தைப் பயிலரங்குகளில் செலவழிக்க நிர்ப்பந் திக்கப்பட்டதாலும் அரசுப் பள்ளிகளில் கல்வி, பெரும் சீரழிவுக்கு உள்ளானதை எவரும் மறுக்க முடியாது. இதனால் பெருமளவில் அரசுப் பள்ளியில் பயின்று வந்த மாணவர்கள் வெளியேறி, தனியார் பள்ளிகளை நோக்கிப் படையெடுத்தார்கள் என்பதே உண்மையாகும்.

அரசு கொண்டுவரக்கூடிய ஒரு திட்டமானது தோல்வி அடைந்து விட்டது என்று சொன்னால், அது குறித்து ஆய்வு செய்து சரியான தீர்வுக்குப் போவதுதானே சரியான அணுகுமுறை? ஆனால் நாம் என்ன பார்த்தோம்? அனைவருக்கும் கல்வியை உறுதிப்படுத்துவது போன்ற ஒரு பிம்பத்தை மீண்டும் ஏற்படுத்துவதற்காக, 2009இல் கொண்டுவரப்பட்டதுதான் அனைவருக்கும் இலவச கட்டாயக் கல்வி பெறும் உரிமைச் சட்டம் (RTE 2009). இச்சட்டமும் அனைவருக்கும் கல்வியை உறுதி செய்வதாகவும் அருகாமையில் பள்ளிகளை

அமைத்து அனைத்து மாணவர்களுக்கும் கல்வியைக் கொண்டு சேர்க்கத் தேவையான நடைமுறையைக் கொண்டு வருவதாகவும் சொல்லி நடைமுறைக்குக் கொண்டுவரப்பட்டது.

அனைவருக்கும் கல்வியை உறுதிப்படுத்தும் என்று இச்சட்டம் கூறினாலும் அரசுப் பள்ளிகளின் எண்ணிக்கை உயரவில்லை. மாறாக தனியார் பள்ளிகளின் எண்ணிக்கை மட்டுமே உயர்ந்தது. மேலும் ஒருபடி முன்னே சென்று, தனியார் பள்ளிகளில் 25 சதவீத இடங்களில் ஏழை மாணவர்கள் சேர்ந்து படிக்க, தானே நிதி உதவி வழங்குவதாகக் கூறி பல நூற்றுக்கணக்கான கோடி மக்கள் வரிப்பணத்தைத் தனியார் பள்ளிகளுக்கு வாரி வழங்கியது அரசாங்கம். உண்மையிலேயே ஏழை மாணவர்களின் நலன் மீது அரசுக்கு அக்கறை இருந்திருந்தால், அரசுப் பள்ளிகளின் எண்ணிக்கையை உயர்த்தி, அதில் ஆசிரியர்களை நிரந்தர அடிப்படையில் பணி நியமனம் செய்து, ஏழை எளிய மாணவர்களுக்குக் கல்வியை உறுதிப்படுத்தி இருக்கும். நூறு ஆண்டுகளுக்கு முன்பாகவே நமது சுதந்திரப் போராட்ட வீரர் கோபால கிருஷ்ண கோகலே, அனைவருக்கும் கல்வியை உறுதி செய்ய பிரிட்டிஷ் ஆட்சிக் காலத்தில் முன்வைத்துப் போராடிய அந்தக் கோரிக்கையை நூறு ஆண்டுகளுக்குப் பின்பும்கூட, இன்றளவிலும் நடைமுறைப்படுத்தாமல் இருப்பதை நாம் பார்க்கின்றோம்.

ஆர்டிஇ 2009 பல்வேறு மாற்றங்களைப் பள்ளிக்கல்வியில் புகுத்தினாலும், அதில் மிக முக்கியமான ஒன்று தடையற்ற தேர்ச்சிமுறை என்பதாகும். இம்முறை மேற்கத்திய நாடுகளில் ஏற்கனவே அமுலில் இருக்கிறது என்பது உண்மைதான். வளர்ச்சியடைந்த மேற்கத்திய நாடுகளில் பள்ளிக்கல்விக் கட்டமைப்பில் போதுமான ஆசிரியர்களும், போதுமான அடிப்படைக் கட்டமைப்பு வசதிகளும் இருக்கின்றன. அங்கு கற்பித்தல் கற்றல் செயல்முறைப் போக்கு மிகவும் நன்றாக உள்ளது. அப்படிப்பட்ட வளர்ச்சி அடைந்த நாடுகளில் தடையற்ற தேர்ச்சி முறை என்பதும் தொடர்ச்சியான விரிவான மதிப்பீட்டு முறை (Continuous and Comprehensive Evaluation - CCE) என்பதும் நடைமுறையில் ஒரு பொருத்தமான திட்டம் ஆகும். ஆனால், அவற்றை அப்படியே காப்பியடித்து இந்தியாவில் தடையற்ற தேர்ச்சி முறையை அறிமுகப்படுத்தி.

வகுப்பு 1 லிருந்து 8 வகுப்பு வரை மாணவர்கள் தொடர்ச்சியாக, தடையில்லாத விதத்தில் தேர்ச்சி பெறுவார்கள் என்று நடைமுறைக்குக் கொண்டு வந்தது இந்தச் சட்டம். இதன் விளைவுதான் என்ன?

ஆயிரக்கணக்கான அரசுப் பள்ளிகளில் போதுமான எண்ணிக் கையில் ஆசிரியர்கள் இல்லாமல் இருப்பதும் பெரும்பாலான நேரங்களில் ஆசிரியர்கள் பயிற்சிப் பயிலரங்குகள் அல்லது தேர்தல் அட்டவணை தயாரிப்பது அல்லது மக்கள்தொகை அட்டவணை தயாரிப்பது அல்லது மாணவர்களுடைய வருகைப்பதிவேடு முதல் பல்வேறு புள்ளிவிவரங்களை அன்றாடம் EMIS என்றொரு இணைய வழிச் செயலி மூலம் வழங்கவேண்டி அவர்கள் நிர்பந்தப்படுத்தப் படுவது போன்றவற்றால், ஆசிரியர்களின் பெரும்பாலான நேரம் அதிலேயே விரயமாகிறது. இப்படிப்பட்ட வேளையில் அரசுப் பள்ளி களில் கற்பித்தல் - கற்றல் செயல்முறை, போக்கு என்பது மிக மோசமாக பாதிக்கப்பட்டு இருப்பது நாம் அறிந்த ஒன்றே. அப்படிப்பட்ட சூழ்நிலையில் அரசுப்பள்ளிகளில் நடைமுறைக்குக் கொண்டுவரப் பட்ட தொடர்ச்சியான தேர்ச்சி முறை என்பது ஆசிரியர்கள் கற்பித் தார்களா, மாணவர்கள் கற்றார்களா என்பதை அறிந்து கொள்ளும் தேர்வு முறையைத் தூக்கி எறிந்துவிட்டு, தொடர்ச்சியான விரிவான மதிப்பீடு (Continuous and Comprehensive Evaluation) என்ற மேற்கத்திய முறையைக் காப்பியடித்துக் கொண்டுவரப்பட்ட கட்டாயத் தேர்ச்சி முறை என்பது மிகப்பெரிய தோல்வியை அடைந்தது. இதை 2013-இல் பாராளுமன்ற நிலைக்குழு நடத்திய ஆய்வறிக்கையில் அது ஒப்புக் கொண்டிருக்கிறது. இதில் ஐந்தாம் வகுப்பு படிக்கும் ஒரு மாணவனால் இரண்டாம் வகுப்பு கணிதம் மற்றும் பிற பாடங்களைக்கூட கற்க இயலவில்லை என்பதை இவ்வறிக்கை ஒத்துக்கொண்டிருக்கிறது.

இதுமட்டுமின்றி, இதனுடைய விளைவை நேரடியாகத் தெரிந்து கொள்ள பல்வேறு தலைமை ஆசிரியர்கள், ஆசிரியர்களிடம் நான் நேரடியாகவே தடையற்ற தேர்ச்சி முறை குறித்துக் கேட்கையில், அவர்கள் ஒன்றாம் வகுப்பு முதல் எட்டாம் வகுப்பு வரை படித்த மாணவர்கள் எண்ணறிவு எழுத்தறிவுகூடக் கைவரப் பெறாமல் ஒன்பதாம் வகுப்பிற்குக் கட்டாயத் தேர்ச்சி பெற்று வரும்பொழுது, அவர்களுக்கு எதைக் கற்பிப்பது என்று தெரியாமல் ஆசிரியர்கள்

அல்லல்பட்டு அழுகிறார்கள் என்பதையே தமது அனுபவமாகப் பகிர்ந்தார்கள். இது எதைக்காட்டுகிறது? தடையற்ற தேர்ச்சி முறை நடைமுறைக்கு வருவதற்கு முன்னால் கடந்த காலங்களில் அரசுப் பள்ளிகளில் படித்த பல்வேறு மாணவர்கள் தலைசிறந்த தேர்வுகளில் வெற்றி பெற்றிருப்பதை நாம் பார்த்திருக்கின்றோம். அப்படியிருந்த அரசுப் பள்ளிகளில் தற்பொழுது பயிலும் மாணவர்கள், இந்தத் தடையற்ற தேர்ச்சி முறை மூலமாக அடிப்படை எண், எழுத்திலும் கூடத் தேர்ச்சி பெறாமல் இருப்பதை நாம் காண்கிறோம். இதற்குக் காரணம் இந்தத் தடையற்ற தேர்ச்சி முறையேயன்றி வேறில்லை.

அரசுப்பள்ளிகளின் அடிப்படைக் கல்வி அமைப்பையே தடையற்ற தேர்ச்சிக் கொள்கை சீரழித்துவிட்டது என்று சொன்னாலும் அது மிகையல்ல. இவ்வாறு, அரசுப் பள்ளிகளில் போதுமான ஆசிரியர்கள் இல்லாமல் இருப்பது, ஆசிரியர்கள் இருந்தாலும் அவர்கள் தொடர்ச்சியாகப் பயிலரங்குகள் மற்றும் வாக்காளர் பட்டியல் தயாரிப்பது மற்றும் அன்றாடப் புள்ளி விவரங்களைச் செயலியில் பதிவேற்றம் செய்வது போன்ற பணிச்சுமை காரணமாக, மாணவர்களுக்குக் கற்பித்தல் என்ற செயல்முறை சீரழிந்திருக்கிறது என்பது உள்ளங்கை நெல்லிக்கனி ஆகும். அரசுப் பள்ளிகளில் இருக்கும் இந்தச் சீரழிவுகளைப் பார்த்து மனவேதனை அடைந்து, வேறு வழியே இல்லாமல் தங்களுடைய குழந்தைகளுக்கு ஏதாவது கல்வி கிடைக்காதா என்ற ஒரு ஆதங்கத்தில் பெற்றோர்கள் தனியார் பள்ளிகளை நோக்கிப் படையெடுக்கின்றனர்.

இங்கே நாம் பார்க்க வேண்டிய விஷயம் என்னவென்றால், 1986-இல் கொண்டுவரப்பட்ட தேசிய கல்விக் கொள்கை துவங்கி, மாவட்ட தொடக்கக் கல்வித் திட்டம், சர்வ சிக்ஷா அபியான், அனைவரும் கட்டாயக் கல்வி பெறும் உரிமைச் சட்டம் 2009 உள்ளிட்ட திட்டமிட்ட தாக்குதல்களின் மூலமாக, இன்று இப்படிப் பட்ட ஒரு மோசமான நிலைமையை அரசுப்பள்ளிகள் வந்தடைந் துள்ளன. இவ்வளவுக்கு நடுவிலும், ஆசிரியர் உமா மகேஸ்வரி அவர்கள் கூறுவது போல, அரசுப் பள்ளிகளில் உள்ள ஆசிரியர்கள் தங்களது முன்முயற்சியினால், தங்களது உடல், பொருள், ஆவி இவை அனைத்தையும் செலவழித்து எப்படியாவது அரசுப்பள்ளிகளின் கட்டமைப்பைப் பாதுகாத்திட வேண்டும் என்று போராடி வருகின்றனர் என்பதும் உண்மையாகும்.

எனவே அரசுப் பள்ளிகளின் சீரழிவு என்பது டிபிஇபி, எஸ்எஸ்ஏ, ஆர்டிஇ 2009 போன்ற திட்டங்களின் திட்டமிட்ட தாக்குதலால் ஏற்பட்டது ஆகும். இது ஏதோ விஷயம் புரியாத அதிகாரிகளால் ஏற்படுத்தப்பட்ட சீரழிவு அல்ல என்பதையும் நாம் புரிந்துகொள்ள வேண்டும். மேற்கூறிய கல்வித் திட்டங்களின் தொடர்ச்சியாக, தற்போது தேசிய கல்வி கொள்கை 2020 அமலுக்கு வந்திருக்கிறது. தேசிய கல்வி கொள்கை 2020 அறிக்கையை ஒருவர் படித்தால், கல்வி மீது அரசாங்கம் மிகுந்த அக்கறை கொண்டிருக்கிறது என்பதையும் இக்கொள்கைதான் அனைத்துப் பிரச்சினைகளுக்கும் சர்வரோக நிவாரணி என்பது போன்றும் ஒரு பிம்பத்தை ஏற்படுத்தி இருக்கின் றார்கள். ஆனால், கல்வி அமைப்பு எதிர்நோக்கும் எந்தப் பிரச்சனைக்கும் ஆணிவேராக உள்ளவற்றுக்கு எந்தத் தீர்வையும் இக்கொள்கை வழங்காதது மட்டுமின்றி, பிரச்சினையை மேலும் கூர்மையாக்குகிறது என்பதை ஆழ்ந்து நோக்கினால் நாம் உணரலாம்.

குறிப்பாக, போதுமான எண்ணிக்கையில் ஆசிரியர்களை நியமிக்கப் போவதாகவும் கற்றல்-கற்பித்தல் இடைவெளியைக் குறைப்பதற்கு நடவடிக்கை எடுக்கப் போவதாகவும் இக்கொள்கை கூறுகிறது. ஆனால், இதை நடைமுறைப்படுத்துவதற்கு தேசிய ஒட்டு மொத்த உற்பத்தியில் 6 சதவீதம் கல்விக்கு நிதி ஒதுக்கப்படும் என்று அறிவிப்பு வந்ததே ஒழிய நடைமுறையில் இரண்டு சதவீதத்திற்கும் கீழாகவே கல்விக்கான நிதி ஒதுக்கீடு இருக்கிறது. தேசிய கல்வி கொள்கை நடைமுறைக்கு வந்த பின்னர், கல்விக்கான நிதி ஒதுக்கீடு உயர்வதற்கு மாறாக அதை மத்திய அரசாங்கம் குறைத்திருப்பது, கல்வி மீது அரசாங்கத்திற்கு உரிய அக்கறை இல்லை என்பதை வெளிச்சம் போட்டுக் காட்டுகிறது.

தேசிய கல்விக் கொள்கையில் கூறியிருப்பதுபோல், போதுமான எண்ணிக்கையில் அரசுப்பள்ளிகளில் ஆசிரியர்களை நிரந்தர அடிப் படையில் பணியமர்த்தும் அவர்களது வாக்குறுதி என்பது பட்டவர்த் தனமாக அவர்களாலேயே மீறப்பட்டிருப்பது நன்றாக விளங்கும். போதுமான ஆசிரியர்களையும் அரசுப்பள்ளிகளில் கட்டுமான அமைப்பையும் உறுதிப்படுத்தாமல் கற்பித்தல் கற்றல் செயல்முறைப் போக்கை உறுதிப்படுத்த நிச்சயமாக முடியாது என்பது கூறாமலே விளங்கும். இது இவ்வாறு இருக்கையில், தேசிய கல்விக் கொள்கை

அனைத்துப் பிரச்சினைகளுக்கும் ஒரு சர்வரோக நிவாரணி என்பதை யாராலும் ஒப்புக்கொள்ள முடியாது. மாறாக, அரசுப் பள்ளிகளின் நிலைமை மேலும் சீரழிவுக்கு உள்ளாவது மட்டுமின்றி, தனியார் பள்ளிகளில் கட்டணக் கொள்ளை அதிகரிக்கும். கல்வி மேலும் மேலும் தனியார்மயமாகும் என்பது தொடரும். நிற்க.

ஆக, 1986-இல் கொண்டுவரப்பட்ட தேசிய கல்விக் கொள்கை, அதன் தொடர்ச்சியாகக் கொண்டுவரப்பட்ட மாவட்ட தொடக்கக் கல்வித் திட்டம், அனைவருக்கும் கல்வி திட்டம், இலவச கட்டாயக் கல்வி உரிமைச் சட்டம் 2009 மற்றும் தேசிய கல்விக் கொள்கை 2020 ஆகியவை, 100 ஆண்டுகளுக்கு முன்னால் அனைவருக்கும் கல்வி வேண்டும் என்று கோரிக்கை வைத்துப் போராடிய இந்திய தேசிய சுதந்திரப்போராட்டவீரர்கள்லாலாலஜபதிராய், சுப்பிரமணியபாரதி, வ.உ.சிதம்பரனார், அதற்கு முன்னால் மறுமலர்ச்சி இயக்கத்தில் தோன்றிய ராஜாராம் மோகன்ராய், ஈஸ்வர சந்திர வித்யாசாகர், ஜோதிராவ் பூலே, விவேகானந்தர், சரத் சந்திரர் போன்றோர் அனைவரும் கண்ட கனவுகள் யாவும் இன்றும் கானல் நீராகவே தொடர வழிவகை செய்கின்றன.

இப்படிப்பட்ட வேளையில் உங்களது கைகளில் தவழும் இந்தப் புத்தகம், அரசுப் பள்ளிகளில் மட்டுமின்றி தனியார் பள்ளிகளிலும் ஆசிரியர்கள் சந்திக்கக்கூடிய பிரச்சனைகள், மாணவர்கள் மற்றும் பெற்றோர் சந்திக்கக்கூடிய பிரச்சனைகள், அதற்கு சரியானதொரு விஞ்ஞானபூர்வமான தீர்வு என்ன என்பது குறித்து அலசி ஆராய்ந்து இருக்கிறது என்பதை மீண்டும் ஒருமுறை நான் கூற விழைகிறேன். பள்ளிக்கல்வி குறித்த, அதன் பரந்துபட்ட பிரச்சினைகள் குறித்த விவாதத்தை இந்தப் புத்தகம் நம்மிடையே ஊக்குவிக்கும் என்று நான் உறுதியாக நம்புகிறேன்.

இதைப் படிப்பது மட்டுமின்றி பிரச்சனைகளுக்கான சரியான விஞ்ஞானபூர்வமான தீர்வையும் தெரிந்துகொண்டு, அந்தத் தீர்வை அடைவதற்காக நாம் எடுக்க வேண்டிய நடவடிக்கைகள் குறித்தும் நாம் ஆலோசித்து, அதை நோக்கிச் செயல்பட முன் வருவோமே யானால், பள்ளிக்கல்வி எதிர்நோக்கும் பிரச்சினை மட்டுமல்ல, ஒட்டுமொத்தக் கல்வித்துறையும் எதிர் நோக்கக் கூடிய பிரச்சனைக்கும் நாம் ஒரு ஆக்கபூர்வமான தீர்வு காண முடியும் என நான் உளப்

பூர்வமாக நம்புகிறேன். அதற்கு இந்தப் புத்தகம் ஒரு அடிப்படையான அறிவை, அடிப்படையான புரிதலை அனைவருக்கும் வழங்கும் என நான் முழுமையாக நம்புகின்றேன்.

ஆசிரியர் சு. உமா மகேஸ்வரி அவர்களுடைய முயற்சியின் விளைவாகக் கிடைக்கப்பெற்ற கட்டுரைகளின் தொகுப்பான இந்தப் புத்தகத்திற்கு அணிந்துரை எழுதுவதற்கு எனக்கு வழங்கப்பட்ட வாய்ப்பிற்காக மீண்டும் எனது நன்றியை உரித்தாக்குகிறேன்.

நன்றி, வணக்கம்.

அன்புடன்,
பேராசிரியர் **சீ. ஹோசிமின் திலகர்,**
இயக்குநர் - பாடத்திட்ட மையம்,
அண்ணா பல்கலைக்கழகம், சென்னை.

என்னுரை

கல்வி ஒரு அரசியல் செயல்பாடு என்றார் பாவ்லோ ஃப்ரேயர். ஆனால் நமது நாட்டில், குறிப்பாகத் தமிழகத்தில் கல்வியை அரசியலாக்கி வைத்துள்ளோம். அதனால்தான் கல்வி குறித்த முடிவுகள், திட்டங்கள், செயல்பாடுகள் அனைத்தும் இங்கே கல்வி அதிகாரிகள், ஆசிரியர்கள், மாணவர்களால் முடிவு செய்யப்படாமல் ஆட்சியாளர்களால் முடிவு செய்யப்பட்டு ஊடகங்கள் வழியாகவே மக்களை அடைகின்றது. இறுதியில்தான் ஆசிரியர்களுக்குச் செய்திகள் வந்து சேர்கின்றன. ஏனென்றால் கல்வியை இங்கு வியாபாரமாகப் பார்க்கும் மனநிலை வெகு நாட்களுக்கு முன்பே உருவாகிவிட்டது. கல்வி முழுக்க முழுக்க தனியார் மயமாகிவிட்ட அவலமும் இதற்குக் கூடுதல் காரணம். கல்லூரிப் படிப்பிற்கான சிறந்த இடமாக, பொது மக்கள் அரசுக் கல்லூரிகளை நாடுகின்றனர். அரசு வேலை வாய்ப்புகளுக்கும் போட்டி போடுகின்றனர்.

ஆனால், பள்ளிக்கல்வி என்று வரும்போது தனியார் பள்ளிகளில் தான் தரமான கல்வி கிடைப்பதாக எண்ணி ஓடுகின்றனர். பள்ளிக் கல்வியை இலவசமாகக் கொடுக்கின்றோம் என்று அரசு எத்தனை முயற்சி எடுத்தாலும், அங்கு வராமல் தனியார் பள்ளிகளை நோக்கி ஓடும் பொதுச் சமூகத்தின் புத்தியில் அரசுப் பள்ளிகள் குறித்து எதிர் மறையான கருத்துகள் திட்டமிட்டே விதைக்கப்பட்டு வருகின்றன.

தமிழ்நாட்டில் பொருளாதாரத்தில் பின்தங்கிய பெரும்பான்மை மக்களின் குழந்தைகள் கல்வி பயிலும் 40000-த்திற்கும் மேற்பட்ட அரசுப் பள்ளிகளில் என்ன நடக்கிறது? எதார்த்த சூழல் என்ன? என்பது குறித்து நாம் தொடர்ந்து எழுதியும் பேசியும் வருகிறோம்.

நண்பரும் சமூக அக்கறையுள்ளவருமான சுவடு ஆசிரியர் நல்லு இரா.லிங்கம் கேட்டுக்கொண்டதற்கிணங்க, சுவடு இதழில் பள்ளிக்

கல்வி குறித்தான எனது கட்டுரைகள் தொடராக வெளிவந்தன. சரியான நேரத்தில் சமகாலக் கல்விப் பிரச்சனைகளை இந்தச் சமூகத்துக்கு எடுத்துச் சொல்லும் வாய்ப்பை சுவடு இதழ் வழங்கியது. அத்துடன், கொரோனாக் கால ஊரடங்கின் காரணமாகப் பள்ளிகள் மூடப்பட்டு இருந்ததால் குழந்தைகள் சந்தித்த பிரச்சனைகளிலிருந்தும் கல்வியில் ஏற்பட்ட பின்னடைவுகளிலிருந்தும் குழந்தைகளை மீட்க வேண்டிய தேவை ஏற்பட்டது. அந்தச் சமயத்தில் சுவடு பதிப்பகமும் அசத்தும் அரசுப் பள்ளி ஆசிரியர்கள் (A3) குழுவும் இணைந்து பல இணைய வழிக் கருத்தரங்குகள் நடத்தின. அதன் வழி, பல்வேறு தரப்பிலிருந்தும் வெளிப்பட்ட கருத்துகளின் அடிப்படையில் அரசுக்குக் கோரிக்கை வைத்ததன் தொடர் விளைவாக, தமிழக அரசானது பல செயல் திட்டங்களை கல்வித் துறையின் வழியே பள்ளிக் கல்வியில் நடைமுறைப்படுத்தியது; பள்ளிகள் திறப்பு சாத்தியமானது என்பதையும் குறிப்பிடலாம். இப்படியாக சில முக்கியப் பணிகளையும் சுவடு செய்ததை மகிழ்வுடன் இங்கு நினைவு கூர்கிறேன்.

ஒரு சமூகத்தை அழிக்க நினைத்தால் அங்கு மக்களுக்கு வழங்கப்படும் கல்வியை அழித்தாலே போதுமானது. அதனடிப் படையில், கல்வி இன்று நம் சமூகத்தில் பாதிப்புக்குள்ளாகி நம்மைக் கவலையுற வைத்துள்ளது. அந்த வகையில் உண்மையான கல்வி குறித்த புரிதல் அவசியமாகிறது. இப்புத்தகத்தின் கட்டுரைகள் படிப்பவர்க்கு அந்தப் பார்வையைத் தரும் என நம்புகிறேன். அதேபோல, கல்வி குறித்தான புரிதல்கள், பிரச்சனைகள், தீர்வுக்கான வழிகள் ஆகியவை இப்புத்தகத்துடன் நின்றுவிடப் போவதில்லை. தனியார் பள்ளிகளின் கற்பித்தல் முறைகள், தாய்த் தமிழ்ப் பள்ளிகள், பொதுப் பள்ளிகள், அருகமைப் பள்ளிகள், தாய்மொழி வழிக் கல்வி, இட ஒதுக்கீட்டு முறைகள், உயர் கல்வியில் அரசுப்பள்ளிக் குழந்தைகளுக்கான இடம் என இன்னும் நாம் பேசுவதற்கு ஏராளமான தலைப்புகளும் அவற்றுக்கான செய்திகளும் இருக்கின்றன. அடுத்தடுத்து வரும் தொகுப்புகளில் அவை குறித்தும் பேசலாம்.

பிரச்சனைகளுக்கான தீர்வுகளை முன்வைத்தே இக்கட்டுரைகள் ஒவ்வொன்றும் எழுதப்பட்டன. சுவடு இதழ் மட்டுமின்றி, புதிய

ஆசிரியன், நமது மண் வாசம், அறம் ஆகிய இதழ்களிலும் கல்வி குறித்தான எனது கட்டுரைகள் தொடர்ந்து வெளிவந்தன. அவ்வாறு வெளியான கட்டுரைகளைத் தொகுத்துப் புத்தகமாக உங்கள் கைகளில் தருகிறது சுவடு பதிப்பகம். இது எனது இரண்டாவது புத்தகம். 'கல்விச் சிக்கல்கள்; தீர்வை நோக்கி' என்ற முதல் புத்தகத்தைப் போலவே, இங்கு எழுதப்பட்டுள்ள கட்டுரைகள் அனைத்தும் அனுமானத்தின் பேரிலன்றி, உண்மைகளின் அடிப்படையில் மட்டுமே எழுதப்பட்டவை. அதற்காக A3 குழுவின் ஆசிரியர்கள் பலர் தொடர்ந்து தங்களது கருத்துகளைப் பதிவு செய்தமைக்காக அவர்களுக்கு எனது நன்றியை உரித்தாக்குகிறேன். இந்தக் கட்டுரைகளை வெளியிட்ட அனைத்து இதழ்கள், முகநூல், வாட்ஸ்அப், இணையம் எனப் பல தளங்களிலும் இக்கட்டுரைகளைப் பகிரும்போது எதிர்வினை ஆற்றிய, ஊக்குவித்த அனைத்து நட்புகளுக்கும் என் நன்றிகளை உரித்தாக்குகிறேன்.

கல்வித்துறையின் வளர்ச்சிக்காக துறையில் நிலவும் சிக்கல்கள் குறித்து உரையாட, குரல் கொடுக்க ஆசிரியர்களாகிய நாம்தான் முன்வர வேண்டும். அந்த நம்பிக்கையை, எனது சக தோழமை ஆசிரியர்களுக்கு இந்த நூல் நிச்சயமாக வழங்கும் என நம்புகிறேன்.

இந்நூல் வெளிவரக் காரணமாக இருந்த சுவடு பதிப்பகம், நல்லு லிங்கம் அவர்கள், சுவடு மன்சூர் அவர்கள், A3 அசத்தும் அரசுப்பள்ளி ஆசிரியர்கள், எனது அன்புக்குரிய மாணவர்கள், நண்பர்கள் அனைவருக்கும் மனமார்ந்த அன்பையும் நன்றியையும் தெரிவித்துக் கொள்கிறேன். கூடுதலாக, இப்பணிகளுக்காக என்னைப் புரிந்து கொண்ட கணவர் கோபாலகிருஷ்ணன், மகள் யாழினி, மகன் கனிஷ்கர் அனைவருக்கும் எனது அன்பு.

என்றும் தோழமையுடன்.
உமா
25.12.2021

நூலாசிரியர் பற்றி...

20 ஆண்டுகளுக்கும் மேலாக பள்ளிக் கல்வித் துறையில் பணியாற்றி வரும் ஆசிரியர் உமா மகேஸ்வரி, தற்போது சென்னை குரோம்பேட்டை மகாகவி பாரதியார் நினைவு நூற்றாண்டுப் பள்ளியில் பட்டதாரி ஆசிரியராகப் பணியாற்றுகிறார். கணிதத்தில் முதுநிலைப் பட்டம், அரசியல் அறிவியலில் முதுகலைப் பட்டம் இவற்றுடன் கல்வியியல் முதுநிலைப் பட்டமும் பெற்றுள்ளார்.

பள்ளிக் கல்வித் துறையில் SCERT பாடநூல்களுக்கான வழிகாட்டுக் கட்டகங்கள் (Textbook module) தயாரிப்பு, CCE உருவாக்கம், சமச்சீர் கல்விப் பாடநூல் ஆசிரியர், பாடநூல் தயாரிப்பு, பாடநூல் கழகத்தின் பிழை திருத்துநர், SCERT ICT CEL, டிஜிட்டல் வளங்கள் தயாரித்தல், SSA-Project Based Learning, கல்விக் காணொளிகள் மொழி பெயர்ப்பு, ICT பயிற்சிகள், RMSA – மாநில மாற்றுத் திறனாளிக்கான திட்டப்பணி, NUEPA (National University of Educational Planning and Administration) இன் Shala Siddhi உள்ளிட்ட பல்வேறு பணிகளில் ஒருங்கிணைப்பாளராகச் செயலாற்றியுள்ளார்.

பள்ளிக் கல்வித்துறையின் நீதிமன்ற வழக்குகள் பிரிவிலும் பாட நூல்களை டிஜிட்டல் மயமாக்கும் NCERT திட்டப்பணியிலும் பணியாற்றி யுள்ளார். கல்வி இணையதளத்திற்காக 200 ஆண்டு காலக் கல்வி வரலாற்றுத் தரவுகளை ஆவணக் காப்பகத்திலிருந்து திரட்டித் தொகுத்தது இவரது பணியில் ஒரு குறிப்பிடத்தக்க மைல்கள் ஆகும்.

அசத்தும் அரசுப்பள்ளி ஆசிரியர்கள் (A3) என்ற அமைப்பை 2015-ல் உருவாக்கி, சிறப்பாகச் செயலாற்றும் ஆசிரியர்களை ஒருங்கிணைத்து பல்வேறு கல்விப் பணிகளைச் செய்துவருகிறார். பள்ளிக்கல்விப் பாதுகாப்பு இயக்கத்தின் மாநில ஒருங்கிணைப்பாளராக இரண்டு ஆண்டுகள் பொறுப்பு வகித்துள்ளார். தற்போது AISEC அமைப்பின் தமிழகப் பிரிவில் இணைந்து செயலாற்றி வருகிறார். தமிழால் இணைவோம் உலகப் பேரியக்கத்தின் தலைமைச் செயலாளராகவும் பல்வேறு சமூகப் பணிகளை மேற்கொண்டு வருகிறார்.

Air India வின் BOLT (Broad Outlook learner Teacher) விருது, TATA Gold Plus பெண்மணி விருது, புதிய தலைமுறை ஆசிரியர் விருது, அன்பாசிரியர் விருது, கல்வித்துறைக் களப்பணியாளர் விருது, சாவித்ரி பாய் பூலே விருது, தங்க மங்கை விருது, வாழ்நாள் சாதனையாளர் விருது உள்ளிட்ட பல விருதுகளைப் பெற்றுள்ளார்.

பொருளடக்கம்

இன்றைய சூழலில் கல்வி

தேர்வுக்கு மாற்று	- 27
உயர்கல்வி வாய்ப்பைக் குறைக்கும் மேல்நிலை பாடப்பிரிவுகள் குறைப்பு	- 32
ஆன்லைன் கல்வியும் வகுப்பறைக் கல்வியும்	- 36
பொதுப்பள்ளியும் மாற்றுக்கல்வி முறையின் தேவையும்	- 43
கல்வியை மாநில உரிமையாக்குவோம்	- 48
அரசுப் பள்ளிகளை நோக்கித் திரும்பும் பெற்றோர்கள்	- 56
சூழல் சார்ந்த கல்வி வேண்டும்	- 61
அரசுப் பள்ளிக்கு வாருங்கள்	- 66
காணாமல் போன தமிழ்வழிக் கல்வி	- 74
7.5% இட ஒதுக்கீடு நிரந்தரத் தீர்வாகுமா?	- 80
பள்ளிகள் மீண்டும் திறக்கப்பட வேண்டும்	- 83
அரசு உதவிபெறும் பள்ளி மாணவர்களுக்கும் இடஒதுக்கீடு அவசியம்	- 87
அரசுப்பள்ளிகள் மேம்பட சில ஆலோசனைகள்	- 93
உளவியல் கல்வி அவசர, அவசியத் தேவை	- 100
பள்ளிகள் திறப்பு - கொரோனாக் கால சிக்கல்	- 105
வகுப்பறைகள் வாசிப்புக் கூடமாகட்டும்	- 109
கல்வி என்பது ஒரு அரசியல் செயல்பாடு	- 114
வங்கிக் கணக்கும் சாதிச் சான்றிதழும்	- 118

மாணவர்களைப் பாராட்டுவோம்	- 123
தேர்தல் பணிகளில் ஆசிரியர்களின் துயரங்கள்	- 128
நுழைபுலம் அமர்வில் கல்வி குறித்த கலந்துரையாடல்	- 135
பள்ளிக் கல்வித்துறையில் நடக்கும் பயங்கர ஊழல்கள்	- 142
பள்ளிக் கல்வியில் ஏற்படுத்த வேண்டிய சீர்திருத்தங்கள்	- 151
பொதுமுடக்கத்தால் நேர்ந்த கல்விப் பின்னடைவு – களஆய்வு	- 164

சவால்களைச் சந்திக்கும் பள்ளிக்கல்வி

அரசுப் பள்ளிகள்தான் மக்கள் பள்ளிகள்	- 175
அரசுப்பள்ளிகளை பலவீனப்படுத்தவா 'இல்லம் தேடிக் கல்வி' திட்டம்?	- 184
பரவசத்தில் மாணவர்கள், பற்றாக்குறையில் பள்ளிகள்	- 189
மழலையர் பள்ளிகள் மீது மனம் வைக்குமா அரசு?	- 195
பள்ளிகளில் பாலியல் சீண்டல்கள்: தடுக்க என்ன வழி?	- 201
சிறப்பாசிரியர்களை சிறுமைப்படுத்தாதீர்	- 207
ஆசிரியர் பற்றாக்குறையால் அல்லாடும் அரசுப் பள்ளிகள்!	- 213
ஆசிரியர்களா? டேட்டா என்ட்ரி ஆபரேட்டர்களா?	- 221
கல்விக் கொள்கையா? கல்விக் கொள்ளையா?	- 229
புதிய தேசிய கல்விக் கொள்கையில் மறைந்திருக்கும் பாதக அடுக்குகள்	- 235
கிராமப்புற மாணவர்கள் எதிர்கொள்ளும் நெருக்கடிகளும் சவால்களும்	- 239
நமது கல்வி நமது உரிமை	- 244

தேர்வுக்கு மாற்று

(ஜூன் 16-30, 2020 சுவடு இதழில் வெளியான கட்டுரை)

இந்தியாவின் இதயத்தை அழுத்திக் கொண்டிருக்கும் பிரம்மாண்டமான துயரத்தின் ஒற்றை அடிப்படையாகக் கல்வியின்மை இருக்கிறது - தாகூர்

அவரது கூற்று 150 வருடங்கள் கடந்து இன்றும் இந்தியாவைப் பல வழிகளில் அழுத்திக் கொண்டிருப்பதை நம்மால் உணர முடிகிறது.

சமூக முன்னேற்றம் என்பது கல்வியை அடிப்படையாகக் கொண்டே நிகழும் என்பதில் யாருக்கும் மாற்றுக் கருத்து இருக்காது. ஒரு மனிதன் இந்த சமூகத்தில் தனக்கான எல்லாவித சுதந்திரத்தையும் புரிந்து கொள்ள உதவுவது கல்விதான். மடை திறந்த அறிவை வழங்குவதும்கூட கல்வியின் அடுத்தடுத்த விரி சிந்தனைகளே எனலாம். இத்தகைய அறிவின் வாயிலை அடைய அறியாமை என்ற சிறைக்கதவைத் தகர்ப்பதாக நமது கைகளில் தரப்படும் பலமான ஆயுதம் ஒன்று உண்டெனில் அது பள்ளிக் கல்விதான்.

இன்றைய நாளில் பள்ளிக் கல்வியை ஆய்வு செய்தோமானால். நாடு முழுவதிலுமிருந்து கல்வி குறித்தான பல பிரச்சனைகளை நம்மால் தொகுக்க முடியும். தமிழகப் பள்ளிக் கல்விக்கும் இவை அனைத்தும் பொருந்தும்.

இப்படியான பள்ளிக் கல்வியின் ஒரு முக்கிய. தவிர்க்க முடியாத இடமாக, நம் அனைவராலும் பார்க்கப்படுவது பத்தாம் வகுப்பு.

உலகம் முழுதும் வேறெப்போதும் இல்லாத பேரிடர்க் காலத்தின் ஆபத்தில் சிக்கிக் கொண்டுள்ளது. மற்றெந்தத் துறைகளைக் காட்டிலும் கல்வித்துறை மாபெரும் இடர்களை எதிர் கொண்டுள்ளது. கொரோனா தொற்று தீவிரமாகப் பரவிய

சமயத்தில், 2019-20 கல்வி ஆண்டுக்கான 10ஆம் வகுப்புப் பொதுத் தேர்வு எழுதும் குழந்தைகளின் உயிரைக் கருத்தில் கொண்டு, பொதுத் தேர்வை ரத்து செய்தது அரசு. மாணவர் நலன் சார்ந்து இம்முடிவு எடுக்கப்பட்ட சூழலில், பொதுத் தேர்வு ரத்து என்ற அறிவிப்பைத் தொடர்ந்து, வரும் நாட்களின் கல்வி குறித்தும் நாம் சிந்திக்க வேண்டியுள்ளது.

பொதுத் தேர்வு ரத்து; அடுத்து செய்ய வேண்டியது என்ன?

தேர்வுக்கான மாற்று ஒன்றை நாம் கண்டறிய வேண்டியத் தேவை எழுந்துள்ளது. நீண்ட காலமாக நம்மிடையே நிலவிவரும் மதிப்பெண் சார்ந்த தேர்வு முறையை மாற்றும் காலகட்டமாக இந்தக் கொரோனா துயரக் காலம் பாடம் கற்றுக் கொடுக்கிறது.

மதிப்பீட்டின் இடைவெளி

தேர்வுகளின் அடிப்படையில் மாணவர்களை மதிப்பிடுவதும் அதன் அடிப்படையில் பள்ளிகளைக் கணிப்பதும், பள்ளிக் கல்வியைச் சீரமைக்கும்போது சந்திக்கின்ற களப் பிரச்சனைகளில் முக்கிய மானவை. தற்போது பள்ளிக்கல்வித் துறையில் நடைமுறையில் இருக்கும் மதிப்பீட்டு முறை குறித்துப் பார்ப்போம்.

கல்வி உரிமைச் சட்டத்தின் (2010) படி ஒரு குழந்தை ஒரு வகுப்பில் என்ன கற்றிருக்கிறது என்பதைப் பொருட்படுத்தாமல், மேல் வகுப்பிற்குத் தன்னிச்சையாக (automatic) செல்லலாம். அதோடு இச்சட்டம் 8 ஆம் வகுப்பு வரை பொதுத் தேர்வைத் தடை செய்கிறது. ஆனால் பள்ளித் தேர்வுகளைத் (வாரியத் தேர்வுகளுக்கு மாற்றாக) தடை செய்யவுமில்லை, அவற்றை ஊக்கப்படுத்தவுமில்லை. மாறாக ஒரு தொடர் மற்றும் முழுமையான மதிப்பீட்டைப் (Continuous and Comprehensive Evaluation) பின்பற்ற வழி காட்டுகிறது.

ஆனால், இம்முறையின் விவரங்களில் தெளிவு இல்லை. மதிப்பீட்டிற்கான இப்புதிய அணுகுமுறை நடைமுறையில், மதிப்பீடே இல்லாமல் போகிறது என சில மாநிலங்களில் கருத்துகள் உள்ளன. இவற்றில் உள்ள குறைகளைக் களைந்து இந்த முறையை அறிவியல் பூர்வமாக அணுக வேண்டும். அதற்கான வழிமுறைகளைக் கண்டறிய வேண்டிய தேவை மிக அவசரமாக நமக்கு ஏற்பட்டுள்ளது.

ஏனெனில், தேர்வுமுறை பல குறைபாடுகளைக் கொண்டுள்ளது என்பதும் உண்மை. பல நேரங்களில் தேர்வுகள் என்பவை குழந்தைகள் மீதான அதிகப்படியான அழுத்தத்தைத் தருவதுடன், மனப்பாட முறையை வலுவாக்குகிறது. ஆனால், தேர்வுகளை முற்றிலும் அகற்றிவிடுதல் என்பதும் ஏற்புடையதாக இருக்காது. ஆகவே தேர்வுக்கான மாற்றை உருவாக்கும் தேவையுடன், இந்த மதிப்பீட்டு முறையைச் சீரமைப்பதை இன்றியமையாததாகப் பார்க்கலாம்.

மாணவர்களின் அடைவு குறித்த விவரங்கள் ஆசிரியர்களுக்கும் தலைமை ஆசிரியர்களுக்கும் உடனடியாகத் தெரிய வேண்டியது தேவைதான். அதேசமயம், மாணவர்களின் பெற்றோர்களுக்கும்கூட அவை அவசியமானவை. ஆனால், பள்ளிகளில் நடைமுறையில் மதிப்பீட்டு முறைகளோ, தேர்வு முறைகளோ பெற்றோர்களுக்குப் புரிவதில்லை. பள்ளிக்கல்வி முறையின் பொறுப்புணர் வின்மையை இதற்கான காரணமாகக் குறிப்பிடலாம். ஏனெனில், தங்கள் குழந்தைகள் பள்ளிகளில் என்ன படித்திருக்கிறார்கள், என்ன படிக்கப் போகிறார்கள் என்பது பற்றிய புரிதல் பெற்றோர்களுக்கு இல்லாமல் இருப்பதும் இந்த மதிப்பீட்டு முறைகளின் விமர்சனங் களாக உள்ளன. மதிப்பீட்டு இடைவெளிதான் மிகப்பெரும் அச்சுறுத்தலாக உள்ளது. எனவே, தேர்வுக்கு மாற்று முறைகளை வடிவமைக்கும் தேர்வுச் சீர்திருத்தம் தேவை என்பதைப் புரிந்து கொள்ள வேண்டும்

தேர்வுக்கு மாற்று முறை

கடந்த 8 ஆண்டுகளாக நமது பள்ளிகளில் நடைமுறையில் இருந்துவரும் தொடர் மற்றும் முழுமையான மதிப்பீட்டு முறை வலுவாக்கப்பட வேண்டும். திறன்கள் அடிப்படையில் மாணவரை மதிப்பீடு செய்யும் நடைமுறையான இந்த CCE முறைதான் மதிப்பெண்கள் சார்ந்த தேர்வுகளுக்கான சிறந்த மாற்றாக அமையும் என்பதில் சந்தேகமில்லை.

இந்த CCE எனப்படும் (Continuous and Comprehensive Evaluation) தொடர் மற்றும் முழுமையான மதிப்பீட்டு முறை ஏற்கனவே 9ஆம் வகுப்பு வரை நடைமுறையில் பின்பற்றப்படுகிறது. இதே முறையை 10-ஆம் வகுப்பிற்கும் இனிவரும் காலங்களில் நீட்டிக்கலாம். அப்படிச்

செய்வது, பொதுத் தேர்வு என்ற இறுக்க மனநிலையை உடைத்து, மாணவர்களின் சுதந்திரமான மகிழ்ச்சியான கற்றலுக்கு வழி வகுக்கும்.

அதே போல தேர்வுகளின் உள்ளடக்கம் மற்றும் இயல்பு குறித்த ஆழ்ந்த சிந்தனை, ஆசிரியர்களுக்கும் துறை சார்ந்த வல்லுநர்களுக்கும் தேவைப்படுகிறது. உதாரணமாக, குழந்தைகளின் மனப்பாடம் செய்வதல்லாத பிற திறன்களையும் மதிப்பிடும் வகையில் தரமான தேர்வுகளை வடிவமைப்பது சாத்தியம். அவ்வாறே மனப் பாடத்திலிருந்து திறன் அல்லது புரிந்து கொள்வதை நோக்கித் தேர்வு களின் கவனத்தைத் திருப்புவதற்கு திறந்த புத்தகத் (Open Book) தேர்வுகள் உதவும்.

உடனடித் தேவை

மேற்கூறிய மதிப்பீட்டு முறைகளும் தேர்வுக்கு மாற்று என்ற கருத்தும் சார்ந்த சீர்திருத்தங்கள் ஒரு பக்கம் நடக்கட்டும். ஆனால் பள்ளி திறக்கும் நாட்கள் நம் கண்களுக்குத் தெரியவில்லை. இரண்டு அல்லது மூன்று மாதங்கள்கூட ஆக வாய்ப்புள்ளது.

மாணவர்களுக்கு வீடுகள் அவ்வளவு மகிழ்ச்சியைத் தராது என்பது கண்கூடு. ஏனெனில் இது ஒரு அசாதாரணக் காலம். விடுமுறை தினங்களில் மட்டும் வீடுகளில் இருந்து பழகிய குழந்தைகள், மாதக் கணக்கில் வீட்டுக்குள் முடங்குவதை உளவியல் அழுத்தம் என்ற வார்த்தைகளால் கடந்து போக முடியாது.

பள்ளிகள் சில, குறிப்பாக தனியார் பள்ளிகள் இணையவழிக் கல்வியைக் (Online Teaching) கையிலெடுத்துள்ளன. ஆனால் அது குழந்தைகளுக்கு எவ்விதத்திலும் வகுப்பறைக் கற்றலைப் போன்று நிறைவு செய்யாது என்பது யதார்த்தம். அப்படியே இணைய வழியை முறைப்படுத்தினால் அரசுப் பள்ளிகளின் 20% குழந்தைகள் மட்டுமே பயன்பெற முடியும். சமவாய்ப்பற்ற பொருளாதாரச் சூழல் இதற்கு ஒரு முக்கியக் காரணம்.

நோய்த் தொற்று பரவலாக இருக்கும் பகுதிகளைத் தவிர்த்து அதிகப் பரவல் இல்லாத மாவட்டங்களில், அங்குள்ள கிராமங்களில், தகுந்த பாதுகாப்புகளுடன் மாணவர்களையும் அவர்களது பெற் றோர்களையும் சந்தித்து ஆசிரியர்கள் உளவியல் சார்ந்த கலந்துரை

யாடல்களை மேற்கொள்ளலாம்.

பள்ளி திறப்பதற்கான சாத்தியக்கூறுகள் உள்ள ஊர்களில் உள்ள பள்ளிகளில், குறைவான எண்ணிக்கையில், பகுதி பகுதியாக முறை வைத்து (Alternative days - Shift) மாணவரை வரவழைத்து, அதேபோல ஆசிரியர்களையும் வரவழைத்து உரையாடல்கள் மேற்கொள்ளலாம். தேவைப்படின் எளிய வகைப் பாடங்களை மாணவர் மனநிலைக் கேற்ப அறிமுகப்படுத்தலாம்.

எல்லாவற்றையும் விட மதிய சத்துணவை நம்பி அரசுப்பள்ளிக்கு வரும் லட்சக்கணக்கான மாணவர்கள் இருக்கின்றனர். அவர்களுக்கான அத்தனை நிதி ஒதுக்கீடுகளும் இருக்கும். பள்ளி சமையலறையில் உணவு சமைத்து, மாணவருக்கு வழங்கி வந்த நடைமுறையைத் தொடர வேண்டியது பள்ளிகளின் உடனடிக் கடமைகளுள் ஒன்று.

இன்றைய சூழலில் பள்ளி கிடையாது. குழந்தைகளுக்கு வீடு மட்டும் போதாது. ஜான் ஹோல்ட் அழுத்தமாய் வலியுறுத்திய 'குழந்தைகளுக்கான மூன்றாம் இடம்' (Third place) நினைவுக்கு வருகிறது. வீடும் பள்ளியும் போக குழந்தைகளுக்கான மூன்றாம் இடம் தேவை என்கிறார் பேரா ச.மாடசாமி. இதயங்களை மலர வைக்கும் மூன்றாம் இடம், சக்கையாய்ப் பிழிந்து இதுதான் என்று இலக்கணம் வகுத்து வடிவமைக்கப்படாத மூன்றாம் இடம், புதுப்புது வடிவங்களில், புதுப்புதுக் கற்பனைகளுக்கு இடங்கொடுத்து மலரும் மூன்றாம் இடம், இன்றைய தேவை என்கிறார். இதுகுறித்தும் நாம் சிந்திக்க வேண்டிய கட்டாயத்தில் இருக்கிறோம்.

உயர்கல்வி வாய்ப்பைக் குறைக்கும் மேல்நிலை பாடப்பிரிவுகள் குறைப்பு

(ஜூலை 1-16, 2020 சுவடு இதழில் வெளியான கட்டுரை)

ஆசிரியர்களே தேவையில்லை என்கிறார் ரூசோ, பள்ளிக்கூடமே அவசியமில்லை என்கிறார் ஜான்ஹோல்ட். நோய்த்தொற்றின் அச்சுறுத்தலும் ஊரடங்குச் சூழலும் இவர்கள் கூற்றை உண்மை யாக்கியிருப்பது யதார்த்தம்.

குழந்தைகளுக்கான மூன்றாவது இடத்தைச் சிந்திப்பது குறித்து முந்தைய கட்டுரையில் பேசினோம். ஆனால் இன்று வேறொரு பிரச்சினை நம்மைத் திசை திருப்பியுள்ளது. ஆம், நமது கல்வி முறையில் பள்ளிக் கல்வியின் இறுதி வகுப்புகளாக அமைந்துள்ள 11, 12ஆம் வகுப்புகளின் சேர்க்கையில் 2019-20 கல்வியாண்டு முதல் கொண்டு வந்துள்ள மாற்றம்தான் அந்தப் பிரச்சனை.

மேல்நிலைக் கல்விப் பிரிவுகள் குழப்பத்திற்கு வழி வகுக்கின்றனவா?

தற்போதைய மேல்நிலைக் கல்விப் பாட அமைப்புகள் புதியதாக மாற்றி அமைக்கப்பட்டுள்ளன. இவை உயர் கல்வி வாய்ப்புகளில் சிக்கல்களை விளைவிக்கும் வகையில் உள்ளன. கோத்தாரி கல்விக் குழுவின் பரிந்துரையின் பேரில் நம் தமிழகப் பள்ளிக் கல்வியில் 1977- 1978 கல்வியாண்டு முதல் 10+2 என்ற முறை நடைமுறைப்படுத்தப்பட்டது. மேல்நிலைக் கல்வியில் பகுதி ஒன்று மற்றும் இரண்டில் மொழிப் பாடங்கள் தரப்பட்டிருக்கும். இவை தவிர பகுதி மூன்றில் சிறப்புப் பாடங்களாக கணிதம், இயற்பியல், வேதியியல், உயிரியல், விலங்கியல், தாவரவியல், கணக்குப் பதிவியல், விவசாயம், மனையியல், பொருளியல், வணிகவியல், அரசியல் அறிவியல், வரலாறு, புவியியல், கணினி அறிவியல், இப்படி ஏறத்தாழ 30 பாடங்கள் உருவாக்கப்பட்டன. பகுதி மூன்றில் ஒவ்வொரு பாடப்பிரிவிலும் நான்கு பாடங்களை

மாணவர்கள் படிக்க வேண்டும். மொழிப் பாடங்களுடன் சேர்த்து அவர்கள் படிக்க வேண்டியது மொத்தம் 6 பாடங்கள், 1200 மதிப்பெண்களுக்குத் தேர்வுகள் நடத்தப்படும். மாணவர்களின் சுமையைக் குறைக்க கடந்த 2017-18 கல்வியாண்டு முதல் ஒவ்வொரு பாடத்துக்கும் நூறு மதிப்பெண்களுக்கு மட்டுமே தேர்வு என்ற அடிப்படையில் மொத்த மதிப்பெண் 600 ஆகக் குறைக்கப்பட்டது.

இதை அடிப்படையாகக் கொண்டே கல்லூரிகளில் உயர்கல்வி வாய்ப்புகளை மாணவர்கள் பெறும் நடைமுறை இருந்து வருகிறது. தமிழகத்தின் இந்த மேல்நிலைக்கல்வி முறை இந்திய மாநிலங்களிலேயே தனித்தன்மையுடன் திகழ்ந்து வருவதாகவும் வரலாற்றுப் பதிவுகள் உள்ளன. ஏனெனில் மாணவர்களுக்கு ஏராளமான வாய்ப்புகளை இந்த பாடப் பிரிவுகள் உயர்கல்வியில் வழங்கி வந்தன.

புதிய அரசாணை எண். 166

2019-ஆம் வருடம் செப்டம்பர் மாதம் தமிழ்நாடு அரசு புதிதாக அரசாணை ஒன்றை வெளியிட்டது. பள்ளிக் கல்வித்துறை அரசாணை எண். 166, 18.09.2019-ன் படி பகுதி 3-இல் புதிய முறையை அறிமுகம் செய்தது. அதன்படி, ஏற்கனவே ஒவ்வொரு பாடப்பிரிவிலும் ஃபர்ஸ்ட் குரூப், செகன்ட் குரூப் என்ற வகையில் நான்கு பாடங்களைப் படிக்கும் மாணவன் இந்தப் புதிய முறையில் மூன்று பாடங்களை மட்டும் படித்தால் போதுமானது. மாணவர்களின் மன அழுத்தத்தைக் குறைக்கும் பொருட்டும், உயர்கல்வி வேலை வாய்ப்புகளை அதிகமாக்கும் வகையிலும் இந்தப் புதிய முறை மேம்படுத்தப் பட்டுள்ளதாக அரசாணையில் குறிப்பிடப்பட்டுள்ளது. மாணவர் விருப்பப்பட்டால் மூன்று பாடங்களைத் தேர்வு செய்து கொள்ளலாம் அல்லது பழைய முறையான நான்கு பாடங்களுக்கான முறையையும் தேர்வு செய்து கொள்ளலாம் எனக் குறிப்பிடப் பட்டுள்ளது.

இந்த அரசாணையை 2019-2020 கல்வியாண்டிலிருந்து பின்பற்ற வழிகாட்டப்பட்டுள்ளது. இதன்படி 3 பாடங்களைத் தேர்வு செய்தால் படிக்க வேண்டிய மொத்தப் பாடங்கள் 5 மட்டுமே. இதில் 500 மதிப்பெண்களுக்குத் தேர்வுகள் நடைபெறும். அல்லது மாணவன் 4 பாட முறையைத் தேர்வு செய்தால் படிக்க வேண்டியது 6 பாடங்கள், மொத்த மதிப்பெண்கள் 600.

உண்மையில் என்ன நடக்கிறது?

2020-2021 கல்வி ஆண்டில் கோவிட் 19 பொது முடக்கத்தால் 10ஆம் வகுப்புப் பொதுத் தேர்வு ரத்தாகிவிட்டது என்பதை நாம் அறிவோம். தேர்ச்சி முடிவுகள் அரசின் வழிகாட்டலால் கிரேடு முறையில் தரப்படும் என்பதை விரைவில் எதிர்பார்க்கலாம். ஏற்கனவே தனியார் பள்ளிகள் +1 சேர்க்கையைத் தங்கள் வழியில் துவங்கிவிட்டன. அரசுப் பள்ளிகளில் அரசின் முறையான வழிகாட்டலுக்காகத் தலைமை ஆசிரியர்கள் காத்துக் கொண்டுள் ளனர். அதே நேரத்தில் பதினொன்றாம் வகுப்பு மாணவர் சேர்க்கை குறித்து விபரம் கேட்டு வரும் பெற்றோர்களுக்கு இந்தப் புதிய முறை குறித்த விளக்கங்களையும் அளித்து வருகின்றனர்.

தலைமை ஆசிரியர்களிடம் பேசும்போது, பெற்றோர்களிடமும் மாணவர்களிடமும் புதிய 5 பாட முறைகளைக் குறித்தே விளக்கி வருவதாகவும், அதை அடிப்படையாகக் கொண்டுதான் சேர்க்கை நடைபெறும் என்றும் பரவலாகக் கூறுகின்றனர். அதற்கு நியாயமான காரணங்களையும் அவர்கள் முன் வைக்கின்றனர். அருகாமைப் பள்ளிகளில் ஒரு பள்ளியில் 5 பாடங்கள் இருந்து மற்றொரு பள்ளியில் 6 பாடங்கள் இருந்தால், குறைவாகப் படிக்க வேண்டும் என்று, மாணவர்கள் 5 பாடமுறை உள்ள பள்ளிக்கே செல்கின்றனர். ஆகவே மாணவர் சேர்க்கை குறைவதால் நாங்களும் 5 பாடங்களைக் கொண்ட பாடப் பிரிவையே அறிமுகப்படுத்துகிறோம் என்கின்றனர்.

அதே போல 6 பாடங்களைத் தேர்வு செய்யும் மாணவர்கள் இருந்தாலும் குறைந்த அளவில் மட்டுமே மாணவர் இருந்தால் அந்தப் பாடப் பிரிவை நடத்த பள்ளிகளால் இயலாது. எனவே நம் கண் முன்னாலேயே பாடப்பிரிவுகளும் பள்ளிகளும் காலாவதியாவதை விரைவில் காணப்போகிறோம்.

உயர்கல்வி வாய்ப்பின் பல வழிகளை அடைக்கும் புதிய முறை

நான்கு பாடங்களை உள்ளடக்கிய முறையில், உதாரணமாக கணக்கு, இயற்பியல், வேதியியல், உயிரியல் எனப் படிக்கும்போது, ஒரு மாணவனுக்கு பொறியியல், மருத்துவம், விவசாயம் உள்ளிட்ட அனைத்துத் துறைகளிலும் உயர் கல்வியில் வாய்ப்புகள் கிடைக்கும். ஆனால், உயிரியல் பாடத்தை நீக்கி அது மூன்று பாடமாகக்

குறையும்போது பொறியியல் துறை மட்டுமே படிக்க இயலும். மருத்துவம் சார்ந்த உயிரியல் பாடப் பிரிவை நீக்கி, வழிகளை அடைத்து ஒரு வழிப் பாதையாக மாற்றும்போது அங்கும் மாணவர்கள் தங்கள் வாய்ப்புகளை இழக்கிறார்கள்.

நீட் தேர்வில் CBSE பாடத்திட்டத்தின் அடிப்படையிலேயே வினாக்கள் இடம்பெறுகின்றன. தற்போது நடைமுறையில் உள்ள இயற்பியல், வேதியியல், விலங்கியல், தாவரவியல் பாடங்கள் கொண்ட முழு அறிவியல் பாடப்பிரிவில் படிக்கும் அரசுப்பள்ளி மாணவர்களுக்கு, பத்தாம் வகுப்புக்குப் பிறகு கணிதத்தோடு தொடர்பே இல்லாததால் இயற்பியல், வேதியியல் பாடங்களில் இடம்பெறும் கணக்குகளைத் தீர்ப்பது பெரும் சவாலாக உள்ளது. அதற்கே இன்னும் தீர்வு காணப்படாத நிலையில், மேலும் ஒரு பாடத்தைக் குறைப்பது என்பது, நீட் தேர்வு எழுதும் அரசுப் பள்ளி மாணவர்களை மேலும் பின்தங்கிவிடச் செய்யும். எனவே, தனியார் பள்ளி மாணவர்களுக்காகவே இந்தப் புதிய முறை அறிமுகப் படுத்தப்பட்டுள்ளதோ என்று எண்ணத் தோன்றுகிறது.

போலவே, புதிய முறையில், கணக்கு, இயற்பியல் பாடத்துடன் மட்டுமே கணினி அறிவியல் பாடம் இடம்பெறுகிறது. இந்தப் பிரிவில் படிக்கும் மாணவர்கள் மட்டுமே இனி கணினி சார் கல்லூரிப் படிப்புக்குச் செல்ல முடியும். கலைப்பிரிவில் (ஆர்ட்ஸ் குரூப்) Typography and Computer Application என்றொரு பாடத்தை ஒப்புக்காக இடம்பெறச் செய்கிறார்கள். கணினி அறிவியல் பாடம் இல்லை எனில் ஆர்ட்ஸ் குரூப் தேர்வு செய்யும் மாணவர்கள் கணினி சார்ந்த உயர் கல்வியைப் பெற முடியாமல் போய்விடும். அதேபோல, கணினி அறிவியலுடன் கணக்கு, இயற்பியல் மட்டும் படிக்கும் மாணவர்களுக்கு உயர் கல்வியில் பொறியியல், கணினித் துறைகள் மட்டுமே படிப்பதற்கு வாய்ப்பு உண்டு. வேதியியல் தொடர்பான எந்த மேற்படிப்பையும் இவர்கள் படிக்க முடியாது. இவ்வாறு பல குழப்பங்களை இப்புதிய முறை விளைவிப்பதோடு, உயர்கல்வியில் மாணவர்களுக்கான எல்லா வழிகளையும் அடைப்பதற்கான ஆபத்துகளைத் தருகிறது.

ஆன்லைன் கல்வியும் வகுப்பறைக் கல்வியும்

(ஜூலை 16-31, 2020 சுவடு இதழில் வெளியான கட்டுரை)

வழக்கமாக ஜூன் மாதத்தில் பள்ளிகள் துவங்கி பாடநூல்கள் வழங்கப்பட்டு, ஜூலை மாதத்தில் கற்றல் - கற்பித்தல் நடைபெற்றுக் கொண்டிருக்கும். ஆனால், 2020 மார்ச் மூன்றாவது வாரத்திலிருந்து கொரோனா முடக்கதால் பள்ளிகள் திறக்கப்படாததால், தனியார் பள்ளிகள் ஆன்லைன் வகுப்புகளைக் கையிலெடுத்தன.

ஏப்ரல், மே மாதங்களிலேயே NEET மற்றும் 12 ஆம் வகுப்புகளுக்காக ஆன்லைன் வகுப்புகளைத் துவக்கி மாணவர் மற்றும் பெற்றோர் மத்தியில் மன அழுத்தத்தை உருவாக்கினர். தொடர்ந்து ஒன்று முதல் 12 ஆம் வகுப்பு வரை காலை முதல் மாலை வரை ஆன்லைன் வகுப்புகள் பிரபலமாகின.

கல்வி என்பதை ஒரு டிவைஸ் வழியே தர முடியுமா? ஆசிரியர் - மாணவர் நேரடி உரையாடல் இல்லையென்றால் கற்றல் நடைபெறுமா? என்ற கேள்விகள் ஒருபுறம். வீடுகளே குழந்தைகளுக்குப் பள்ளிக்கூடங்களாகவும் பெற்றோருக்கு அலுவலகங்களாகவும் மாறிப்போய் மனச்சிதைவால் உறவைச் சிதைக்கும் வன்முறை மறுபுறம். பெற்றோர்கள் புலம்பலையும் மாணவர் சலிப்புகளையும் காது கொடுத்துக் கேட்க முடியவில்லை. பல பள்ளிகளில் கல்விக் கட்டணம் முழுமையாகக் கட்டினால்தான் ஆன்லைன் வகுப்புகளில் சேர்த்துக்கொள்கிறார்கள் என்ற புகார்கள் வேறு எழுந்தன.

ஆன்லைன் வசதியில் கற்றல் சூழல் கிடைக்காததால் கேரளாவில் 14 வயது மாணவி தற்கொலையில் ஆரம்பித்து, கோவையில் பள்ளி மாணவர்கள் ஸ்மார்ட் ஃபோனில் ஆன்லைன் வகுப்புகளைக் கவனிக்காமல் பாலியல் காணொளிகளைப் பார்த்துவிட்டு ஒரு

மாணவியை நாசம் செய்தது, ஆன்லைன் வகுப்புக்காகத் தன் மகனிடம் ஸ்மார்ட் ஃபோன் தந்து, பப்ஜி விளையாட்டின் அப்டேட்டுக்காக தனது வாழ்நாள் சேமிப்பான 16 லட்சம் ரூபாயை இழந்த தந்தையின் துயரம் வரை ஆன்லைன் வகுப்புகளால் பலப்பல விபரீதங்கள்.

கர்நாடகா போன்ற சில மாநிலங்களில் ஆன்லைன் வகுப்புகளைத் தடை செய்த நீதிமன்ற வழக்குகளும் நாம் கவனிக்க வேண்டியவை. ஓரளவு வசதியான குடும்பத்தைச் சேர்ந்த மாணவர்கள் கைகளில் அலைபேசி / கணினி வசதி இருப்பதால் பள்ளிகளுடன் மாண வர்கள் தொடர்பில் உள்ளனர் என்று இதை நேர்மறையாக எடுத்துக் கொள்வதா, அல்லது இதன் மோசமான விளைவுகளை வைத்து இணைய வகுப்புகளை ஆபத்து என எதிர்மறையாக அணுகுவதா என்ற குழப்பம் பெற்றோர்களுக்கு எழுவது இயல்பே.

அரசுப் பள்ளிகளில் இணைய வழி வகுப்புகள் சாத்தியமா?

தமிழக அரசுப் பள்ளிகளில் படிக்கும் 90% குழந்தைகள் பெரும்பாலும் ஆன்ட்ராய்டு வசதியுள்ள அலைபேசி, கணினி என எந்த வசதியும் இல்லாதவர்கள். அப்படியே வைத்திருந்தாலும் இணைய வழிக் கல்விக்கு தினம் அவர்களது பெற்றோர்களால் ரீசார்ஜ் செய்யப் பொருளாதார வசதி இருக்கிறதா என்பது கேள்விக்குறி. ஊரடங்கால் அன்றாட வேலையே இல்லாமல் வருமானமின்றி இருக்கும் குடும்பங்கள், இந்த வசதிகளை எப்படி ஏற்படுத்திக்கொள்ள முடியும் என்பது எல்லோரும் முன் வைக்கும் வினா.

அரசுப்பள்ளி ஆசிரியர்களிடம் பேசும்போது, பெரும்பாலும் தங்கள் குழந்தைகளிடம் அலைபேசியில் தொடர்பு கொண்டு பேசி வருவதாகவும் வாட்ஸ் அப் வழியே பாடங்கள் தொடர்புடையவற்றை அனுப்பி, கற்றலில் ஈடுபடுத்தும் பணியைச் செய்து வருவதாகவும் கூறும் இவர்கள், வெறும் 20% குழந்தைகளே அதற்கான வசதியைப் பெற்றுள்ளனர் என்பதையும் வருத்தத்துடன் பகிர்கின்றனர்.

சத்துணவுக்காகப் பள்ளிக்கு வரும் பல லட்சம் குழந்தைகள், மலைவாழ் பழங்குடியினப் பள்ளிகளில் படிக்கும் குழந்தைகள், ஊரடங்கால் குழந்தைத் தொழிலாளராக மாறியுள்ள குழந்தைகள் என, பல தரப்பட்ட குழந்தைகளை உள்ளடக்கிய அரசுப்பள்ளிக்

குழந்தைகளுக்கு ஆன்லைன் கல்வி எப்படிச் சாத்தியம் என்பது திரும்பத் திரும்ப நம் முன் எழும் சந்தேகங்கள்.

உலக நாடுகளில் பின்லாந்து, கனடா, அமெரிக்கா ஆகிய நாடுகளில்தான் அந்தச் சூழலில் ஆன்லைன் கல்வியை முன்னெடுத்தனர். அங்கும்கூட ஊரடங்குச் சட்டம் போடுவதற்கு முன்பே திட்டமிட்டு, அதற்கான ஏற்பாடுகளைச் செய்து ஒரு நாளில் சில மணி நேரங்களில் மட்டும் ஆன்லைன் வழியே குழந்தைகளைக் கற்றல் - கற்பித்தலில் ஈடுபடுத்தினர். அங்கு ஒரே கல்விமுறை - பாடத் திட்டத்தைப் பின்பற்றுவதும் இணைய வழிக் கல்வி வெற்றிக்கான முக்கியக் காரணம்.

இந்தியாவில் கேரள மாநிலம், தொலைக்காட்சி வழியே இணையவழிக் கல்வியை முன்னெடுத்தது. ஆனாலும் இங்கு மாநில அரசுப் பள்ளிகள், தனியார் பள்ளிகள், மத்திய பாடத்திட்டத்தைப் பின்பற்றும் பள்ளிகள், பன்னாட்டு பாடத்திட்டத்தைப் பின்பற்றும் பள்ளிகள் எனப் பல பிரிவுகள் உள்ளதால் ஆன்லைன் கல்விமுறை என்பது மிகப்பெரும் சவாலாக உள்ளது.

புதிய அறிவிப்பு

இப்படிப்பட்ட சூழலில், 2020, ஜூலை 8 ஆம் தேதி தமிழகக் கல்வி அமைச்சர் வெளியிட்ட, "வரும் 13 ஆம் தேதி முதல் அரசுப் பள்ளிக் குழந்தைகளுக்கு ஆன்லைன் வகுப்புகள் துவங்கும்" என்ற அறிவிப்பு பல்வேறு தளங்களில் பேசு பொருளாக மாறியது. இதையடுத்து 9 ஆம் தேதி, "ஆன்லைன் வகுப்புகள் அல்ல, தொலைக்காட்சி வழியாகப் பாடங்கள் கற்பிக்கப்படும்" என்று அறிவிப்பு மாறுகிறது.

ஆசிரியர்கள் கருத்து

ஆனால் இந்த அறிவிப்பு குறித்து விசாரித்தபோது, "9 ஆம் தேதி வரை பள்ளிகளுக்கு எந்தவிதமான அலுவலகத் தகவலும் வரவில்லை" என்பதே ஆசிரியர்களின் ஒட்டு மொத்த பதிலாக இருந்தது. மேலும், எந்த வகுப்பிற்கு எந்தத் தொலைக்காட்சி சேனலில் எந்த நேரத்தில் வகுப்பு எடுக்கப்படும் என்றும் தெரியவில்லை என்றனர். கூடவே, இந்த விவரங்களை மாணவர்களிடம் எப்படிக் கொண்டு சேர்க்கப் போகிறார்கள் என்பது மிகப்பெரிய கேள்விக்குறி. ஆன்லைன் கல்வி அனைவருக்கும் சாத்தியமாகாது. ஆனால் தொலைக்காட்சிக்

கல்வி ஓரளவுக்கு சாத்தியப் படலாம். பள்ளியைப்போல நீண்ட நேர வகுப்புகள் பயன்தராது. அதிகபட்சமாக இரண்டு மணிநேரம் இருக்கலாம் என்ற கருத்தும் ஆசிரியர்களிடம் நிலவுகிறது. ஆனாலும், பாடம் கற்றுக் கொள்ள மாணவர்கள் முன்வருவார்களா என்ற கேள்வியும் தொடர் உரையாடலில் வந்து விழுந்த பதில்களும் நம்மைச் சிந்திக்க வைக்கின்றன.

உணவுக்கே வழி இல்லாத குழந்தைகள், தொலைக்காட்சி வழியாக எதனைக் கற்க முன்வருவார்கள்? தங்கள் பெற்றோர்களோடு வேலைக்குச் செல்லும் மாணவர்கள், வீட்டில் டிவிப் பார்த்து பாடம் கற்றுக் கொள்வது இயலாத காரியமே. டிவி வழியே கார்ட்டூன் / திரைப்படங்கள் பார்ப்பதும் கல்வி கற்பதும் ஒன்றல்ல. இரண்டிற்கும் நிறைய வேறுபாடுகள் உண்டு.

ஏற்கனவே அரசின் கல்வித் தொலைக்காட்சிகள் வழியாக நீட் வகுப்புகள் நடைபெற்று வருகின்றன. தனது வாழ்நாள் லட்சியமாக மருத்துவக் கனவைக் கொண்டிருக்கும் குழந்தைகள் கவனமுடன் அவற்றைப் பார்த்து, கற்றலில் ஈடுபடுவதை ஓரளவு எதிர்பார்க்கலாம். ஆனால் முதல் வகுப்பு முதல் 12 ஆம் வகுப்பு வரை பாடங்களைக் கவனிக்க வைப்பதற்கான எந்தத் திட்டமிடலும் நம்மிடம் இல்லை. இதனைப் பயன் தரத்தக்க வகையில் கொண்டு செல்வது நமக்கு மிகப் பெரிய சவால்தான் என்கின்றனர் ஆசிரியர்கள்.

பாடங்கள் தயாராக இருக்கின்றனவா?

சுமார் ஒன்றரை வருடங்களாக, தமிழகம் முழுக்க மாவட்ட வாரியாகக் குழுக்கள் அமைக்கப்பட்டு, கல்வித் தொலைக் காட்சிக்கான பணிகள் பல லட்ச ரூபாய் செலவில் நடந்தன. அவை சரியான முறையில் செயல்பட்டு மாணவர்களிடையே முறையாகப் பார்க்கும் பழக்கம் ஏற்படுத்தப்பட்டிருந்தால், இந்த வழிமுறையில் ஓரளவு வெற்றி கிட்ட வாய்ப்பு உண்டு. இதற்காக உழைத்துவந்த, திட்டமிட்ட நடைமுறையில் பணியாற்றி வந்த ஆசிரியர்களை, இப்பணியில் தொடர அனுமதிக்காமல் திருப்பி அனுப்பப்பட்ட நிகழ்வும் நடந்தது. இந்த அறிவிப்பு வந்த நேரத்தில் பாடங்களும் தயாராகவில்லை என்றனர் கல்வித் தொலைக்காட்சிப் பணியில் செயல்பட்ட ஆசிரியர்கள்.

TN Digital Repository என்ற வாட்ஸ் அப் குழு 2020 மே மாத ஆரம்பத்தில் உருவாக்கப்பட்டு, அதன்மூலம் ஆர்வமுள்ள ஆசிரியர்கள் இணைந்து கற்றல் வளங்களை (Digital Lessons) உருவாக்கி வந்தனர். ஆனால் அவர்களிடையேயும் சரியான வழிகாட்டுதல் இல்லாமல் பணி தொய்வடைந்தது.

கடந்த வாரம் மாவட்ட ஆசிரியர் பயிற்சி நிறுவனங்களுக்கு சிறு குழுக்களாக ஆசிரியர்கள் வரவழைக்கப்பட்டு, பாடத் தலைப்பு களைப் பிரித்துக் கொடுத்து, காணொளிப் பாடங்கள் உருவாக்கும் பணிகள் முடக்கி விடப்பட்டுள்ளன என்ற செய்தியும் வெளியானது. ஏற்கனவே டிஜிட்டல் ரிசோர்ஸ் உருவாக்கும் குழு ஆசிரியர்கள், 11-ஆம் வகுப்புப் பாடங்களுக்கு சிறந்த காணொளிகளை உருவாக்கி SCERT யூ டியூப் சேனலில் பதிவேற்றம் செய்துள்ளதை இவ்விடத்தில் நாம் நினைவூட்டுகிறோம்.

மாநிலம் முழுவதும் ICT பயிற்சி பெற்ற அரசுப்பள்ளி ஆசிரியர்கள் ஆர்வமாக இப்பணிகளில் ஈடுபட்டும், தங்கள் பங்கைச் சரியான முறையில் கொடுக்கவும் தயாராகவே உள்ளனர். ஆனால் அவர்களை ஒருங்கிணைத்து, தொலைக்காட்சி ஊடகம் வழியே மாணவரிடம் கொண்டு சேர்க்க இன்னும் கூடுதல் திட்டமிடல் தேவையாக இருக்கின்றது.

ஆக, இன்னும் முழுமையான திட்டமிடேலா, செயல்பாட்டுக்கான வழிமுறைகளோ இல்லாததால் தொலைக்காட்சி வழியே ஒளிபரப் பப்படும் பாட வகுப்புகளின் புரிதல், அனைத்துத் தரப்பு மாணவர் களுக்கும் முழுமையாகச் சென்றடைவதில் சிக்கல் எழ வாய்ப்பு உண்டு.

கற்றல் – கற்பித்தல் நிகழ்வு தொலைக்காட்சி வழியே சாத்தியமா?

கற்பித்தலும் கற்றலும் நிகழ உயிரோட்டமான வகுப்பறை மிகவும் அவசியம். தொலைக்காட்சி வழியில் கற்பித்தல் மட்டுமே நிகழும். “கல்வியைக் கற்கும்போது அது கேள்விக்கு உட்படுத்தப்படும் நிலைக்கு மாணவர்களை அழைத்துச் செல்ல வேண்டும்” என்கிறார் நோம் சாம்ஸ்கின் என்ற கல்வியாளர். அப்படியெனில் மாணவர்கள் பேச வாய்ப்பில்லாத வகுப்பறைகளே இந்தத் தொலைக்காட்சி வகுப்பறைகள். கற்றலின் படிநிலைகள் ஏதுமின்றி, எந்திரத்தனமாக

ஒருவர் பேசி வகுப்பு எடுப்பதை எவ்வளவு நேரம் மாணவர்கள் பார்ப்பார்கள் என்று தெரியவில்லை.

ஒவ்வொரு பாடத்திற்கும் வேறு வேறு கற்பித்தல் முறைகள், கற்றல் படிநிலைகள் உண்டு. சந்தேகம் வரும் மாணவனுக்குப் புரியவைத்துப் பாடம் நடக்கும் நிஜ வகுப்பறைகள்தான் கற்றலுக்கு வழி வகுக்கும். இந்த பிம்ப வகுப்பறைகளை, யாருமே பார்க்கவில்லை என்றாலும் படம் ஓடும் தொலைக்காட்சி வகுப்பறைகளாகவே கருதலாம். புரிதல், உட்கிரகித்தல், குழுப் படிப்பு, தேடுதல், ஆய்வு மனப்பான்மை, மாணவர் -ஆசிரியர் பகிர்வு இவற்றை உள்ளடக்கிய வகுப்பறைகளுக்கு மாற்றாக மேற்சொன்ன வகுப்பறைகளை எடுத்துக்கொள்ளவே முடியாது.

மத்திய அரசின் வழிகாட்டுதலில் நாடு முழுவதும் ஆன்லைன் வகுப்பறைகள் உருவாகி வருவதன் மற்றொரு பரிமாணமே இந்தத் தொலைக்காட்சி வகுப்பறைகள் என்கின்றனர் கல்வியாளர்கள். எதிர்காலத்தில் ஆசிரியர் பணியிடங்களைத் துடைத்தெறியும் வர்த்தகக் கல்வி அபாயத்தின் ஆரம்பமாக இதைப் பார்க்கின்றனர்.

ஒக்லஹாமா பல்கலைக் கழக உளவியல் வல்லுநர் டக் வாலன்டினா கூறும் முடிவுகளுடன் கட்டுரையை நிறைவு செய்யலாம். மாதக் கணக்கில் ஆன்லைன் வகுப்பறையில் கல்வி கற்கும் குழந்தையின் மனதில், பின்வரும் மூன்று முடிவுகள் உருவாகின்றன என்கிறார் அவர்.

1. வாழ்க்கை என்பது தனக்கும் கருவிகளுக்குமானது. மனிதர்களுக்கும் எனக்கும் சம்மந்தமில்லை என்ற நிலைப்பாட்டை ஒரு குழந்தை எடுக்கிறது. ஆகவே, பெற்றோரிடம் பேச வேண்டுமென்றால் டெக்ஸ்ட் மெஸேஜ் வழியாகப் பேசலாம் எனத் தோன்றி, வெளியுலக மனிதரிடம் தனது தொடர்பை விரும்பாமல் போகும் மனநிலை உருவாகிறது. இது ஒருவிதமான வித்டிராயிங் மனநிலை. இதனால் அவர்களது வாழ்க்கை மரணத்தில்கூட முடியும் அபாயம் உள்ளது.

2. ஆன்லைன் கல்வியைத் தொடரும் ஒரு குழந்தை, 'தானாகவே எல்லாம் நடந்து கொண்டுள்ளது, நம்மால் இதை நிறுத்தவே முடியாது, ஆசிரியரிடம் பேசவோ கேள்வி கேட்கவோ முடியாது,

அதே போல்தான் சமூகமும் போல, தனக்கு நடக்கும் எதிலும், தான் தலையிட முடியாது' என்ற முடிவுக்கு வந்து விடுகிறது. குழுவாக இயங்க முடியாமல் சமூகமாக வாழக் கற்றுக்கொள்ள முடியாமல் போய்விடுகிறது. இது மிகப்பெரும் ஆபத்து.

3. முடிவாக, மாதக் கணக்கில் ஆன்லைன் முறையில் கல்வி கற்கும் சூழலில் கற்றல் எதிர்ப்பு (Anti Education) மனநிலைக்கு அக்குழந்தை தள்ளப்படுகிறது. இதனால், எதையுமே கற்றுக் கொள்ளாமல் எல்லாவற்றின் மீதும் குழந்தைக்கு சலிப்பும் வெறுப்பும் ஏற்படுகிறது.

இவற்றை எல்லாம் இன்றைய ஆன்லைன் கல்வி முயற்சியில் நாம் மனதில் இருத்த வேண்டி உள்ளது.

பொதுப்பள்ளியும் மாற்றுக்கல்வி முறையின் தேவையும்

(ஆகஸ்ட் 1-15, 2020 சுவடு இதழில் வெளியான கட்டுரை)

கல்வியை வாழ்வின் அனுபவமாகப் பெற வேண்டும். இயற்கை யிலிருந்தும் மனிதனிடமிருந்தும் பொருட்களிடமிருந்தும் கல்வியைப் பெறலாம் என ரூசோ சொல்கிறார். இந்தக் கூற்று, குழந்தைகள் பள்ளி செல்ல முடியாமல் தவித்த கொரோனா சூழலுக்கு மிகப் பொருத்தமானது.

பள்ளிக் கல்வியின் நிலையும் சரி, உயர் கல்வி பெறுவதற்கான கல்லூரிக் கல்வியும் சரி, இன்றைய நாட்களில் கேள்விக்குரியதாகி நம்முன் பெரும் பிரச்சனையாக உருவெடுத்துள்ளது.

ஆகஸ்ட் மாதத்தின் முதல் வாரம், வந்து விட்டது. பள்ளிகளில் வேலை நாட்கள் அதிகம் கொண்ட நீண்ட பருவம், இந்த முதல் பருவம்தான். ஜூன் மாதம் முதல் செப்டம்பர் மாதம் வரையுள்ள இந்தக் காலத்தில்தான் பள்ளியில் கற்றல் - கற்பித்தல் செயல்பாடுகள் வேகமாக நிகழும். ஆனால் கொரோனா நோய்த் தொற்று, இயல்பு வாழ்க்கையை முற்றிலும் புரட்டிப் போட்டதால் ஏற்பட்டுள்ள அன்றாட விபரீதங்கள் குழந்தைகளின் கற்றலைப் பெருமளவில் பாதித்துள்ளன.

ஆன்லைன் வகுப்பறைகள்

முந்தைய கட்டுரையில், நடைமுறைக்கு வந்துள்ள ஆன்லைன் கல்வியும் வகுப்பறைக் கல்வியும் பற்றி விரிவாகப் பார்த்தோம். தனியார் பள்ளிக் குழந்தைகள் தொடர்ந்து ஆன்லைன் வகுப்புகளால் ஏதோ ஒரு வகையில் கல்வியுடன் தொடர்புள்ளவர்களாக இருந்து வருகின்றனர். ஆன்லைன் வகுப்புகளால் பல்வேறு துன்பங்கள் இருந்தாலும், அவற்றையெல்லாம் சகித்துக்கொண்டு, தங்கள் குழந்தைகளை அந்தக் கல்வி முறைக்குள் உட்படுத்தி வருகின்றனர்

பெற்றோர்கள். கல்விக் கட்டணம் பெறுவது குறித்து வழக்கு நடந்து, பெற்றோருக்கும் பள்ளிக்கும் இடையே சமாதானமாக, கட்டணத்தைப் பிரித்துக் கட்டக் கூறி தீர்ப்பு வந்தது உட்பட அனைத்தும் அறிவோம். இதுதான் தனியார்ப் பள்ளிகளின் யதார்த்தம்.

தொலைக்காட்சி வழிக் கற்றல் முயற்சி

மற்றொருபுறம் அரசுப்பள்ளிக் குழந்தைகளுக்கு தொலைக் காட்சிச் சேனல்கள் வழியே நிகழ்வுகள் ஒளிபரப்பப்படும் என்று செய்திகள் பரவின என்பதையும் முன்பே குறிப்பிட்டிருந்தோம். 2020, ஜூலை மூன்று மற்றும் நான்காம் வாரங்களில் என்ன நடந்தது என்று கவனிப்போம்.

பொதுவாக மாணவர்கள், பெரும்பாலான இடங்களில் கல்வி நிகழ்வுகளைப் பார்க்கவில்லை என்பது கண்கூடு. ஏனெனில் கல்வி ஒளிபரப்புகளுக்காக அறிவிக்கப்பட்ட குறிப்பிட்ட சேனல்கள் குறித்த விவரங்கள், முழுமையாக மாணவர்களைச் சென்றடையவில்லை. 10%க்கும் குறைவான மாணவர்களே வகுப்புகளைப் பார்த்து கவனித்து வந்துள்ளனர். வழக்கமாக வீடுகளில் தொலைக்காட்சி பார்க்கும் பெரும்பாலான குழந்தைகள்கூட கல்விக்கான பாட வகுப்புகளைப் பார்க்கவில்லை. அறிவிக்கப்பட்டிருந்த கால அட்டவணைப்படி வகுப்புகள் ஒளிபரப்பப்படவுமில்லை.

மற்றொருபுறம் தொலைக்காட்சி இணைப்புகள், மின்சார வசதியற்ற குடும்பங்களில் வாழும் குழந்தைகள், மலைப்பகுதிப் பள்ளிகளில் எந்த வித வசதியுமற்ற குடும்பங்களில் வாழும் குழந்தைகள், வறுமையின் பிடியில் வாழும் குழந்தைகள், உணவுக்கே வழியற்ற குடும்பக் குழந்தைகள், பெற்றோருடன் வேலைக்குச் சென்று தனது அடிப்படைத் தேவைகளை நிறைவு செய்யும் குழந்தைகள், இப்படியான சூழலில் இருந்து வரும் குழந்தைகளுக்கு இந்தத் தொலைக்காட்சி வழியே கல்வி கற்றல் என்பது இயலாத ஒன்றாகவே இருந்து வருகிறது.

மாணவர் சேர்க்கையைத் துவக்காத அரசுப் பள்ளிகள்

2020-2021 ஆம் கல்வியாண்டில் அரசுப் பள்ளிகளில், ஜூலை இறுதி வரை மாணவர் சேர்க்கை தொடங்கப்படாதது குறித்தும்

நாம் சிந்திக்க வேண்டும். நகர்ப்புறப் பகுதியில் அமைந்திருக்கும் பள்ளியில் பெற்றோர்கள் தங்கள் குழந்தைகளின் சேர்க்கைக்காக, நடையாய் நடந்து தவிக்கின்றனர். அரசுப்பள்ளித் தலைமை ஆசிரியர்களோ, உயர் அலுவலர்களிடமிருந்து இன்னும் வழிகாட்டு நெறிமுறைகள் வரவில்லை என்கின்றனர். எங்கோ ஒரு இடத்தில் மட்டுமல்ல, தமிழகம் முழுவதிலும் பரவலாக இதே நிலைதான்.

வேலையில்லாத காரணத்தால் பொருளாதாரத்தில் நலிவடைந்த சூழலில், பெற்றோர்கள் தனியார் பள்ளிகளுக்குக் கல்விக் கட்டணம் செலுத்த முடியாத நிலையில் மனம் மாறி, இந்த வருடம் (2020-21) அரசுப் பள்ளிகளை நோக்கி வர ஆரம்பித்துள்ளனர். ஆனால் நமது அரசுப் பள்ளிகளிலோ சேர்க்கை இன்னும் ஆரம்பிக்கப்படவில்லை. அதனால் தங்கள் குழந்தைகளின் படிப்பு என்ன ஆகுமோ என்ற பயத்தில் மன அழுத்தத்திற்கு ஆளாகியுள்ள பெற்றோரது சூழல் கவனிக்கத்தக்கது. அதே நேரத்தில் தனியார் பள்ளிகள் தங்கள் மாணவர்களைத் தக்க வைத்தும், மாணவர் சேர்க்கையைத் துவக்கி, செயல்படுத்தி நிறைவு செய்துள்ளனர் என்பதும் உண்மை. இந்த முரண்பாடுகளை எப்படி எடுத்துக்கொள்வது?

அரசின் பொதுப்பள்ளி முறையைக் கொண்டு வருதல்

இந்தக் காலக்கட்டத்தில்தான் மக்களும் அரசும் பொதுப் பள்ளிகளை மீட்டெடுப்பது குறித்துச் சிந்திக்க வேண்டும். தனியார் பள்ளிகளின் கல்விக் கட்டணம், ஆன்லைன் கல்வி, இந்தச் சூழலிலும் தொடர் அழுத்த மனநிலை எனத் துன்பப்படும் குழந்தைகளை ஏன் அரசுப் பள்ளிகளுக்கு மாற்றிட பெற்றோர்கள் சிந்திக்கக் கூடாது? அரசுப் பள்ளிகளில் படிக்கும் குழந்தைகளுக்கு என்றில்லாமல், எல்லாக் குழந்தைகளுக்கும் ஏதுவான பாதகமில்லா வழிமுறையின் அடிப்படையில்தான் கல்வியை அரசு முன்னெடுக்கும். அதற்குத் தகுதியான இடம் அரசின் பொதுப்பள்ளிகளே. அனைத்துப் பள்ளிகளையும் அரசுப் பள்ளிகளாக மாற்றும் கருது கோள்களையும் அரசு சிந்திக்கலாம். மக்களின் நலனுக்காக எந்த முடிவுகளையும் அரசால் எடுக்க முடியும். நாட்டின் பாதுகாப்பு உள்ளிட்ட நேரங்களில் அவசரகாலச் சட்டங்கள் உருவாவதுபோல, கொரோனா காலப் பேரிடர் நேரத்தில் கல்வியில் நிகழ்த்த வேண்டிய உடனடி மாற்றங்களாக அவசரச் சட்டங்கள் கொண்டு வர சட்டத்தில்

இடமிருந்தால், அனைத்துப் பள்ளிகளையும் உடனடியாக அரசுப் பள்ளிகளாக மாற்ற முடியும். இப்படியான மாறுதலில் இருந்துதான் கல்வியில் மாற்றங்களை நாம் உருவாக்க முடியும்.

மாற்றுக் கல்வி முறை

மெக்காலே கல்வி முறையை நாம் குறையாகக் கூறிக்கொண்டே இருக்கிறோம். எத்தனை கல்விக் கொள்கைகள் வந்தாலும் மனப் பாடக் கல்வி முறையும் பொதுத் தேர்வு என்ற மையத்தை நோக்கிய கல்வி முறையும்தான் இன்றளவும் நம்மிடம் உறுதியாக நிலை பெற்றுள்ளது. இதில் மாற்றம் கொண்டுவர வேண்டுமானால், முதலில் கல்வி முறையை மாற்ற வேண்டும். ஏற்கனவே நாம் முந்தைய கட்டுரைகளில் தேர்வுக்கு மாற்று முறை குறித்துப் பேசியிருந்தோம். தேர்வு மட்டுமல்ல, கல்வி முறையையே மாறுதலுக்கு உட்படுத்த வேண்டும். அப்படி ஒரு முயற்சியை எடுப்பதற்கு கல்வி மாநிலப் பட்டியலுக்கு வர வேண்டும். உள்ளூர் வளம் சார்ந்து, நெகிழ்வுத் தன்மை கொண்டதாகக் கல்வி முறையில் மாற்றம் கொண்டு வரப்பட வேண்டும். அப்போதுதான் திறன் சார்ந்து கற்றல் நிகழும். இன்று தமிழகத்தில் உள்ள மாதிரி அமைப்பு, மாற்றுக் கல்வி முறை களை உற்று நோக்கி, சிறப்பானவற்றைத் தேர்ந்தெடுத்து, அந்தந்த மாவட்டங்களில் செயல்படுத்த அரசு முன்வர வேண்டும். இப்படி யான மாற்றுக் கல்வி முறைகளைச் சிந்திக்க, இந்தக் கொரோனா நாட்கள் தூண்டுகோலாக அமைந்திருக்கின்றன.

மாற்று வகுப்பறைகள் - மாத்தி யோசி

தற்போதைய சூழலுக்கு மாற்றுக் கல்வி முறைகளை மையப் படுத்தி அதற்கான முயற்சிகளை முன்னெடுப்பதை நீண்டகாலச் செயல்பாடாகப் பார்க்க வேண்டும். உடனடித் தேவை மாற்று வகுப்பறைகளே. நோய்ப் பரவல் இல்லாத ஊர்களில், மலைப் பகுதிகளில், ஆசிரியர்கள் நேரடியாகச் சென்று மாணவர்களைச் சந்திக்கலாம். பள்ளிக்குள் மாணவர் வர இயலாததால் பொது இடங்கள், வயல்கள், குளங்கள், கோவில்கள், தெருக்கள் இவற்றைத் திறந்த நிலை வகுப்பறைகளாக்கலாம். மாணவர்களுக்குக் கற்றலில் தொடர்பு அற்றுப் போகாமலிருக்க இந்த முயற்சியை மேற்கொள்ள லாம். அடிப்படை வாசிப்பு, கணக்கு செயல்பாடுகள், அறிவியல் செயல்முறைகள் போன்றவற்றைத் திறந்தநிலை வகுப்பறைகளில்

முன்னெடுக்கலாம். கதைகள், பாட்டு, நாடகம் வழியே சுற்றுச்சூழல் கல்வி, விவசாயம், மண் சார்ந்த கல்வி, ஆரோக்கியம் இவற்றில் சுய அனுபவங்களைக் கற்பித்தலாகக் கொடுத்து, கற்றல் விளைவுகளைப் பதிவு செய்யலாம்.

வகுப்பறையின் நான்கு சுவர்களுக்குள்ளான கற்றல் கற்பித்தல் நடைமுறைகளை மீறி, குழந்தைகள் எவ்வாறு கற்கின்றனர் என்பதை நாம் உணர்வதற்கான ஒரு வாய்ப்பாக, இந்தக் கொரோனா நோய்த் தொற்று ஊரடங்குக் காலத்தைப் பயன்படுத்திக்கொள்ள வேண்டியது மிகவும் அவசியம். அதற்கான செயல்திட்டத்தை உருவாக்குவதும் நடைமுறைப்படுத்துவதும் அரசின் கையில்தான் உள்ளது.

கல்வியை மாநில உரிமையாக்குவோம்

(ஆகஸ்ட் 16-31, 2020 சுவடு இதழில் வெளியான கட்டுரை)

2020-ஆம் ஆண்டின் புதிய தேசிய கல்விக் கொள்கைக்கு மத்திய அரசு ஒப்புதல் கொடுத்துள்ள இவ்வேளையில், கல்வியை மாநில உரிமையாக்குங்கள் என்ற உரிமைக்குரலை நாம் உரக்க எழுப்ப வேண்டியுள்ளது.

ஆங்கிலேயர் ஆட்சிக்காலத்தில்கூட, கல்வியை மாநிலங்களின் உரிமையாகவே வைத்திருந்தனர். அரசியலமைப்புச் சட்டம் நடைமுறைக்கு வந்த 26.01.1950-ஆம் நாள் முதலாக, கால் நூற்றாண்டு காலம் கல்வி மாநிலங்களின் கட்டுப்பாட்டில் மிகச் சிறப்பான வளர்ச்சி பெற்றது என்பதை இன்றைய தமிழகக் கல்வி வரலாறு பதிவு செய்கிறது.

இந்தச் சூழலில், நெருக்கடி நிலை அறிவிக்கப்பட்டதைத் தொடர்ந்து, 1976-ல் அரசியலமைப்பின் 42-ஆவது சட்டத் திருத்தத்தின்படி, கல்வியைப் பொதுப் பட்டியலுக்குக் கொண்டு சென்றார் இந்திராகாந்தி. 1950-ஆம் ஆண்டு முதல், அரசியலமைப்புச் சட்டத்தின் பட்டியல் II-இல், பதினொன்றாம் பிரிவில் இருந்த கல்விக்கான மாநில அரசின் சட்டமியற்றும் உரிமை மாற்றப்பட்டு, பட்டியல் III-இல் பிரிவு 25-க்குள் கொண்டு செல்லப்பட்டது. அதன்படி, மத்திய மாநில அரசுகள் இரண்டுமே கல்விக்கான சட்டங்களை இயற்றும் அதிகார உரிமை பெற்றவை என்று சொல்லப்பட்டது. அப்படி மாற்றியதை, ஒத்திசைவுப் பட்டியல் (Concurrent list) என்றே அழைத்து வந்தனர். ஒத்திசைவுப் பட்டியல் என்பது கல்விக்கான சட்டமியற்றுதலை இரு தரப்பு அரசுகளும் இசைவுடன் செயல்படுத்தலாம் எனப் பொருள் கொள்ளலாம். ஆனால், அதன்பின்னரும் மத்திய அரசின் தலையீடின்றி மாநிலங்கள் தங்கள் கல்விப் பணியை, மிகச்சிறப்பாகவே தொடர்ந்து செய்து

வந்துள்ளன.

தற்போதைய அரசியல் சூழலில் கல்வி உரிமை என்பது ஒத்திசைவுப் பட்டியலில் இருந்தாலும் மாநிலங்களின் கருத்துகளுக்கு இடமின்றி முழு அதிகாரத்தையும் மத்திய அரசே கையாள்வது கண்கூடாகத் தெரிகிறது.

இதற்கு மிகச்சிறந்த உதாரணம், மருத்துவப் படிப்புக்கான நீட் தேர்வின் நடைமுறையைக் கூறலாம். இந்தியாவிலேயே அரசு மருத்துவக் கல்லூரிகள் எண்ணிக்கையில் அதிகமாக இருக்கும் மாநிலம், தமிழகம் மட்டும்தான். கடந்த மூன்றாண்டுகளுக்கு முன்புவரை தமிழக மாணவர்களே அதிக அளவில் அரசு மருத்துவக் கல்லூரியில் சேர்த்து படித்து வந்தனர். அரசுப் பள்ளிக் குழந்தைகளுக்கும் குறிப்பிட்ட சதவீதத்தில் வாய்ப்புக் கிடைத்தது. ஆனால், நீட் தேர்வை மத்திய அரசு கொண்டுவந்த பிறகு, நமது மாநில மாணவர்களுக்கு வாய்ப்புகள் குறைந்தது பற்றி எல்லோரும் அறிவோம். அதோடு அரசுப் பள்ளி மாணவர்களுக்கான வாய்ப்புகள் என்பது அரிதானது. அனிதா போன்ற மாணவர்களின் மரணங்கள் இதை நமக்குத் தெளிவாக்குகின்றன.

கல்வி மாநில உரிமையாக இருந்திருந்தால் நாம் இந்த நிலைக்குத் தள்ளப்பட்டிருக்க மாட்டோம். நீட் தேர்வு வேண்டாம் என்று தமிழக சட்டமன்றம் தீர்மானம் இயற்றி மத்திய அரசுக்கு அனுப்பி சில வருடங்கள் ஆகியும், குடியரசுத் தலைவரின் ஒப்புதல் கிடைக்காமல் கிடப்பில் கிடக்கிறது (கட்டுரை **2020**, ஆகஸ்டில் வெளிவந்தது என்பதை நினைவில் கொள்க). ஏனென்றால் குடியரசுத் தலைவரின் ஒப்புதல் என்பது மத்திய அரசின் ஒப்புதல்தானே. இங்கு நாம் ஒத்திசைவுப் பட்டியல் என்பதைக் கவனித்தால் அது ஒரு போலியான கண்துடைப்பு நாடகம் என்பதை உணர முடியும்.

இது மட்டுமா? நம் தமிழகத்தைப் பொறுத்தவரை அரசு மற்றும் தனியார் பள்ளிகள் அனைத்துக்கும் பொதுவான பாடத்திட்டங்களை நடைமுறைப்படுத்த அமலுக்கு வந்த திட்டம்தான் சமச்சீர்க் கல்வி. **2011**-ஆம் ஆண்டில் சமச்சீர்க் கல்வி அறிமுகம் செய்யப்பட்டபிறகு, மத்தியக் கல்வி வாரியப் பள்ளிகள் (CBSE) மீதான ஈடுபாட்டை மக்களிடையே உருவாக்கும் வேலையில் தனியார் பள்ளிகள் இறங்கின. மாநிலப் பாடத்திட்டத்தைக் கொண்டிருந்த மெட்ரிகுலேசன்

பள்ளிகள், CBSE பள்ளிகளாக மாற்றம் பெற்றன. இப்படித் தொடர்ச்சியாக, மாநில அளவிலான கல்விக் கொள்கைகளைப் புறந்தள்ளும் போக்கு கடந்த சில வருடங்களாக அதிகரித்து வருகிறது.

தொடர்ந்த இத்தகைய சிக்கல்களுக்கு மத்தியில்தான் கடந்த ஆண்டில் தேசியக் கல்விக் கொள்கை வரைவு 2019-ஐ மத்திய அரசு ஆங்கில மொழியில் வெளியிட்டது. 484 பக்கங்களைக் கொண்ட வரைவைப் படித்து கருத்துகளை வெளியிட, மக்களுக்கு ஒரு மாதம் மட்டுமே நேரம் தந்ததைத் தொடர்ந்து தமிழகத்தில் எழுந்த எதிர்ப்புகளையும் விவாதங்களையும் நன்கறிவோம்.

இது வரைவுக் கொள்கைதானே, மக்கள் கருத்துகளுக்கு மதிப்பளித்து அதில் மாற்றங்கள் செய்யப்படும் என்ற கருத்தும்கூட ஒருபுறம் நிலவி வந்தது. ஆனால், நோய்த் தொற்றின் தீவிரம், ஊரடங்கு, பொருளாதாரப் பிரச்சனை என நாடு தள்ளாடிக் கொண்டிருக்கும் தற்போதைய சூழலில், திடீரென மத்திய அரசு முந்தைய வரைவையே 'கல்விக் கொள்கை 2020' என தடாலடியாக வெளியிட்டிருப்பதுதான் அனைவருக்கும் பேரதிர்ச்சி. ஒருவேளை, லட்சக்கணக்கான மக்களின் கருத்துகளுக்குக் காது கொடுத்து ஏதாவது மாற்றம் செய்துள்ளனரா என்றால் அதுவும் இல்லை.

மழலையர் கல்வி முதல் உயர்கல்வி வரை அனைத்தையும் சின்னாபின்னமாகச் சீர்குலைத்து, ஒரு தேசிய அளவிலான கல்விக் கொள்கையை புதுமை என்ற பெயரில் கொண்டு வந்துள்ளதை நாம் எப்படி வரவேற்பது?

ஆங்கிலேயர் ஆட்சியின்போது 1924-இல் ஒரு செயல்முறையை அரசு உருவாக்கியது. அது, தாய்மொழி வழிக் கல்விதான் தொடக்கக் கல்வியில் நடைமுறையில் இருக்க வேண்டும் என்பதைக் கட்டாயமாக வலியுறுத்தியது. உலக அளவில் கல்வியில் சிறந்த பின்லாந்து, ஸ்கான்டிநேவியன் நாடுகள், சிங்கப்பூர் உள்ளிட்ட பல நாடுகள் அங்குள்ள குழந்தைகளுக்குத் தாய்மொழி வழிக் கல்வியைத்தான் கட்டாயமாக்கியுள்ள. ஆனால், இந்தியாவின் தேசிய கல்விக் கொள்கையோ, தாய்மொழி வழிக் கல்வி பற்றி சிறு அளவிலேனும் குறிப்பிடாமல், சமஸ்கிருதம் கற்றுக்கொள்ளவும் இந்தி மொழியைக் கற்றுக்கொள்ளவும் முழுமையாக வலியுறுத்துகிறது.

நமது மக்களிடையே மும்மொழி வழிக் கல்வி குறித்த பிரச்சினை பெரும் விவாதத்தை ஏற்படுத்தியுள்ளது. மொழி மட்டும்தான் பிரச்சினையா என்றால், இல்லை. குழந்தை பிறந்து 3 வயது ஆகும்போதே, முறையான கல்வி முறையைக் கொண்டுவரப் பார்க்கிறது இக்கல்விக் கொள்கை. 3 வயதில் பள்ளிக்குள் முழுநேரப் பாடம் கற்றுக்கொள்ள வரும் குழந்தைக்கு, 3 ஆம் வகுப்பில் ஒரு பொதுத் தேர்வு, 5, 8 வகுப்புகளிலும் பொதுத் தேர்வுகள், அதுவும் தேசிய அளவில்தான் எல்லாமே கண்காணிக்கப்படுமாம். முதல் தலைமுறையில் கிராமப்புறங்களிலிருந்து வரும் குழந்தைகள், இந்த படிப்படியான பொதுத் தேர்வுகளால் இடை நின்று, கல்வி மறுக்கப்பட்டு, படிக்காத சமுதாயம் உருவாகும் நிலை ஒருபுறம் இருக்கட்டும். உளவியல் சார்ந்து தேர்வு என்ற பெயரில் குழந்தை களுக்கு இவ்வளவு அழுத்தங்கள் தேவையா என்பதை முதலில் நமக்குள் விவாதிப்பது அவசியம். ஏற்கனவே நம் தமிழகத்தில் அரசாணை 164-ஐப் பிறப்பித்து 5, 8 ஆம் வகுப்புகளுக்குப் பொதுத் தேர்வு என்ற பிரச்சினை முடிவுக்கு வந்தது. ஆனால், முதலில் அறிவிக்கப்பட்ட அந்த அறிவிப்பும் இக் கல்விக் கொள்கையின் ஒரு சாரமே.

ஏற்கனவே இருக்கும் 5+5+2 என்ற கல்வி முறையை, ஏன் 5+3+3+4 என்ற முறைக்கு மாற்றினர் எனப் புரியவில்லை. அதாவது தற்போது ஒன்றாம் வகுப்பு முதல் ஐந்தாம் வகுப்பு வரை தொடக்கக் கல்வி, ஆறு முதல் பத்து வகுப்பு வரை உயர்நிலைக் கல்வி, 11, 12 வகுப்புகள் மேல்நிலைக் கல்வி என்ற நடைமுறை உள்ளது. ஆனால் புதிய கல்விக் கொள்கையில் பிரி கே.ஜி. முதல் 2ஆம் வகுப்பு வரை, மூன்று முதல் ஐந்து, ஆறு முதல் எட்டு, ஒன்பது முதல் 12 என்று பிரிக்கிறார்கள். இரண்டரை வயதுக் குழந்தைக்கு முறைப்படுத்தப்பட்ட கல்வி என்பது பெரும் அதிர்ச்சியைத் தருகிறது. அதுவும், இந்தியா போன்ற பலவகைப்பட்ட ஏற்றத்தாழ்வுகள் நிறைந்த ஒரு நாட்டில், அனைத்துக் குழந்தைகளுக்கும் ஒரே வகையான, அதுவும் வரன்முறை செய்யப்பட்ட கல்வி சாத்தியமா என்பதை எப்படி இவர்கள் சிந்திக்க மறந்தார்கள்? 15 ஆண்டு காலம் தொடர்ச்சியான கற்பித்தலில் குழந்தைகளை ஈடுபடுத்தும் திட்டத்தைக் கூறுவதோடு, பகுதி 3.1 இல் மழலையர் வகுப்பு முதலே - தொழிற்கல்வி உள்ளிட்ட - தரமான, புனிதமான, கல்வியை அறிமுகம் செய்யப் போவதாகக் கூறுவது நம் நெஞ்சில்

நெருப்பை அள்ளிக் கொட்டுகிறது. இவர்கள் குறிப்பிடும் புனிதம் என்பது எதைக் குறிக்கிறது? மழலையர் வகுப்பில் தொழிற்கல்வி என்பது குலக்கல்வி அன்றி வேறென்னவாக இருக்க முடியும்?

8-ஆம் வகுப்பிலேயே மாணவர்கள் தங்களுக்குப் பிடித்த தொழிலைத் தேர்வு செய்துகொள்ள வழிகாட்டுகிறது இக்கல்விக் கொள்கை. அப்படியானால், 'உனக்குப் படிப்பு வரவில்லையெனில் ஏதேனும் ஒரு தொழிலைத் தேர்ந்தெடு' எனக் கூறுகிறது. சில உதாரணங்களாக, தச்சுத் தொழில், நெசவு, மண்பாண்டம் செய்தல் இவற்றைக் கூறுகிறது. இது நவீன குலக்கல்வி எனச் சாடுகின்றனர் கல்வியாளர்கள்.

மேலும், 9 முதல் 12 வகுப்புகள் வரை செமஸ்டர் தேர்வு முறைகளும், அதை மாணவன் அவன் வசதிக்கு எப்போது வேண்டுமானாலும் படித்துக் கொள்ளலாம் எனவும் வழிகாட்டுவது இன்னும் இருண்ட காலக் கல்வியைக் கொண்டு வரும். 14 வயது நிரம்பிய மாணவன் அல்லது மாணவி, தன் விருப்பப்படி செமஸ்டர் தேர்வை எழுத முடிவெடுக்கும் பக்குவமான புரிதலான சூழலுக்கு நமது சமூகம் இன்னும் வளரவில்லை. இது அடுத்தடுத்த சிக்கல்களையே உருவாக்கும், பெற்றோர் மாணவரிடையே சிக்கலான உறவை வளர்க்க இது துணை போகும். இவ்வகுப்புகளில் கணக்கு மற்றும் அறிவியலுக்கு முக்கியத்துவம் தரப் போவதாகவும் எந்தப் பாடம் வரவில்லையோ, அதோடு அந்த வகுப்பில் ஒரு சான்றிதழ் தரப்போவதாகவும், அந்த மாணவர் தனக்கான தொழிற்கல்வியைத் தேர்வு செய்யலாம் எனவும் கூறி, பள்ளிக் கல்வியிலிருந்து வெளியேறும் வாயில்களை இக்கல்விக் கொள்கை தெளிவாகத் திறந்து வைக்கிறது. அத்தோடு மாணவர்களிடையே அறிவியல், கணிதச் சிந்தனைகளை வளர்க்க என்ன ஏற்பாடுகள் செய்யப்படும் என்றெல்லாம் தெளிவின்றி, இக் கல்விக் கொள்கை குழப்புகிறது.

இவையெல்லாம் கடந்து செமஸ்ட்டர் எழுதி பள்ளிப்படிப்பை முடிக்கும் மாணவன் கல்லூரியில் சேர வேண்டுமெனில் எந்த இளங்கலை என்றாலும் (B.A. தமிழ், B.Sc. கணக்கு, இயற்பியல், வேதியியல், B.Com etc.) நுழைவுத் தேர்வு எழுதித்தான் கல்லூரிக்குள் நுழைய முடியும், இப்போது நீட் தேர்வு எழுதுவது போல. அப்படியானால் பள்ளிக்கல்வியின் தேவைதான் என்ன?

எல்லோரும் வீட்டில் இருந்தபடியே கோச்சிங் சென்டர் சென்று பயிற்சி எடுக்கும் நிலைதான் உருவாகும். இயல்பாகவே பள்ளிகளில் மாணவர் சேர்க்கை குறையும். அதன் தொடர்ச்சியாக ஆசிரியர் பணிக்கு அவசியமின்றிப் போகும்.

இக்கொள்கை முன்வைக்கும் இன்னொரு விந்தை, தேர்வுகள் பாடநூல்களை மையப்படுத்தாமல் Modular approach என்ற புதிய முறையில் நடக்கும் என்கிறது. தேர்வுக்கான சில குறிப்பிட்ட பாடங்களை மையப்படுத்தி சந்தையில் வெளியிடப்படும் நோட்சுகள் மட்டுமே தேர்வுகளுக்குப் போதுமென்றால், கோடிக்கணக்கான பணம் செலவழித்துத் தயாரிக்கப்படும் பாடப் புத்தகங்கள் எதற்கு? NCERT தான் மொத்த இந்தியாவுக்கும் பள்ளிப் பாடநூல் தயாரிக்கும் என்றும் மாநில நிறுவனங்களான SCERT அதில் சிறு மாறுதல் செய்து கொள்ளலாம் எனவும் குறிப்பிடும் இக்கல்விக் கொள்கையின்படி, டெல்லியை மையமாகக் கொண்டு தயாரிக்கப் படும் பாடநூலில் இராமாயணமும் மகா பாரதமும்தான் அறிமுகம் செய்யப்படும். நமது மாநில வரலாறு, உள்ளூர்க் கலைகள், இசை, பண்பாடு, தற்சார்பு இவற்றையெல்லாம் மாணவர் அறிந்து கொள்வதே அரிதாகி விடும்.

மேலும், குடும்பப் பாரம்பரியம், பல நூற்றாண்டுக் கலாச்சாரம் இவற்றைத் தொடக்க நிலை வகுப்புகளில் புகுத்திவிடத் துடிக்கிறது இந்தப் புதிய கொள்கை. இது முற்போக்குச் சிந்தனைகளைப் பின்னுக்குத் தள்ளி, சாதிப் படிநிலைகளை வலியுறுத்தும் வருணாசிரமக் கோட்பாட்டை நிலைநிறுத்தும் என்பது தெளிவு.

உள்ளூர் வளம் சாராத ஒரு கல்வி மனிதனை மனிதனாக்காது. உடல் உழைப்பு சார்ந்த வேலைக்காகத் தயாரிக்கப்படும் இயந்திரங் களாகவே நம் குழந்தைகள் உருவாக்கப்படுவர். அதோடு பள்ளிகளில் பெரும்பாலும் வகுப்பெடுக்க, தன்னார்வலர்களையும் சமூக சேவகர் களையும் ஈடுபடுத்தக் கூறுவது, இனி ஆசிரியர்கள் நியமனம் இருக்காது என்பதை நமக்கு மறைமுகமாகத் தெரிவிக்கிறது.

மேலும், இந்த சமூக சேவகர்கள் என்பவர்கள் யார் என்பதையும் நாம் அறியாமல் இல்லை. வலதுசாரிச் சிந்தனைகளைக் குழந்தைகள் மனதில் புகுத்தும் வல்லமை வாய்ந்தவர்களே கல்விச் சேவகர்களாக மாறி அடுத்த தலைமுறையின் நெஞ்சில் நஞ்சை வார்க்கும் அவலம்

அரங்கேறும். எனில், நமது இளம் தலைமுறையினர்க்கு வேலை வாய்ப்புகளற்ற சமுதாயம் உருவாகும் என்பதும் கண்கூடு.

மாணவர் குறைந்தால் பள்ளிகள் இணைப்பு (School Complex) என்ற அறிமுகம், பல அரசுப் பள்ளிகளையும் மூடுவதற்கான திட்டம் என்பதைத் தெளிவுபடுத்துகிறது. இது கடந்த கல்வி ஆண்டிலேயே (2019-20) நமது தமிழக அரசின் செயல்முறைகளில் அரசாணைப்படி இணைந்து விட்டதை நம் சமூகம் இன்னமும் அறியவில்லை.

உயர்கல்வியில் பல்கலைக்கழகங்களுக்கான அந்தஸ்து அறுபட்டு, அந்தந்தக் கல்லூரிகளே பட்டம் அளிக்கும். எல்லாவற்றையும் தேசிய அளவில் மதிப்பீடு செய்ய ஒரு தரக்கட்டுப்பாட்டு ஏஜென்ஸி அமைக்கப்படும் என்கிறது. சரியாக மதிப்பீடு வாங்காத கல்லூரிகள் பொது நூலகமாக, அரசின் வேறு பணிகளுக்கான இடமாக மாற்றப்படும் எனில் கல்லூரிகளையும் மூடுவதற்கான வழிகள் இவை. 2030-க்குள் இவை அனைத்தும் நடந்துவிடும் என்று கூறுவதைப் பார்த்தால் நாட்டில் உள்ள ஏறக்குறைய 50000 அரசுக் கல்லூரிகளை மூடிவிடும் அபாயம் உள்ளது.

தனியார் பள்ளி, கல்லூரிகளின் கட்டணத்தை அவர்களே நிர்ணயிக்கவும் இக்கொள்கை வழிகாட்டுகிறது. காட்ஸ் ஒப்பந்தப்படி, வெளிநாட்டுப் பல்கலைக்கழகங்களை இந்தியாவிற்குள் நுழைய வைத்து, யாருக்குக் கல்வி தரப் போகிறார்கள் எனத் தெரியவில்லை.

கல்வி அதிகாரம், மாநில அரசுகளின் கையிலிருந்து அபகரிக்கப் பட்டு, தனியார் மயத்தைத் தாராளப்படுத்தி, அடித்தட்டு மக்களைக் கல்வி கற்காத சூழலுக்குத் தள்ளும் இக்கல்விக் கொள்கை, பெண்களுக்கான கல்வி குறித்து எங்குமே சிந்திக்கவில்லை. மேலும், பட்டியல் இனக் குழந்தைகளுக்கான கல்வி உதவித் தொகைகளையும் மறுக்கிறது. இந்திய அரசியலமைப்புச் சட்ட விதிகளுக்குப் புறம்பான பல கூறுகளை இது உள்ளடக்கியுள்ளது. சத்துணவைக்கூட 6 ஆம் வகுப்புக்கு பிறகான மாணவர்களுக்கு இல்லாமல் செய்கிறது.

ஆசிரியர்களைப் புறக்கணிப்பதோடு, வெளியிலிருந்து ஆட்களைப் பள்ளிக்குள் கொண்டு வருகிறது. ஆசிரியர் பதவி உயர்வுகூட ஊழலுக்கு வழி வகுக்கும் முறையில் மாற்றம் செய்யப் பட்டுள்ளது. பொதுப்பள்ளியையோ அருகமைப்பள்ளி குறித்தோ, நிதி ஒதுக்கீடு, இட ஒதுக்கீடு இவற்றைக் குறித்தோ இதில் எதுவுமே

பேசப்படவில்லை. வெறும் வார்த்தையாக 6% நிதி ஒதுக்கீடு குறித்துப் பேசுவதை நாம் எப்படி நம்புவது?

இன்று கல்வியில் உள்ள பிரச்சனைகளைப் பற்றிய அறிக்கையாக வரைவு உள்ளது. ஆனால் அவற்றைச் சரி செய்வதற்கான முயற்சிகள் எதையுமே கூறவில்லை. ஒத்திசைவுப் (Concurrent) பட்டியலில் இருக்கும்போதே நமது கல்வித் தேவைகளை நாம் முழுமையாக அடைய முடியாதபோது, மைய அரசின் அதிகாரக் குவிப்பிற்குள் சென்றுவிட்டால் பாராமுகமாகி, நம் மாநிலக் குழந்தைகள் கல்வி கற்பது பெரும் சவாலாகிவிடும்.

அமெரிக்காவில்கூட கல்வி அதிகாரம் மையத்தில் இல்லை, மாகாணங்களுக்குதான் அதிகாரம் பரவலாக்கப்படுகிறது. இங்கு, நீலகிரி மாவட்டக் குழந்தைக்கும் சென்னைக் குழந்தைக்கும்கூட கல்வியில் தனித்தனியான சூழல், கல்வியின் படி நிலைகளில் வேறு பட்ட தேவை அவசியமாகிறது. அப்படி இருக்கையில் கல்வியில் மிக முன்னேறிய மாநிலமான தமிழகப் பள்ளிகளுக்கும் மிகவும் பின் தங்கிய மாநிலங்களான பீகார், சட்டீஸ்கர், ஜார்கண்ட் உள்ளிட்ட மாநிலங்களின் பள்ளிகளுக்கும் ஒரே பாடத்திட்ட முறையை ஏன் கொண்டு வர வேண்டும்?

பள்ளிக் கல்வியைப் பொறுத்தவரை, மாணவர் சேர்க்கையை மட்டும் மனதில் கொள்ளக்கூடாது. மாணவர்களைப் பள்ளியில் தொடர்ந்து இருக்க வைக்கவும், அவர்களது கற்றல் விளைவுகளையும் சேர்த்தே கணக்கில் கொள்ள வேண்டும். இக்கல்விக் கொள்கை, சேர்க்கை குறித்து மட்டுமே பேசுகிறது. கல்வியின் மேம்பாடு குறித்த யதார்த்தத்தை இணைத்து ஆய்வுக்குட்படுத்தி, பிரச்சனைகளைக் களைய முற்படும் எந்த நோக்கமும் இதில் இல்லை.

எல்லோருக்கும் கல்வியை இலவசமாகக் கொடுக்க வேண்டியது அரசின் கடமை. ஆனால் அந்தப் பாதையில் இருந்து விலகிச் செல்கிறது இக்கல்விக் கொள்கை. எந்தக் கோணத்தில் பார்த்தாலும், இருள் சூழ் உலகைக் கண்களுக்கு காட்டும் இந்தப் புதிய கல்விக் கொள்கை, அடிமைச் சமுதாயத்தை உருவாக்கும் சாசனமாகவே உள்ளது. நம் குழந்தைகளுக்குத் தேவையான கல்வியை நாமே வழங்க வேண்டும் என்றால், கல்வி மாநிலப் பட்டியலுக்கு வர வேண்டும். ஆகவேதான் கல்வியை மாநில உரிமையாக்க வலியுறுத்துகிறோம்.

அரசுப் பள்ளிகளை நோக்கித் திரும்பும் பெற்றோர்கள்

(செப்டம்பர் 1-15, 2020 சுவடு இதழில் வெளியான கட்டுரை)

கொரோனாக் கால ஊரடங்கு, கொஞ்சம் கொஞ்சமாகத் தளர்ந்து செப்டம்பர் மாதத்துக்கு வந்துவிட்டோம். அரசுப் பள்ளிகளில் மாணவர் சேர்க்கை, 2020 ஆகஸ்ட் மாதம் 17 ஆம் தேதியிலிருந்து ஆரம்பமானது. முதல் பத்து நாட்களிலேயே தமிழகம் முழுவதிலும் உள்ள அரசு மற்றும் அரசு உதவி பெறும் பள்ளிகளில் மாணவர் சேர்க்கை எண்ணிக்கை ஆறு லட்சத்தை நெருங்கியுள்ளது. இதை நீங்கள் வாசிக்கும் நாட்களில் இந்த எண்ணிக்கை இன்னும் பல ஆயிரம் கூடியிருக்க வாய்ப்புண்டு.

பல இன்னல்களுக்கு மத்தியில் மக்களின் நம்பிக்கை தங்கள் ஊர் அரசுப் பள்ளிகளின்மீது திரும்பியுள்ளது என்பது சற்றே மகிழ்ச்சி கொள்ள வேண்டிய செய்திதான். கடுமையான பொருளாதார நெருக்கடி மக்களை வாட்டிக் கொண்டிருக்கும் வேளையில், மக்கள் வேலைவாய்ப்பற்று, கையில் வருமானமின்றித் தவித்துக்கொண்டு இருக்கின்றனர். தொடர்ச்சியாக 6 மாதங்களாக மக்களுக்கு ஊதியம் இல்லை அல்லது வெகுவாகக் குறைந்து போய்விட்டது. அன்றாட உணவு, இருப்பிட வாடகை இவற்றைச் சமாளிப்பதே பெரும் சவாலாக மாறிய தருணத்தில்தான் மற்றொரு பிரச்சனையும் தலை தூக்கியது. ஆம், தங்கள் குழந்தைகளின் கல்விதான் அந்த முக்கியப் பிரச்சனை.

பொருளாதாரத்தில் ஓரளவு தன்னிறைவு பெற்று, வழக்கமாக தனியார் பள்ளிகளில் தங்கள் குழந்தைகளைச் சேர்த்துப் படிக்க வைக்கும் பெற்றோர்கள் அப்படியே இந்தக் கல்வியாண்டைத் தொடர்கின்றனர். அந்தக் குழந்தைகளுக்கு இணைய வழிக் கல்வி என்ற முறையில் ஒருபுறம் வகுப்புகள் ஆரம்பமாகி, கடந்த 4

மாதங்களாகவே நடந்து வருகின்றன. கல்விக் கட்டணங்களைக் கட்டிய பிறகுதான் சம்மந்தப்பட்ட குழந்தைகள் இணைய வழிக் கற்றலுக்கு அனுமதிக்கப்பட்டுள்ளனர் என்பதையும் நாம் கவனத்தில் கொள்ள வேண்டும்.

கல்விக் கட்டணங்கள் கட்ட இயலாத சூழலில் உள்ள பெற்றோர்கள் தங்கள் குழந்தைகளின் கல்வி வளர்ச்சி குறித்து சற்றே குழப்பத்தில் இருந்தனர். ஆனால், எப்போதும் எல்லா மக்களுக்காகவும் இயங்குபவை அரசுப் பள்ளிகளே என விரைவில் புரிந்து கொண்டனர். விளைவு, நாம் மேற்சொன்ன ஆறு லட்சம் மாணவர்களில் கணிசமான எண்ணிக்கை, தனியார் பள்ளியிலிருந்து அரசுப் பள்ளிக்கு வந்துள்ளனர் என்பது மகிழ்ச்சி தருகிறது.

பொருளாதாரக் காரணங்கள் ஒருபுறம் இருந்தாலும், சமீப காலங்களில் அரசுப் பள்ளிகளின்மீது மக்களுக்கு நம்பிக்கை வந்துள்ளது என்பதும் கண்கூடு. கூடுதலாக, பல பெற்றோர்கள் தங்கள் ஊர் அரசுப் பள்ளியை மூடிவிடும் சூழலை அனுமதிக்கக்கூடாது என்கின்ற சமூக அக்கறையும் கொள்கின்றனர். இவற்றைக் காண்கையில், மாற்றங்களை நோக்கி நமது சமூகம் நகர்கிறது என்ற எண்ணம் நமக்கு உருவாகிறது.

இந்தக் கல்வியாண்டில் பெரும்பாலான அரசு ஊழியர்கள் தங்கள் குழந்தைகளை அரசுப் பள்ளியில் சேர்த்து வருகின்றனர். அரசுப்பள்ளி ஆசிரியர்களும் இதில் அடங்குவர். ஆகவே, அரசுப் பள்ளிகள்மீது மக்களுக்கு மிகுந்த நம்பிக்கை பிறக்கிறது என்பதற்கு சமீப நாட்களில் அதிகரித்துவரும் மாணவர் சேர்க்கை எண்ணிக்கையே சாட்சி.

திருச்சி மாவட்டத்தில் எம்.களத்தூர் பகுதியில் பணியாற்றி வரும் அரசுப்பள்ளி ஆசிரியர் குருமூர்த்தி. இவரது தன்னார்வத்துடன் கூடிய, தொடக்கப்பள்ளி வகுப்புகளுக்கான காணொளிகள் தயாரிப்புப் பணிக்காக, மத்தியக் கல்வி அமைச்சர் தனது டிவிட்டரில் பாராட்டுத் தெரிவித்திருந்தார். ஆசிரியர் குருமூர்த்தி தனது மகனை இந்த வருடம் அரசுப் பள்ளியில் ஆறாம் வகுப்பில் சேர்த்துள்ளார். அவரது மகள், தான் பணிபுரியும் அரசுப் பள்ளியிலேயே மூன்றாம் வகுப்பில் படிப்பதாகக் கூறுகிறார்.

என்னுடைய பிள்ளைகள் மூவரையும் அரசுப்பள்ளியில் தமிழ் வழிக் கல்வியில் சேர்த்துள்ளேன் என்கிறார் திருப்பத்தூர் மாவட்டம் ஆண்டியப்பனூர் அரசுப்பள்ளி ஆசிரியர். போளூரைச் சேர்ந்த ஆசிரியர் ஜெகநாதன் தனது மகளை முதல் வகுப்பில் அரசுப்பள்ளியில் சேர்த்துள்ளதை மகிழ்ச்சியுடன் முகநூலில் பகிர்கிறார். அதேபோல, தஞ்சை மாவட்டத்தில் உள்ள பாபநாசம் பள்ளி ஆசிரியர் காந்தி, தனது இரு குழந்தைகளையும் அரசுப் பள்ளியில் சேர்த்துள்ளதை மகிழ்ச்சியுடன் பகிர்கிறார். கோவை மாவட்டத்தின் செம்மாண்டம் பாளையம் அரசுப்பள்ளி ஆசிரியர் ஜாஸ்மின் விக்டோரியா தனது மகனைத் தனியார் பள்ளியிலிருந்து மாற்றி சூலூர் பகுதி அரசுப் பள்ளியில் **6**-ஆம் வகுப்பில் சேர்த்துள்ளதைக் குறித்து மகிழ்ச்சி தெரிவிக்கிறார்.

கோவை மாவட்டம் ஆலத்திவச்சினம் பாளையத்தில் அரசுப் பள்ளி ஆசிரியராகப் பணிபுரியும் கனகராஜ், தனது குழந்தையை அன்னூர் அருகே புதுப்பாளையம் அரசு நடுநிலைப் பள்ளியில் முதல் வகுப்பில் சேர்த்துள்ளார். தான் ஒரு அரசுப் பள்ளி ஆசிரியராக இருப்பதால், இங்குதான் குழந்தைகள் ஆடிப்பாடி மகிழ்ச்சியாகக் கற்க முடியும் என்பதை உணர்ந்து அரசுப் பள்ளியில் சேர்த்ததாகக் கூறுகிறார் .

இராமநாதபுரம் மாவட்டம் இளமனூரில் அரசுப்பள்ளி ஆசிரிய ராகப் பணியாற்றும் சுமதி என்பவர், தனது மகனை அதே பள்ளியில் இரண்டாம் வகுப்பில் சேர்த்துள்ளதாக மகிழ்வுடன் பகிர்கிறார். கடலூர் மாவட்டம் சேத்தியாத்தோப்பு பகுதியில் உள்ள நல்லூர் கிராமத்தின் தொடக்கப்பள்ளித் தலைமை ஆசிரியர் நித்தியானந்தம். அவரது மனைவியும் அரசுப்பள்ளி ஆசிரியர். இவர்கள் தங்கள் மகளை கீரப்பாளையம் ஊராட்சி ஒன்றியப் பள்ளியில் முதல் வகுப்பில் சேர்த்துள்ளனர்.

கரூர் மாவட்டம், பொய்யாமணி அரசு நடுநிலைப் பள்ளியில் பணியாற்றும் ஆசிரியர் பூபதி தனது மகனை, தான் பணியாற்றும் பள்ளியிலேயே முதல் வகுப்பில் சேர்த்துள்ளதைப் பதிவு செய்வதோடு, தனது மற்றொரு குழந்தையும் அரசுப் பள்ளியில் படிப்பதை உறுதி செய்கிறார். தருமபுரி மாவட்டம் தாமரைக் கோழியப்பட்டி பள்ளி ஆசிரியர் இளவரசன், தனது மகளைத் தங்கள் பள்ளியிலேயே முதல்

வகுப்பில் சேர்த்துள்ளார். இப்படி, அரசுப் பள்ளி ஆசிரியர்கள் இந்தக் கல்வியாண்டில் தங்கள் குழந்தைகளைத் தனியார் பள்ளியிலிருந்து மாற்றி அரசுப் பள்ளிகளில் சேர்ப்பதும், அரசுப்பள்ளியில் முதல் வகுப்பில் சேர்ப்பதும் தமிழகம் முழுவதிலும் பரவலாக நிகழ்ந்து வருவது பாராட்டுக்குரியது.

ஆசிரியர்கள் மட்டுமல்லாது பொதுமக்களும் தற்போது ஆர்வமுடன் அரசுப் பள்ளிகளை நாடுகின்றனர். வட சென்னை, கொளத்தூர் பகுதியில் அரசியல் கட்சி ஒன்றின் பொறுப்பில் இருக்கும் ஹேமாவதி அவர்கள், தனது அண்டை வீட்டுக் குழந்தைகள் பலரைத் தனியார் பள்ளியிலிருந்து விடுவித்து, அரசுப் பள்ளியில் சேர்க்க வழிகாட்டி உதவி இருக்கிறார்.

ஏற்காடு அடிவாரம் பகுதியைச் சேர்ந்த லால் என்பவர், தனது மனைவியும் தானும் கல்வியாளர்களைச் சந்தித்து, கல்வி குறித்த ஆலோசனைகளைப் பெற்று, கல்வி பற்றிய புரிதல் ஏற்பட்ட பிறகு, அரசுப் பள்ளிகளில்தான் சிறந்த கற்பித்தல் பயிற்சி பெற்ற, தகுதியான ஆசிரியர்கள் இருக்கின்றனர் என்பதை உணர்ந்து கொண்டதாகக் கூறுகிறார். அதனால் தனது இரு குழந்தைகளையும் அப்பகுதியில் உள்ள அரசுத் தொடக்கப்பள்ளியில் தமிழ் வழியில் சேர்த்துள்ளோம் என்கிறார்.

இவ்வாறு, தொடர்ந்து தமிழகம் முழுவதிலும் அரசுப் பள்ளிகளில் மாணவர் சேர்க்கை நல்ல மாற்றத்தை நிகழ்த்தி வருகிறது. பள்ளிகள் திறக்கப்படவில்லை என்றாலும், தொடர்ந்து அரசுப்பள்ளி ஆசிரியர்கள் மாணவர்களின் வீடுகளுக்கு நேரடியாகச் சென்று, அரசுப் பள்ளியில் அவர்களைச் சேர்க்கப் பலவித பிரச்சாரங்களைச் செய்வதும் பெற்றோர் சந்திப்பு நிகழ்த்துவதும் நடக்கிறது. பள்ளி குறித்து விளம்பர அட்டைகள் தயாரித்து ஊர் மக்களிடம் வழங்குவது, மாணவர்கள் பள்ளியில் சேரும்போது பரிசுப் பொருட்கள் வழங்கி வரவேற்பது, மாலை அணிவித்து வரவேற்பது போன்ற முயற்சிகளும் எடுத்து வருகின்றனர்.

அதேபோல, அரசுப் பள்ளிகளில் மாணவர் சேர்க்கைக்கு மாற்றுச் சான்றிதழ் இல்லை என்றாலும் சேர்த்துக் கொள்ளப்படுகிறார்கள். சேர்ந்த கையோடு பாடநூல்கள், பாடக் குறிப்பேடுகள், பத்தாம் வகுப்பு எனில் அறிவியல் சோதனைக் குறிப்பேடு உட்பட

மாணவர்களுக்குத் தேவையான அனைத்தும் வழங்கப்படுகிறது. மற்ற வகுப்புகளுக்கு, பாடத்திற்கு ஒரு நோட்டு, சிறு வகுப்புகளுக்குக் கையெழுத்துப் பயிற்சி ஏடு என அனைத்தும் விலையின்றி வழங்கப் படுகிறது. புத்தகப் பையும் சேர்த்து குழந்தைகள் பெற்றுச் செல்கின்றனர். முன்பு பல ஆயிரங்களைச் செலுத்தித் தனியார் பள்ளியில் இவற்றை வாங்கிச் சென்ற குழந்தைகள், கல்வியைக் காசு கொடுத்து வாங்கிய பெற்றோர்கள் கண்களில் தற்போது இனம் புரியாத நிம்மதியைப் பார்க்க முடிகிறது.

தனியார் பள்ளிகளில் இருந்து வரும் குழந்தைகள் மாற்றுச் சான்றிதழ் பெறுவதில் சிக்கல் நிலவுகிறது. கல்விக் கட்டண நிலுவை இருந்தால் நிர்வாகம் மாற்றுச் சான்றிதழ் தர மறுப்பதும் ஆங்காங்கே போராட்டம் நடப்பதும் என செய்தி ஊடகங்களில் பார்க்கிறோம். இந்தச் சிக்கல்கள் எதுவுமின்றி நல்ல முறையில் கல்வியைத் தர அரசால் நடத்தப்படும், அரசியல் அமைப்புச் சட்டத்தின்படி இலவசக் கல்வியை அளிக்கும் அரசுப் பள்ளிகளுக்கு மக்கள் வரவேண்டும். கல்வி பெறும் உரிமையை மக்கள் உணர வேண்டும். கல்வி விற்பனைப் பண்டம் அன்று. அதைக் காசு கொடுத்து வாங்காமல் சேவையாகப் பெற மக்களிடம் இன்னும் கூடுதல் விழிப்புணர்வு வேண்டும்.

சூழல் சார்ந்த கல்வி வேண்டும்

(செப்டம்பர் 16-30, 2020 சுவடு இதழில் வெளியான கட்டுரை)

அறிவைப் புகட்டுவது மட்டுமே கல்வியின் நோக்கமாகாது. மாறாக, கற்றல் முறையை வழி நடத்துவதும் கற்க வேண்டுமென்ற பொறுப்பை மாணவர்களிடையே விட்டுவிடுவதும்தான் கல்வியின் நோக்கம் என்கிறார் ஜப்பானின் கல்வியாளர்களுள் ஒருவரான சுனேசபுரே மகிகுச்சி.

இன்றைய கல்விச் சூழலை மேற்சொன்ன கூற்றுக்கு ஒப்பிட்டுப் பார்க்கலாம். இந்தப் பார்வை, கல்வித்துறைச் சீர்திருத்தம் பற்றிய பயனுள்ள விவாதங்களுக்கு நம்மை அழைத்துச் செல்வதாகவும் உணர முடிகிறது.

இதுவரை தொடர்ந்து கல்விச் சூழல் குறித்து உரையாடி வருகிறோம். இணையவழிக் கல்விமுறை, ஒருபுறம் தனியார் பள்ளிக் குழந்தைகளுக்கும் பெற்றோர்களுக்கும் தேவையற்ற மன அழுத்தத் தைத் தந்து வந்தாலும், அவை தொடர்ந்து கொண்டுதான் இருக் கின்றன. அரசுப்பள்ளிக் குழந்தைகளுக்குக் கல்வித் தொலைக்காட்சிச் சேனல்கள் வழியே வகுப்புகள் தொடர்கின்றன. 'இந்தக் கல்வி ஆண்டை (2020-21) எந்த வகையில் ஈடுகட்டுவோம்?' என்ற கேள்வி பல தரப்பிலும் கேட்கப்பட்டாலும், ஏதோ ஒரு வகையில் அதைக் கடந்து செல்ல வேண்டிய யதார்த்தம்தான் இங்கு நிலவுகிறது.

முந்தைய கட்டுரையில் அரசுப் பள்ளியை நோக்கிக் கவனம் திருப்பும் பெற்றோர்கள் குறித்த விவரங்களைப் பார்த்தோம். அரசுப் பள்ளிகளில் மாணவர் சேர்க்கை பத்து லட்சத்தைக் கடந்து விட்டதெனும் தற்போதைய செய்தி நம்மைச் சற்றே இளைப்பாறச் செய்கிறது.

தமிழகம் முழுவதும் பரவலாக அரசுப்பள்ளி ஆசிரியர்கள், தங்கள் மாணவர்களை அணுகுவதற்குப் பல வழிகளைக் கையாள ஆரம்பித்துள்ளனர். இரு மாதங்களாக இம்முயற்சி ஆரம்பித்திருந் தாலும் நாட்கள் செல்லச் செல்ல பள்ளி திறப்பதற்குண்டான வாய்ப்புகள் தென்படாத சூழலில் இவர்கள் புதுப்புது வழிகளைக் கண்டறிந்து வருகின்றனர்.

சொற்பமான மாணவர்களிடமே ஆன்ட்ராய்டு அலைபேசி வசதி, இணைய வசதி ஆகியவை இருப்பதுதான் இந்த ஆசிரியர்களை மாற்று வழிகளுக்கு அழைத்துச் செல்கின்றன. ஒரு புறம் ஊடகங்கள் அரசுப்பள்ளி ஆசிரியர்களை எதிர்மறையாக விமர்சனம் செய்து வந்தாலும் உண்மை நிலை வேறாக இருக்கிறது.

பல ஆயிரம் அரசுப் பள்ளி ஆசிரியர்கள் தங்கள் பள்ளிக் குழந்தைகளுக்கு வாட்ஸ்அப் செயலி, ஜூம் செயலி, கூகுள் மீட், யூ டியூப் என பல வழிகளில் கற்பித்தல் பணியைச் செய்து வருகின்றனர் என்பதை ஆணித்தரமாக நிரூபித்து வருகின்றனர்.

அந்த வசதிகள் பெற்றிராத மாணவர்களுக்கு வேறு வேறு வாய்ப்புகளையும் உருவாக்கித் தருகின்றனர் ஆசிரியர்கள். அவற்றுள் சில: தனது வீட்டிற்கு மாணவர்களை வர வைத்து சமூக இடைவெளியுடன் பாடம் நடத்தும் ஆசிரியர்கள் ஒருபுறம். மாணவர்கள் இருப்பிடத்திற்கே அன்றாடம் சென்று அப்பகுதியில் உள்ள பல தரப்பட்ட மாணவர்களுக்கும் அவரவர்க்குரிய பாடங்களை நடத்தும் ஆசிரியர்கள் மறுபுறம்.

கிராமப்புறப் பெற்றோருக்கு ஆன்ட்ராய்டு வசதிகளைக் குறித்து விழிப்புணர்வு தந்து, அலைபேசிகளை வாங்கவைத்து, பிறகு இணையவழி வகுப்புகளுக்கு மாணவர்களைக் கொண்டுவரும் ஆசிரியர்களையும் நம்மால் பார்க்க முடிகிறது. சில பள்ளி ஆசிரியர்கள் தங்கள் கைப்பணத்தைச் செலவழித்து ஆன்ட்ராய்டு அலைபேசியை மாணவர்களுக்கு வாங்கித் தந்து கற்பித்தல் - கற்றல் செயல்பாடுகளில் ஈடுபட வைப்பதும் நடந்து வருகிறது.

இவை மட்டுமின்றி, சமூக வலைத்தளங்களில் இப்படியான பகிர்வுகளைப் பார்க்கும் தன்னார்வ அமைப்புகள், இணைய வசதியற்ற பழங்குடியினப் பள்ளிக் குழந்தைகள், கிராமத்துக்

குழந்தைகள் ஆகியோருக்கு நூல்கள் வழங்க முன்வருகின்றன. அவற்றை ஆர்வத்துடன் இந்த ஆசிரியர்கள் எடுத்துச் சென்று வாய்ப்புகளற்ற குழந்தைகளிடம் தருவதும் வாசிக்க வைப்பதும் அவர்களை உற்சாகப்படுத்துவதுமாக நிகழ்கின்ற செயல்கள் ஒருபுறம். தானாக முன் வந்து குழந்தைகளைச் சந்தித்து அவர்களை வாசிக்க, கதை சொல்ல, பாட்டுப் பாட வைக்கும் ஆர்வமான ஆசிரியர்கள் ஒரு புறமெனச் செயல்பட்டு வருகின்றனர்.

இணையம் வழியாகக் குழந்தைகளுக்குப் போட்டிகள் வைப்பது, சான்றிதழ் தயாரித்து அனுப்புவது என மற்றொருபுறம் மாணவர்களை ஊக்கப்படுத்துகின்றனர். கல்வித் தொலைக்காட்சி நிகழ்ச்சிகளுக்காகப் பாடம் தயாரிக்க, மாவட்டந்தோறும் தினமுழு பணியாற்றும் ஆசிரியர்களும் உண்டு. அந்த வகுப்புகள் குறித்து பள்ளிக் குழந்தைகளுக்கு அறிவிப்பு தந்து, தொடர் கற்பித்தல் செயலில் ஈடுபட்டு வருவதும், அவற்றில் வரும் சந்தேகங்களைக் கேட்டு அறிந்து கொள்ளும் மாணவர்களையும் காண முடிகிறது.

அறிவியல் சோதனைகள், செயல்பாடுகள் வழியாகவும், மாணவர்களைக் கற்றலில் ஈடுபட வைக்கும் ஆசிரியர்களும் சமூகச் செயல் பாட்டாளர்கள் உள்ளிட்ட அறிவியல் இயக்கத் தன்னார்வலர்களையும்கூடத் தொடர்ந்து பார்க்க முடிகிறது. வாசல் பள்ளி, திண்ணைப் பள்ளி, நுண் வகுப்பறைகள், வீதி வகுப்பறைகள் எனப் பலவாறு அவற்றுக்குப் பெயரிட்டுச் செயல்புரிந்து வருகின்றனர்.

ஆனால் இவை மட்டும் போதுமா? கல்வியின் வழக்கமான செயல்பாடுகள்தான் முழுமையான கற்றலுக்குள் மாணவர்களை அழைத்து வர உதவும் என்று ஒரு தரப்பினர் கருத்துகளை முன் வைத்து வருகின்றனர்.

மேற்சொன்ன அனைத்தும் குழந்தைகளின் மன அழுத்தச் சூழ்நிலையை மாற்றவும், வீடுகளுக்குள்ளேயே அடைந்து கிடக்கும் போக்கை உடைக்கவும் கற்றலுடன் தொடர்புடையவர்களாக அவர்களைப் பயணிக்க வைக்கவும் எடுக்கப்படும் முயற்சிகளே. இவையனைத்தையும் இணைத்துப் பார்த்தால் 50 சதவீதத்திற்குக் குறைவான மாணவர்களையே இவை சென்றடைந்திருக்கும் என்பது திண்ணம்.

ஆனால், இவை அனைத்தையும் புறந்தள்ளி, குழந்தைத் தொழிலாளர்களாக நிரந்தரமாக மாறிவரும் குழந்தைகளை எண்ணிப் பார்த்தால் இன்றைய கல்வியின் சூழல் விபரீதமாக இருப்பதைப் புரிந்து கொள்ளலாம். இவர்களை மீட்டெடுக்கும் கல்வியே இன்றைய தேவை. கல்வி என்பது பொருளாதரத்தைச் சார்ந்த அம்சமாக இருப்பதை இந்தச் சூழல் நமக்கு நன்கு எடுத்துக் காட்டுகிறது. இதை எவ்வாறு மாற்றப் போகிறோம் என்பது நம் முன் பூதாகரமாக நிற்கும் கேள்வி.

அதே போல, இன்றைய அச்சுறுத்தல் நீட் தேர்வு. அனிதாவின் மரணத்திற்கே நீதி கிடைக்காத சூழலில் வரிசையாக மாணவர்களின் தற்கொலைகள் நம்மை உறைய வைக்கின்றன. அரியலூர் மாணவன் விக்னேஷின் தற்கொலையும் மதுரை மாணவி ஜோதி துர்காவின் தற்கொலையும், மாணவர்கள் இத்தனை ஆண்டுகள் பெற்ற கல்வியைப் பரிசீலிக்க நம்மை அழைக்கின்றன. நீட் தேர்வின் பயம் அவர்களை வாழ்வியல் பண்புகளை விட்டு விலகிச் செல்ல வைக்கிறது என்பது சரி செய்யப்பட வேண்டிய விபரீதம்.

திரும்பத் திரும்ப நாம் கூறுவது ஒன்றே தான். தேர்வுக்கு மாற்று அவசியம். மாற்றுக் கல்வி முறையைச் சிந்திக்க வேண்டும். சூழலியல் சார்ந்த கல்வி அற்றுப் போன சமுதாயத்தை உருவாக்கி வரும் இன்றைய கல்வி முறை எல்லா நிலைகளிலும் பேராபத்தை உருவாக்கி வருகிறது என்பதை நாம் உணர வேண்டும். தேசிய கல்விக் கொள்கை **2020** இல் கூட சுற்றுச் சூழல் சார்ந்த கல்விக்கான எந்தக் கருத்துருக்களும் இல்லை.

நாம் வாழும் பூமியின் இயல்பை மாற்றி, கரியமில வாயுவின் தாக்கம் தந்துள்ள பருவ கால மாறுதல்களின் விளைவுகள் குறித்தான கல்வியோ அவற்றை மாற்ற, ஆபத்துகளிலிருந்து பூமியை மீட்டு எடுக்கும் கல்வியோ நம் குழந்தைகளுக்குத் தரப்படவில்லை. தற்சார்புக் கல்வியோ, உடலுழைப்பின் முக்கியத்துவமோ சிறு அளவில் கூடப் பேசப்படுவதில்லை.

நமது அடுத்த தலைமுறைகளுக்கு தூய்மையான காற்றையும் சுத்தமான தண்ணீரையும் விட்டுச் செல்லும் வழிமுறைகள் எதுவுமே இல்லாத இன்றைய கல்வியை எவ்வாறு நேசிப்பது?

நம்மைச் சுற்றியுள்ள உயிரினங்களை நேசிக்கத் தெரியாமல் பூமியைப் புரையோட வைத்து விட்டு, சுவாசிக்கவே கடினப்படும் வாழ்வியலை அமைத்த பிறகு மாணவ மாணவியரை மருத்துவராக, மாவட்ட ஆட்சியாளராக, பேராசிரியராக, காவல் துறை அதிகாரிகளாக, தொழிலதிபர்களாக உருவாக்கும் கல்வி முறை எதற்காக என்றும் நாம் சிந்திக்க வேண்டிய அவசரச் சூழலில் இருக்கிறோம். சூழலியல் செயல்பாட்டாளரான மாணவி கிரேட்டா தன்பர்க்கு போல தன்பர்க்குகள் வீடுதோறும் உருவாக வேண்டும்.

இயற்கை எல்லாச் சூழ்நிலைகளுக்கும் தன்னைத் தகவமைத்துக் கொள்ளும் என்ற கூற்றை நமக்கு கொரோனா பேரிடர் உணர்த்தி யுள்ளது. கல்வி முறையும் அப்படியான ஒரு மாற்றத்தை, தானே உருவாக்கிக் கொள்ளும் தருணத்துக்காக நாம் காத்திருக்க முடியுமா? சிந்திப்போம்.

அரசுப் பள்ளிக்கு வாருங்கள்

(அக்டோபர் 1-15, 2020 சுவடு இதழில் வெளியான கட்டுரை)

இந்தியா ஒரு ஜனநாயக, ஒன்றியக் கூட்டமைப்பு நாடு. ஜனநாயக நாட்டின் முக்கியக் கடமைகளுள் ஒன்று, தனது நாட்டின் குடிமக் களுக்கு இலவசமாகக் கல்வியை வழங்குவதாகும். அப்படிப்பட்ட கல்வியை அரசியல் சாசனத்தின்படி இலவசமாக மக்களுக்கு வழங்கி வருபவை நமது அரசுப் பள்ளிகள்தான். அது மட்டுமன்று. கல்வி பெறுதல் என்பது மக்களின் அடிப்படை உரிமையாகும். இந்த அடிப்படை உரிமையை வழங்கும் அரசுப் பள்ளிகள் குறித்து ஒவ்வொருவரும் புரிந்து கொள்ள இக்கட்டுரை உதவும்.

அரசுப் பள்ளிகளின் கட்டமைப்புகள்

ஒவ்வொரு ஊரிலும் பள்ளிக்கல்வியை இலவசமாக வழங்குவ தற்காக அரசுப் பள்ளிகள் தங்களுக்கே உரிய சிறப்பான கட்ட மைப்புகளுடன் இயங்கி வருகின்றன. ஐந்தாம் வகுப்பு வரை செயல்படும் தொடக்கப் பள்ளிகளும், எட்டாம் வகுப்பு வரையுள்ள நடுநிலைப் பள்ளிகளும் குழந்தைகளின் எண்ணிக்கைக்கு ஏற்ப, தகுந்த அளவிலான வகுப்பறைகளை உள்ளடக்கிய வலிமையான கட்டடங்களுடன் செயல்படுகின்றன என்பதில் மாற்றுக் கருத்துகள் கிடையாது. அதோடு விளையாட்டு மைதானம், சத்துணவுக் கூடம் ஆகியவை கட்டாயமாக இணைந்திருக்கும். கழிப்பறை வசதி, குடிநீர் வசதிக்கான ஏற்பாடுகள், விளையாட்டுச் சாதனங்கள் என அடிப்படைத் தேவைகள் நிறைந்தே ஒவ்வொரு பள்ளியும் காணப்படும்.

இப்பள்ளிகளைத் தவிர்த்து பத்தாம் வகுப்பு வரையுள்ள உயர் நிலைப் பள்ளிகள் சில ஊர்களில் உண்டு. இவற்றைத் தவிர பன்னிரெண்டாம் வகுப்பு வரை இயங்கும் மேல்நிலைப் பள்ளிகளும்

பல ஊர்களில் உண்டு. இவை ஆண்கள் பள்ளிகளாகவோ, பெண்கள் பள்ளிகளாகவோ அல்லது இருபாலரும் படிக்கும் பள்ளிகளாகவோ இயங்கி வருகின்றன.

தொடக்க, நடுநிலைப் பள்ளிகளைப் போலவே இவையும் மாணவர் எண்ணிக்கைக்கு ஏற்ப கட்டிடங்களைப் பெற்றுள்ளன. போதிய அளவு வெளிச்சத்திற்கான ஜன்னல்கள், கதவுகள் கொண்ட காற்றோட்டமான வகுப்பறைகளைக் கொண்ட விசாலமான அமைப்புகள் இங்குண்டு.

இப்பள்ளிகளுக்குள் நுழையும்போதே, பள்ளியைச் சுற்றிலும் ஓரங்களில் வரிசைக் கிரமமாக வகுப்பறைக் கட்டிடங்கள் அமைய, அதோடு பள்ளியின் மையத்தில் கூடுகைத் திடல், கொடிக்கம்பம் ஆகியவை காணப்படும். பள்ளித் தலைமையாசிரியர் அறையுடன் இணைந்த அலுவலக அறை அமைந்திருக்கும். தலைமை ஆசிரியரது பார்வையில் படும்படி வகுப்பறைக் கட்டிடங்களும் பள்ளி நுழைவாயில் கண்காணிக்கப்படும்படியும் அமைந்திருக்கும்.

ஒருபுறம் அறிவியல் ஆய்வகங்கள், அதற்கே உரிய வசதிகளுடன் மாணவர் பயன்பாட்டுக்கு ஏதுவாக அமைக்கப்பட்டிருக்கும். பெரும் பாலும் விளையாட்டு மைதானங்கள் பள்ளியின் பின்புறம் அமைந்து, கற்றல் செயல்பாடுகளுக்கு இடையூறு இல்லாமல் மாணவர்கள் விளையாட வசதியாக இருக்கும். பள்ளிகள் பெரும்பாலானவற்றில் சுற்றுச் சுவர்கள் எழுப்பப்பட்டு பாதுகாப்புடன் அரண் அமைந் திருக்கும். அதோடு, பள்ளிகளைப் பசுமையாகப் பராமரிக்க மரங்கள் வளர்க்கப்பட்டு இயற்கையான காற்றோட்ட வசதி நிரம்பியிருக்கும். சில பள்ளிகள் விழாக்களை நடத்த ஆடிட்டோரிய அரங்குகளையும் கொண்டிருக்கும். இவ்வாறு அரசுப் பள்ளிகள் தங்களுக்கே உரிய சிறந்த கட்டமைப்புடன் விளங்குவதை மக்கள் அறிந்து கொள்ள வேண்டும்.

பயிற்சி பெற்ற அனுபவம் வாய்ந்த ஆசிரியர்கள்

ஒவ்வொரு பள்ளியிலும் மாணவர் எண்ணிக்கைக்கு ஏற்ப கல்வி உரிமைச் சட்டம் 2010-இன் விதிகளின்படி ஆசிரியர்கள் நியமனம் செய்யப்பட்டுச் செயலாற்றி வரும் பள்ளிகள்தான் அரசுப் பள்ளிகள். பள்ளியின் ஆசிரியர்கள் ஒவ்வொருவரும் தகுதியுள்ள பட்டயப்

படிப்பு, பட்டப் படிப்பு ஆகியன பெற்று அரசால் முறையாக நியமனம் செய்யப்பட்டுப் பணியாற்றி வருபவர்கள்.

தொடக்க, நடுநிலைப்பள்ளிகளில் 1-5 வகுப்புகளுக்கு இடைநிலை ஆசிரியர் பயிற்சி (SGT) பெற்றவர்கள் நியமிக்கப்பட்டு பணியாற்று கின்றனர். 6 - 10 வகுப்புகளுக்கு நியமிக்கப்படும் பட்டதாரி ஆசிரி யர்கள் தங்களின் இளநிலை பட்டப் படிப்போடு இணைந்து கல்வியியல் பட்டப் படிப்பான B.Ed முடித்துள்ளவர்கள். இவர்கள் தவிர மேல்நிலை வகுப்புகளுக்குக் கற்பிப்பவர்கள் B.Ed உடன் முதுகலைப் பட்டப் படிப்பைப் படித்துள்ளவர்களாக இருப்பர். பெரும்பாலும் அதிக வருடங்கள் ஆசிரியர்களாகப் பணியாற்றிய அனுபவ ஆசிரியர்களே தற்போது அரசுப் பள்ளிகளில் பணியாற்று கின்றனர்.

10-ஆம் வகுப்பு வரை தமிழ், ஆங்கிலம், கணக்கு, அறிவியல், சமூக அறிவியல் என எல்லாப் பாடங்களுக்கும் தனித்தனிப் பாட ஆசிரியர்கள் உண்டு. அதோடு 11, 12 ஆம் வகுப்புகளுக்கு மொழிப் பாடங்களுடன் சிறப்புப் பாடங்களுக்கும் தனித்தனி ஆசிரியர்கள் நியமிக்கப்பட்டுக் கற்பிக்கின்றனர்.

கூடுதலான துறை ஆசிரியர்கள்

அரசுப் பள்ளிகளில் பாட ஆசிரியர்கள் மட்டுமல்லாமல் வேறு பல துறைகளைச் சார்ந்த ஆசிரியர்களும் பணி நியமனம் செய்யப் பட்டுப் பணியாற்றி வருவது கூடுதல் சிறப்பு. அனைத்து உயர்நிலை, மேல்நிலைப் பள்ளிகளிலும் விளையாட்டுத் துறை ஆசிரியர்கள் பணியாற்றுகின்றனர். நடுநிலைப் பள்ளிகளிலும் இவர்கள் உண்டு.

மேல்நிலைப் பள்ளிகளின் உடற்கல்விப் பிரிவில் 3 அல்லது 4 விளையாட்டு ஆசிரியர்கள் பணியாற்றும் நிலையும் உண்டு. இவர்களைப் போலவே ஓவியம், இசை, கைவேலை, தையல், நெசவு, விவசாய ஆசிரியர்களும் அரசுப் பள்ளிகளில் பகுதி நேர ஆசிரி யர்களாக நியமனம் செய்யப்பட்டுள்ளனர். இவர்கள், மாணவர் களிடம் வாழ்வியல் கல்வியாக, பன்முகத் திறன்களை வளர்க்கும் பொறுப்பை ஏற்று அரசுப் பள்ளிகளில் பணியாற்றி வருகின்றனர்.

இவர்களுடன் கணினி ஆசிரியர்களும் நியமிக்கப்பட்டு வருகின்றனர். ஏராளமான பள்ளிகளில் ஆசிரியர்கள் பற்றாக்

குறையைச் சரி செய்ய, தகுதி பெற்ற ஆசிரியர்களைப் பகுதி நேர ஆசிரியர்களாகவும் அரசு நியமித்துள்ளது. இவை தவிர அந்தந்தப் பள்ளிகளின் பெற்றோர் ஆசிரியர் குழுக்கள், உள்ளூரில் தகுதி பெற்ற கற்பித்தல் பயிற்சிப் படிப்பு முடித்தவர்களை நியமித்து ஆசிரியர் பற்றாக்குறையைச் சரி செய்யும் நடைமுறையும் உண்டு. இவர்களுக்கு மாத ஊதியம் வழங்கிட பெற்றோர் அமைப்புகளே முன்வருகின்றன. பாடங்கள் தவிர மற்ற திறன்கள் வளர்க்கும் ஆசிரியர்களும் நிறைந்த பள்ளிகளே அரசுப் பள்ளிகள் என்பதை இவற்றிலிருந்து உணரலாம்.

கற்பித்தல் முறைகளில் சிறப்பு

அரசுப் பள்ளிகளில் பின்பற்றப்படும் கற்பித்தல் முறைகள் பரிசோதனைக்கு உட்படுத்தி வெற்றி கண்ட கற்பித்தல் முறைகள் எனலாம். தேசிய அளவில் NCERT, மாநில அளவில் SCERT போன்ற அரசின் ஆராய்ச்சி நிறுவனங்கள் பரிந்துரைக்கும் கற்பித்தல் முறைகள் நடைமுறையில் உள்ளன. மாணவர்களின் முழு ஆளுமையை வெளிக்கொண்டுவர உதவும் கற்பித்தல் முறைகளை அரசுப் பள்ளிகளில் நடைமுறைப்படுத்தி வருகின்றனர். அதோடு, ஆண்டு தோறும் ஆசிரியர்களுக்கு, அவர்களது பணி மேம்பாட்டிற்காக, கற்பித்தல் முறைகளில் பணியிடைப் பயிற்சிகள் வழங்கப்படுகின்றன. ஆகவே, தரமான கல்வியை வழங்க ஆசிரியர்கள் தங்களைத் தயார் படுத்திக் கொள்ளவும் அரசுப் பள்ளிகள் பாதை அமைக்கின்றன.

ஆசிரியர் - மாணவர் உறவின் சிறப்பு

அரசுப்பள்ளிக்குப் பயில வரும் மாணவர்கள், பல்வேறு குடும்பச் சூழல்களிலிருந்தும் வரக்கூடியவர்கள். அவர்களது பொருளாதார நிலையும் கவனிக்கத்தக்கது. பெற்றோர்களது அரவணைப்பு என்பது எப்போதும் முழுமையாக அவர்களுக்குக் கிடைப்பதில்லை எனலாம். ஏனெனில் அன்றாட வாழ்க்கைத் தேவைக்காகப் பொருளீட்டும் நிலையில் இருப்பதால் குழந்தைகளின் படிப்பு, உளவியல் குறித்துக் கவனம் செலுத்த முடியாத குடும்பப் பின்னணியிலிருந்து வரும் குழந்தைகளை இரண்டாம் பெற்றோராக அணுகும் ஆசிரியர்கள்தான் அரசுப் பள்ளி ஆசிரியர்கள். வகுப்பறைகளில் உளவியல் சார்ந்த அணுகுமுறையைக் குழந்தைகளிடையே உருவாக்கி, கற்பித்தலை நிகழ்த்தும் ஆசிரியர் - மாணவர் உறவு முறையை அரசுப் பள்ளிகளில் இயல்பாகக் காணலாம்.

மதிப்பீட்டு முறையில் சிறந்தவை அரசுப் பள்ளிகள்

1ஆம் வகுப்பு முதல் 9 ஆம் வகுப்பு வரை மாணவர்களை மதிப்பீடு செய்ய, தொடர் மற்றும் முழுமையான மதிப்பீட்டு (CCE) முறையைப் பின்பற்றும் முறை தமிழக அரசுப்பள்ளிகளில் தற்போது நடைமுறையில் உள்ளது. மாணவர்களிடையே மதிப்பெண்கள் சார்ந்து ஏற்றத்தாழ்வு மனநிலை உருவாகாமல், திறன்களின் அடிப்படையில் மதிப்பிடும் இந்த வழிமுறை, கல்விக் கொள்கைகளில் குறிப்பிட்டுள்ள சிறப்பான ஏற்பாடு. தேர்வுகளின் மன அழுத்தத்திலிருந்து மாணவரை விடுவித்து, சுயமாகப் புரிந்துகொண்டு திறன்களை வளர்த்துக் கொள்ளும் வழிமுறை. தேசியக் கலைத்திட்ட வடிவமைப்பு 2005-இல் பரிந்துரை செய்த மதிப்பீட்டு முறை இது. புரியாமல் மனப்பாடம் செய்யும் வழிகளை மாற்றியமைத்த மதிப்பீட்டு முறை. இத்தகைய சிறந்த மதிப்பீட்டு முறைகள் அரசுப் பள்ளிகளில் பின்பற்றப்படுவதைப் பெற்றோர்கள் உணர வேண்டும்.

தேர்ச்சி விழுக்காட்டில் முதன்மை

10, 12 ஆம் வகுப்புகளின் ஆண்டுப் பொதுத் தேர்வுகளில், பெரும்பாலான அரசுப் பள்ளிகள் 98% தேர்ச்சிவிழுக்காடு பெறுபவை. நூற்றுக்கணக்கான பள்ளிகள் 100% தேர்ச்சி விழுக்காட்டைப் பெற்று, தங்கள் கடின உழைப்பை வெளிப்படுத்துபவை. பள்ளிகளில் எல்லாத் தரப்பு மாணவர்களையும் கையாளக்கூடிய சூழலால் சிறிய அளவில் தேர்ச்சி விழுக்காடு குறைகின்றது எனலாம். ஆம், மாற்றுத் திறனாளிக் குழந்தைகள் எனப்படும் கற்றலில் குறைபாடு உள்ள குழந்தைகளையும் இணைத்தே கற்பித்து வருகின்றனர் அரசுப் பள்ளி ஆசிரியர்கள். தனிக்கவனம் பெற வேண்டிய மாணவர்கள்தான் பெரும்பான்மையான அரசுப் பள்ளி மாணவர்கள்.

இரு வழிப் பாடங்கள்

பெற்றோர்களின் விருப்பத்திற்கிணங்க சமீப காலங்களில் அனைத்து அரசுப் பள்ளிகளிலும் ஆங்கில வழிக் கல்வியும் தொடங்கப் பட்டுள்ளது. ஏற்கனவே உள்ள தமிழ் வழிக் கல்வியுடன் ஆங்கில வழியும் இணைந்து, இரு வழிப் பள்ளிகளாக இயங்கி வருகின்றன அரசுப் பள்ளிகள்.

கல்விக் கட்டணம் இல்லை; இலவச உதவிகள் உண்டு

அரசுப் பள்ளிகளில் பயிலும் குழந்தைகளுக்குக் கல்விக் கட்டணம் முற்றிலும் இலவசம். ஒவ்வொரு குழந்தையிடமிருந்தும் பெற்றோர் ஆசிரியர் நிதி என மிகக் குறைந்த அளவில் நூறு ரூபாய்க்கும் குறைவாகப் பெறுவார்கள். அதற்கான ரசீதும் தந்து விடுவர். பள்ளி வளர்ச்சிக்கு அந்த நிதி பயன்படுத்தப்படும். அதோடு பெரும்பாலான பள்ளிகளில் குறைந்த அளவில் சேர்க்கைக் கட்டணம் பெறும் நடைமுறையும் உள்ளது. ஆனால் அவ்வாறு பெறப்படும் நிதி பள்ளிகளின் வளர்ச்சிக்குத் தலைமை ஆசிரியர்களால் பயன்படுத்தப்படுகிறது.

மாணவர்களுக்கு சீருடை, பாடப் புத்தகங்கள், நோட்டுப் புத்தகங்கள், எழுது பொருட்கள், புத்தகப் பை, ஜியாமெட்ரி பெட்டி, அட்லஸ், ஆங்கில அகராதி, கலர் பென்சில்கள், செருப்பு, போக்குவரத்துக் கட்டணச் சலுகைக்கான பேருந்து பாஸ் இப்படி அனைத்தையும் இலவசமாக வழங்கும் பள்ளிகளே, அரசுப் பள்ளிகள். அதோடு மதிய உணவும் அளித்து அவர்களது ஆரோக்கியத்திற்கு உதவுகிறது. சைக்கிள் மற்றும் மடிக்கணினி வழங்குவதும் பல வருடங்களாக அரசுப் பள்ளிகளில் நடைமுறையில் உள்ளது. பெண் குழந்தைகளுக்கும் பட்டியல் வகுப்பு மாணவர்களுக்கும் கல்வி ஒவ்வொரு வருடமும் உதவித் தொகை வழங்கப்படுகிறது.

நவீனப்படுத்தப்பட்டு, தரப்படுத்தப்படும் பள்ளிகள் அரசுப் பள்ளிகள்

ஏற்கனவே கட்டமைப்பு, ஆசிரியர்கள் வளம் என நிறைந்திருக்கும் அரசுப் பள்ளிகள், தற்கால வளர்ச்சி நிலைகளுக்கு ஏற்ப நவீனமாக மாறியுள்ளன. ஸ்மார்ட் க்ளாஸ் வகுப்பறைகள், கணினி ஆய்வகங்கள், விர்ச்சுவல் வகுப்பறைகள் என ஆரம்பித்து, தற்போது ஹை-டெக் லேப் வசதியும் அரசுப் பள்ளிகளுக்கு அளிக்கப்பட்டுள்ளது. பெரும்பாலும் அரசின் திட்டங்களால் இவை ஏற்படுத்தப்படும். சமீப காலங்களில் ஊர் மக்கள், முன்னாள் மாணவர்கள் என, பல தரப்பிலிருந்தும் அரசுப் பள்ளிகள் தங்களைப் புதுப்பித்துக்கொள்கின்றன. பல பள்ளிகளில் பள்ளி ஆசிரியர்களே தங்கள் சொந்த முயற்சியில் நிதியை ஏற்பாடு செய்து பள்ளிகளைத் தரப்படுத்தி வரும் பணியும் நடக்கின்றது.

நூலகங்கள்

ஒவ்வொரு பள்ளியிலும் நூலகங்களும் இயங்கி வருகின்றன. தனியாக நூலகர் பணியிடம் இல்லை என்றாலும் ஆசிரியருள் யாரேனும் ஒருவர் பொறுப்பு எடுத்து நூலகத்தைக் கவனித்து வருவார். 1 முதல் 12 வகுப்பு வரை உள்ள எல்லா அரசுப் பள்ளி நூலகங்களுக்கும் வருடா வருடம் நூல்கள் வழங்கும் நடைமுறையை அரசு செயல்படுத்தி வருகிறது.

பள்ளி மேலாண்மைக் குழுக்கள் (SMC)

ஒவ்வொரு அரசுப் பள்ளியும் தன்னகத்தே பள்ளி மேலாண்மைக் குழுவைப் பெற்றிருக்கும். இவை கல்வி உரிமைச் சட்டப்படி கட்டாயமாக அரசுப் பள்ளிகளில் இயங்குபவை. இவை பள்ளிகளின் தேவைகள், வளர்ச்சி, மாணவர் நலன் குறித்து முடிவெடுத்துச் செயல்படுத்துதல் உள்ளிட்டவற்றில் சட்டப்படி அதிகாரம் பெற்றவை. ஊர் மக்கள் மற்றும் பெற்றோர்களை உறுப்பினர்களாகக் கொண்டு செயல்படுபவை. இவை அரசுப் பள்ளிகளின் வளர்ச்சிக்கு உதவும் அற்புதக் கருவிகள் எனலாம்.

நிர்வாகக் கல்விக் கட்டமைப்பு

அரசுப் பள்ளிகளின் நிர்வாகம் மிக அழகாகக் கட்டமைக்கப் பட்டுள்ள துறை பள்ளிக்கல்வித் துறையாகும். பள்ளிகளை ஆய்வு செய்ய, தேவைகளைப் பூர்த்தி செய்ய, வழிகாட்ட என சிறந்த கட்டமைப்பு மாநில அளவில் இயங்கி வருகின்றது. தொடக்கக் கல்வித் துறை, பள்ளிக் கல்வித் துறை, தேர்வுகள் துறை, SCERT பாடநூல் பிரிவு என பலமான துறை சார் கட்டமைப்பு நம் அரசுப் பள்ளிகளை இயக்கி வருகிறது. இவை மாவட்ட அளவிலும் ஒன்றிய அளவிலும் அலுவலர்களைக் கொண்டு இயங்குகின்றன. இதோடு அனைவருக்கும் கல்வி இயக்கம், இடைநிலைக் கல்வித் திட்டம் என மத்திய அரசின் நிதியைப் பெற்று பள்ளிகளுக்கு வழங்கும் திட்ட அமைப்புகளும் கல்வித்துறையுடன் இணைந்து தமிழக அரசுப் பள்ளிகளை இயக்கி வருகின்றன. இவை அனைத்தும் மத்திய மனிதவள மேம்பாட்டு அமைப்பின் கீழ் கட்டமைக்கப்பட்டுள்ளன. இத்தகைய கட்டமைப்பைப் பெற்றுள்ள அரசுப் பள்ளிகள் எவ்வளவு சிறப்பு வாய்ந்தவை என்பதை மக்கள் புரிந்து கொள்ள வேண்டும்.

கல்விக்கான மக்களின் வரியில் இயங்கும் அரசுப் பள்ளிகள்

நாம் அன்றாடம் வாங்கும் ஒவ்வொரு பொருளுக்கும் செஸ் என்று 3% கல்வி வரி கட்டுகிறோம். கல்விக்காகக் கோடிக் கணக்கில் மக்களிடமிருந்து கல்வி வரியை அரசு வசூலித்து அரசுப் பள்ளிகளுக்கு செலவிட்டு வருகின்றது. நாட்டின் மொத்த வருவாயில் (GDP) கல்விக்கென்று குறிப்பிட்ட சதவீதம் ஒதுக்கப்படுகிறது. இவ்வாறு மக்களின் வரிப்பணத்தில் இயங்கும் அரசுப் பள்ளிகளை மக்கள் பயன்படுத்திக்கொள்ள வேண்டாமா?

அரசுப் பள்ளிகளை நோக்கிப் பயணிப்போம்

மேற்சொன்ன ஏராளமான சிறப்புகளைப் பெற்று, விளம்பரமே இல்லாமல் ஒவ்வொரு ஊரிலும் இயங்கி வருபவையே அரசுப் பள்ளிகள். அரசுப் பள்ளிகளின் சிறப்புகள் பற்றி இன்னும் கூறிக் கொண்டே போகலாம். நாட்டின் உயர் பதவி முதல் கடை மட்ட ஊழியர் வரை இன்று பணியாற்றுபவர்களில் அரசுப் பள்ளிகளில் கல்வி கற்றவரே ஏராளமானோர். பள்ளிக்கல்வியைத் தனியாரில் முடித்து, உயர் கல்விக்கு அரசுக் கல்லூரிகளை நாடுவதும், அரசுத் துறை வேலை வாய்ப்பைப் பெற விரும்புவதும் இயல்பாக நம் நாட்டில் பார்க்க முடிகிறது. ஆரம்பப் பள்ளிக் கல்விக்கும் அரசுப் பள்ளிகளையே நாடுவதுதான் ஏற்புடையதாக இருக்கும்.

சாதாரண அன்றாடப் போராட்டங்களுக்கு, நம் குழந்தைகளைத் தயார் செய்தல், சுயக் கட்டுப்பாடு, ஒழுக்கம் இவை கொண்ட சட்டப்படியான குடிமக்களை உருவாக்குதல், பிறர் நலம் நாடும் பொது உணர்வைக் குழந்தைகளுக்கு அளித்தல், தேடுதல் என்னும் அறிவுப் பசியை விதைத்தல், எதிர்காலப் பிரச்சனைகளை, சிக்கல்களை எதிர்கொள்ளும் ஆற்றலை வளர்த்தல் என்ற அடிப்படை விதிகளைக் கூறிய 1964-இன் கோத்தாரி கல்விக் கொள்கையின்படி இயல்பாக இயங்குபவை அரசுப் பள்ளிகளே.

மாணவர்கள் விரும்பும் மகிழ்ச்சியான கற்றலை, சுதந்திரமாக ஜனநாயக வகுப்பறைகளில் தருபவை அரசுப் பள்ளிகளே. உங்கள் குழந்தைகள் மன ஆரோக்கியத்துடன் பாதுகாப்பான கல்வியைப் பெற அரசுப் பள்ளிகளை நோக்கிப் பயணியுங்கள்.

காணாமல் போன தமிழ்வழிக் கல்வி

(அக்டோபர் 16-31, 2020 சுவடு இதழில் வெளியான கட்டுரை)

நம் தமிழகத்தில் ஏறத்தாழ நாற்பதாயிரத்திற்கும் மேற்பட்ட அரசுப் பள்ளிகள் இயங்கி வருகின்றன. கடந்த சில ஆண்டுகளாக பள்ளிகளில் மாணவர் எண்ணிக்கை குறைந்து வருவதும் அதனால் பள்ளிகள் இணைப்பு குறித்தான அரசின் நடவடிக்கைகள் பற்றியும் செய்திகளை அறிவோம். ஆனால் இந்தக் கல்வியாண்டின் (2020-21) திருப்புமுனையாக கோவிட் - 19 வைரசின் தொடர் ஊரடங்கால், எல்லாத் துறைகளிலும் பல மாற்றங்கள் இயற்கையாக நிகழ்ந்து வருகின்றன. அவற்றுள் குறிப்பிடத்தக்க வகையில் கல்வித் துறையிலும் மாற்றங்கள் ஏற்பட்டுள்ளன. ஆம், லட்சக்கணக்கான பெற்றோர்கள் தங்கள் குழந்தைகளை அரசுப் பள்ளிகளில் சேர்த்துள்ளனர். வழக்கமான மாணவர் சேர்க்கையைக் காட்டிலும் பல லட்சம் மாணவர்கள், நடப்புக் கல்வியாண்டில் அரசுப் பள்ளிகளுக்கு வருகை புரிந்துள்ளனர்.

அரசுப் பள்ளிகளை நோக்கி வந்துள்ள பெற்றோர்கள்

கடுமையான பொருளாதார நெருக்கடி மக்களை வாட்டிக் கொண்டு இருக்கும் வேளையில், மக்கள் வேலை வாய்ப்பற்று, கையில் வருமானமின்றித் தவித்துக் கொண்டு இருக்கின்றனர். தொடர்ச்சியாக 6 மாதங்களாக மக்களுக்கு ஊதியம் இல்லை. அல்லது வெகுவாகக் குறைந்து போய்விட்டது. அன்றாட உணவு, இருப்பிட வாடகை இவற்றைச் சமாளிப்பதே பெரும் சவாலாக மாறிய தருணத்தில்தான் குழந்தைகளின் கல்விப் பிரச்சனை தலை தூக்கியது. இந்தத் தருணத்தில் மக்களின் நம்பிக்கை தங்கள் ஊர் அரசுப் பள்ளிகளின் மீது திரும்பியுள்ளது என்பது சற்றே மகிழ்ச்சிகொள்ள வேண்டிய செய்திதான். அதனால்தான் அரசுப் பள்ளிகளில் மாணவர்

எண்ணிக்கை பத்து லட்சத்தையும் தாண்டி உள்ளது.

பொருளாதாரக் காரணங்கள் ஒரு புறம் இருந்தாலும் சமீப காலங்களில் அரசுப் பள்ளிகளின் மீது மக்களுக்கு நம்பிக்கை வந்துள்ளது என்பதும் கண்கூடு. கூடுதலாகப் பல பெற்றோர்கள் தங்கள் ஊர் அரசுப் பள்ளியை மூடிவிடும் சூழலை அனுமதிக்கக் கூடாது என்ற சமூக அக்கறையும் கொள்கின்றனர். அது மட்டுமல்ல, பெரும்பாலான அரசு ஊழியர்கள் தங்கள் குழந்தைகளை அரசுப் பள்ளியில் சேர்த்து வருகின்றனர். அரசுப் பள்ளி ஆசிரியர்களும் இதில் அடங்குவர். இவற்றைக் காண்கையில் மாற்றங்களை நோக்கி நமது சமூகம் நகர்கிறது என்ற எண்ணம் நமக்குள் உருவாகிறது .

பயிற்று மொழி - ஆங்கில வழியைத் தேர்வு செய்யும் அவலம்

அதே வேளையில், இங்கு சேர்ந்துள்ள குழந்தைகள் அரசுப் பள்ளிகளில் எந்தப் பயிற்று மொழியைத் தேர்வு செய்துள்ளனர் என்று ஆராய்ந்தால் வேதனைதான் மிஞ்சும். அவர்கள் 90 விழுக்காட்டிற்கும் அதிகமாக விரும்பிச் சேர்ந்திருப்பது ஆங்கில வழிக் கல்வியில்தான். தமிழ் வழிக் கல்வியில் சேர்ந்துள்ள மாணவர்கள் மிக மிகச் சொற்பமான விழுக்காடு என்பதுதான் யதார்த்தம்.

இந்த நிலை திடீரென நிகழ்ந்ததல்ல. தமிழகக் கல்வி வரலாற்றில் தமிழ் மொழி திட்டமிட்டே அழிக்கப்பட்டு வருகிறது என்றால் அது மிகையாகாது. பொதுமக்களுக்கு ஆங்கில மொழியின் மீது மோகம் என்று பொதுவான ஒரு குற்றச்சாட்டை வைத்துவிட்டு எல்லாத் தரப்பினரும் தப்பித்துக் கொள்கின்றனர்.

ஆதிகாலம் முதல் தாய் மொழிவழிக் கல்வியே

ஆங்கிலேயர் காலத்திலேயே மெக்காலே கல்விக் கொள்கை குறிப்புகளில் கூட, தொடக்கக் கல்வியானது அந்தந்த வட்டார மொழியில், கற்போரது தாய் மொழியில் இருப்பதுதான் கட்டாயம் என்ற கருத்துகள் இடம் பெற்றுள்ளன. 1970-களின் பிந்தைய வருடங் களில்தான், நம் தமிழகத்தில் ஆங்கிலவழிக் கல்வி அறிமுகமாகி தனியார் பள்ளிகள் உருவாக ஆரம்பித்தன. பெரு நகரங்களில் மட்டுமே முதலில் ஆங்கில வழிப் பள்ளிகள் தொடங்கப்பட்டன. தொன்னூறுகளுக்குப் பிறகு கொஞ்சம் கொஞ்சமாக, சிறு நகரங்கள், கிராமங்கள் என வேரூன்ற ஆரம்பித்த தனியார் பள்ளிகள்,

2000-ஆவது ஆண்டுகளில் புற்றீசல் போலக் கிராமங்கள், குக்கிராமங்கள் என எல்லா இடங்களிலும் தங்களை நிலைநிறுத்திக் கொண்டன. அவற்றின் பயங்கரமான விளைவுதான் இன்று தமிழ்மொழி வழிப் பள்ளிகளே அருகி, அரசுப் பள்ளிகளும் ஆங்கில வழிக் கற்றலுக்கு முன்னுரிமை தருவதாக மாறிப்போனது.

தனியார் மயத்திற்கு வழிகோலிய நடைமுறை

கல்வி ஒரு வியாபாரப் பொருளாக மாறியதன் விளைவு, செல்வந்தர்கள் தங்கள் பணத்தைப் பெருக்க ஒரே வழியாக, தனியார் பள்ளிகளை ஆரம்பிக்க முதலீடு செய்வது 2000-க்குப் பிறகு வெகுவாகப் பெருகிப் போனது. ஆங்கில வழிப் பள்ளிகளாகவே அனைத்தையும் உருவாக்கி, மக்களிடம் தங்கள் பள்ளிகள் குறித்த விளம்பரத்தையும் தொடர்ந்து எடுத்துச் சென்றனர். பொதுமக்களும் தனியார் பள்ளிகளில் பணத்தைக் கட்டிக் கல்வி பெறுவதால், தங்கள் குழந்தைகள் வாழ்க்கையில் உன்னத நிலையை அடைந்து விடுவதாகவே எண்ணி பொறியில் மாட்டிய எலிகளாயினர்.

அரசுப் பணியில் இருப்போர் மட்டுமன்றி, அரசுப் பள்ளி ஆசிரியர்களும் தங்கள் குழந்தைகளை அவரவர் வருமானத்திற்கு ஏற்ப கல்விக் கட்டணம் பெற்றுக்கொண்டு கற்பிக்கும் பள்ளிகளைத் தங்கள் தரத்திற்கேற்ப நாடினர். விளைவு, எல்லாத் தரப்பு மக்களும் கல்விக் கட்டணம் கட்டிப் படிக்க வைக்க அவரவர்க்கு ஏற்ற பள்ளிகளை நாடினர். அதனால் கல்விக் கட்டணத்தை அடிப்படையாகக் கொண்ட பள்ளிகள் காளான்கள் போல முளைத்தன. தாங்கள் அணுகும் பள்ளிகளில் கற்பித்தல் எவ்வாறு நடைபெறுகிறது? தகுதி வாய்ந்த, பயிற்சி பெற்ற ஆசிரியர்கள் இருக்கின்றனரா என்ற ஆய்வு மனப்பான்மை பெற்றோர்களுக்குத் துளியும் இல்லை. அதனால்தான் ஆயிரக்கணக்கான தனியார் பள்ளிகள் அனுமதி பெறாமலேயே இயங்கி, அது தாமதமாகப் பெற்றோருக்குத் தெரிய வருவதும் போராட்டங்கள் வெடிப்பதும் அவ்வப்போது நடைபெறுகிறது.

மெட்ரிகுலேசன் பள்ளிகள், ஒரு குறிப்பிட்ட காலம் வரை கொடிகட்டிப் பறந்தன. பத்தாம் வகுப்பு வரை அரசுப் பள்ளிகளில் படித்து, பள்ளியில் முதல், இரண்டாம் இடம் வகிக்கும் மாணவர்களைத் தனியார் மெட்ரிகுலேசன் பள்ளிகள் கொத்திச் சென்றுவிடுவார்கள். இலவசக் கல்வி தருவதாகக் கூறி மேல்நிலைக் கல்வியில்

அக்குழந்தைகளைச் சேர்த்துக் கொள்வர். மதிப்பெண்கள் பெற்றபிறகு, அவர்களைத் தங்கள் பள்ளிக்கு விளம்பரத் தூதர்களாக மாற்றி, கட் அவுட் வைத்து மாணவர் சேர்க்கை நடத்தியது கண்கூடு.

தமிழே படிக்காத குழந்தைகள்

தமிழகத்தில் சமச்சீர் கல்வி கொண்டு வரப்பட்ட பிறகு, மெட்ரி குலேசன் பள்ளிகள் பெரும்பாலும் (CBSE) மத்திய இடைநிலைக் கல்வி வாரியத்திற்குத் தங்களை மாற்றிக்கொள்ளும் போக்கு பரவலாக உருவானது. இன்றைய காலகட்டத்தில் கடந்த 9 ஆண்டுகளில் ஏறக்குறைய 900 CBSE பள்ளிகளுக்குத் தமிழகத்தில் அனுமதி அளிக்கப்பட்டுள்ளதாக ஒரு தகவல் கூறுகிறது. எனில், வருடத்திற்கு சராசரியாக நூறு பள்ளிகளுக்கு அனுமதி அளிக்கப்படுகிறது. அங்கு படிக்கும் குழந்தைகளுக்குப் பெரும்பாலும் தமிழ் மொழியே பாடமாகக் கிடையாது. தமிழகத்தைப் பொறுத்தவரை அவர்களது தாய்மொழி பெரும்பாலும் தமிழாகத்தானே இருக்கும்? ஆனால் குழந்தைகளுக்கு மருந்துக்கும்கூட தமிழ்மொழி கற்பித்தல் நடை பெறுவதில்லை. இவை ஒரு புறம் இருக்கட்டும்.

வருமானம் மிகக் குறைவாக இருக்கும் அடித்தட்டு மக்களும்கூட, மழலையர் வகுப்பு முதல் 5 ஆம் வகுப்பு வரை தங்கள் குழந்தை களைப் பெரும்பாலும் மெட்ரிகுலேசன் பள்ளிகளில்தான் படிக்க வைக்கின்றனர். அங்கு ஏறத்தாழ 7 வருடங்கள் ஆங்கில வழியில்தான் குழந்தைகள் படிக்கின்றனர். 6 ஆம் வகுப்பு வரும்பொழுது அரசுப் பள்ளிகளுக்கு வந்தாலும் ஆங்கில வழிக் கல்வியைத்தான் அவர்களால் தேர்வு செய்ய இயலுகிறது. மாணவர்களே விரும்பினாலும் தமிழ் வழிக் கல்வியை நாட முடிவதில்லை. இந்தக் குழந்தைகளுக்குத் தாய் மொழிவழிக் கல்வியான தமிழ் வழிக் கல்வி கிடைப்பதில்லை.

ஆங்கில வழிக் கற்பித்தலுக்கு மாற்றம் பெற்ற அரசுப் பள்ளிகள்

அதேபோல, தமிழகம் முழுவதும் அரசு தொடக்கப் பள்ளிகளி லும் நடுநிலைப் பள்ளிகளிலும் 90 விழுக்காடு பள்ளிகள் ஆங்கில வழியாக மாற்றப்பட்டு விட்டன. ஏனெனில், 'பொதுமக்கள் தங்கள் குழந்தைகளை ஆங்கில வழியில்தான் படிக்க வைக்க விருப்பப்படு கின்றனர்; அதனால்தான் தனியார் மெட்ரிகுலேசன் பள்ளிகளுக்குச் செல்கின்றனர்' என்ற கருத்தின் அடிப்படையில் அனைத்து அரசுப்

பள்ளிகளிலும் தாய் மொழிவழிக் கல்வியான தமிழ்வழிக் கல்வியை ஆங்கில வழிக் கல்வியாக மாற்றி விட்டது அரசு.

ஆயிரத்தில் ஒரு பெற்றோர், நூற்றில் ஒரு பள்ளி என, தமிழ் வழிக் கல்வியை இன்னமும் பற்றிக் கொண்டுள்ளனர் மிகச் சிலரே. ஆனால், எல்லாப் பள்ளிகளிலும் ஆங்கில வழியில் கற்பித்தல் பணியைச் செய்பவர்களும் தமிழ்நாட்டு ஆசிரியர்கள்தான் என்பதை ஏனோ பெற்றோர் புரிந்து கொள்ள முன்வருவதில்லை. தாய்மொழி வழிக் கல்விதான் அறிவியல் பூர்வமாகச் சிறந்த கல்வி முறை என்பதை மக்களுக்குப் புரிய வைக்க அரசும் இதுவரை முயற்சி எடுக்கவில்லை. பேரிடர்க்காலம் போல இந்த நாட்கள் நம் கண் முன்னே விரிகின்றன. ஏனெனில், எந்தப் பள்ளியில் படித்தாலும் தனது 14 வருடப் பள்ளிக் கல்வியை (மழலையர் வகுப்புகள் மற்றும் 12 ஆம் வகுப்பு வரை) நிறைவு செய்த குழந்தைகளிடம் ஆங்கிலத்திலும் புலமையில்லை, தமிழிலும் தெளிவில்லை என்பதுதான் உண்மையான நிலையாக உள்ளது.

கல்வி அரசியல்

உலகில் கல்வியில் சிறந்த அனைத்து நாடுகளும் தாய்மொழிவழிக் கல்வியைத்தானே வழங்கி வருகின்றனர்? நமது தமிழகத்தில் மட்டும் இந்த உண்மையை ஏன் நாம் நடைமுறைப்படுத்த மறுக்கிறோம்? ஏனெனில், தாய்மொழி வழிக் கல்வியை அனைத்துப் பள்ளிகளிலும் நடைமுறைப்படுத்த ஆரம்பித்துவிட்டால், கட்டணம் தந்து தனது குழந்தையைத் தனியார் பள்ளியில் படிக்க வைக்கும் ஒவ்வொரு பெற்றோரும் அரசுப் பள்ளியை நோக்கி வரத்தொடங்குவர். மகிழ்ச்சியான கற்றலைக் குழந்தைகள் அனுபவிப்பர்.

அதனால், தனியார்மயம் அழிந்துவிடும். எல்லோருக்கும் தரமான இலவசக் கல்வி அரசுப் பள்ளிகளிலேயே கிடைக்கும் பட்சத்தில் தனியார் கல்வி நிறுவனங்கள் இழுத்து மூடப்படும். தமிழ் மொழியின் செறிவு மாணவரிடையே பரவலாகும். குழந்தை கள் நன்கு புரிந்து படிப்பர் - சிந்திக்கத் துவங்கி கேள்விக்குட்படுத் துவர். நம் நாடு, நம் மொழி என்ற உணர்வு வந்துவிடும். ஆங்கிலமும் ஒரு மொழி மட்டுமே என்பதை மாணவர் புரிந்து அதற்கான முக்கியத் துவம் அளவுக்கதிகமாகத் தரப்படுவதை நிறுத்த, தங்கள் பெற்றோர் களுக்கு அறிவுறுத்துவர். இவை எல்லாம் நடந்துவிடக்கூடாது

என்பதற்காகவே ஆங்கில வழிக் கல்வியை இங்கு அனைவரும் ஊக்கப்படுத்துகின்றனர். இவை அனைத்தும் கல்வி அரசியலின் ஒரு பகுதிதான். தனியார்மயப் போக்கை வலுப்படுத்தும் அரசியலாகவே இதைப் பார்க்க முடிகிறது.

என்ன செய்யலாம் ?

தற்போது மருத்துவப் படிப்பிற்கு 7.5% இடங்களை அரசுப்பள்ளி மாணவர்க்கு ஒதுக்கியுள்ளது தமிழக அரசு. இதைக் கூடுதலாக உயர்த்தி, தமிழ் வழியில் பயிலும் மாணவர்களுக்கு முன்னுரிமை தரலாம். தமிழ்வழிக் கல்வியில் படிக்கும் மாணவர்களுக்கு அரசு வேலையில் முன்னுரிமை என்பதைச் சட்டமாக்கலாம். கல்லூரிச் சேர்க்கைக்கு அரசுப் பள்ளியில் தமிழ் வழியில் படிக்கும் மாணவருக்கு முன்னுரிமை வழங்க வேண்டும். பொறியியல், மருத்துவம், விவசாயம், சட்டம் என நம் தமிழகக் கல்லூரிகள் அனைத்திலும் அரசுப்பள்ளியில் தமிழ் வழிக் கல்வியில் படிப்பவருக்கே முன்னுரிமை என்பதுடன், முழுமையாகவே அரசுக் கல்லூரிகளில் எல்லா இடங்களையும் அரசுப் பள்ளி மாணவர்களுக்கு வழங்கலாம். அனைத்திற்கும் மேலாக, உயர் கல்விப் பாடங்களைத் தமிழில் உருவாக்க வேண்டியது மிக மிக அவசியம்.

பெற்றோர்களிடம் தாய்மொழி வழிக் கல்வியின் முக்கியத்துவத்தை அரசும் ஆசிரியர்களும் எடுத்துக் கூறி விழிப்புணர்வு பெற வைக்கலாம். தனியார் பள்ளிகளிலும் தமிழ் வழிக் கல்வியை உருவாக்க வழிகாட்டு நெறிமுறைகளை அரசு தரலாம். தாய் மொழிப் பாடம், அதாவது தமிழைப் பயிற்று மொழியாகக் கட்டாய மாக்குவதைக்கூட முன்மொழியலாம்.

இவ்வாறான முயற்சிகள் எடுப்பின், வரும் காலங்களில் நமது அரசுப் பள்ளிகளில் தமிழ்வழிப் பள்ளிகள் உயிர்ப்பிக்கப்படும் என்பதைக் கவனத்தில் கொள்வதுதான் சிறந்தது.

7.5% இட ஒதுக்கீடு நிரந்தரத் தீர்வாகுமா?

(நவம்பர் 1-15, 2020 சுவடு இதழில் வெளியான கட்டுரை)

அரசுப்பள்ளி மாணவர்களுக்கு மருத்துவப் படிப்பில் 7.5 சதவீத உள் ஒதுக்கீடு வழங்கும் சட்டத்துக்கான அரசாணையைத் தமிழக அரசு வெளியிட்டுள்ளது. இதற்காக நாமும் நன்றி தெரிவிக்கலாம். ஆனால் இதுவே நாம் மகிழ்ச்சி கொள்ளப் போதுமானதா? நீட் தேர்வே வேண்டாம் எனக்கூறி தமிழகத்தின் மூலை முடுக்கெல்லாம் ஒலித்துக் கொண்டிருந்த எதிர்ப்புக் குரல்கள் தற்போது மங்கிவிட்டன. நாட்டின் அடித்தட்டு மக்களின் குழந்தைகள் படிக்கும் பள்ளிகள் அரசுப் பள்ளிகளே. ஒப்பீட்டு அளவில் நாட்டின் மொத்தப் பள்ளி செல்லும் குழந்தைகளில் பெரும்பான்மை விழுக்காடு குழந்தைகள் அரசுப் பள்ளிகளில்தான் படிக்கின்றனர். ஆனால் அவர்களுக்கு 7.5% ஒதுக்கீட்டிற்கே எத்தனை நெருக்கடிகள்?! எத்தனை முரண்பாடுகள் நம்மை விழுங்கிக் கொண்டுள்ளன?!

கல்வியை இலவசமாக நாட்டு மக்களுக்குத் தர வேண்டியது அரசின் கடமை. சமூகத்தில் ஒரு மாணவன் நினைத்ததைப் படிக்கக் கூடிய கல்விச் சூழலை உருவாக்குதல்தானே குடியரசு நாட்டின் தலையாயக் கடமையாக இருக்க வேண்டும்? ஆனால் 12 ஆண்டு பள்ளிப் படிப்புக்குப் பின்னும், நுழைவுத் தேர்வு என்ற பெயரில் கல்வியை வியாபாரமாக்கி, குறைந்தது 2 வருடங்களாவது ஒரு மாணவன் உயிரைப் பணயம் வைத்துப் படித்து, நீட் தேர்வின் வழியாகத்தான் மருத்துவராவதற்கான தனது முதல் அடியைக் கல்லூரிக்குள் எடுத்து வைக்க வேண்டும் என்பதில் குறைந்தபட்ச நியாயம்கூட இல்லை.

முந்தைய ஆண்டுகளில் தவறான முறையில் ஆள்மாறாட்டம் செய்து, நீட் தேர்வில் வெற்றி பெற்று, மருத்துவப் படிப்பைத்

துவங்கிய மாணவர்களைக் குறித்து என்ன செய்தி? ஆதார் எண் வைத்துக்கூட ஆள் மாறாட்டம் செய்தவர்களைக் கண்டறிய முடிய வில்லை என்று செய்திகள் வெளியாகின்றன.

நீட் நுழைவுத் தேர்வில் முதலிடம் பெற்றுள்ள மாணவர் ஜீவித்குமார், முந்தைய ஆண்டில் அரசுப் பள்ளியில் பயின்றிருந்தாலும் அதன் பிறகு ஒரு வருடம் தனியார் பயிற்சி மையத்தில் பயின்றுதான் தேர்ச்சி பெற்றுள்ளார். பல லட்சம் செலவு செய்துதான் மருத்துவப் படிப்பில் நுழைய முடியும் என்ற நிலையை உருவாக்கி, மருத்துவத்தை பணக்காரப் படிப்பாக்கி, எளிய மக்களுக்கு எட்டாக்கனியாக மாற்றிவிட்டதை எந்த விதத்தில் சமூகத்தின் நீதியாக நம்மால் ஏற்றுக்கொள்ள முடியும்?

ஒருபக்கம் இந்த நீட் தேர்வு பிரம்மாண்ட அரசியலாக உருவெடுத்து நாட்டு மக்களை உளவியல் சிக்கலுக்கும் பொருளாதார நெருக்கடிக்கும் உள்ளாக்கி வருகிறது. எத்தனையோ குழந்தைகள் உயிரை மாய்த்துக்கொள்ள, அவற்றிலிருந்து புதிய புதிய அரசியல் போட்டிகள் உருவாகின்றன. ஆனால் கல்வியை மிகச் சாதாரணமாக, குழந்தைகளின் விருப்பமாக, கனவாக அவற்றுக்கு வழிவகுக்கும் கல்வி முறையாக உருவாக்க யாருமே செயல்படவில்லை என்பதுதான் இந்தக் கல்வி முறையின் சாபமாக இருந்து வருகிறது.

மீண்டும் மீண்டும் நாம் கூறுவது ஒன்றேதான். கல்வியை வியாபாரமாக மாற்றாதீர்கள். கல்வியை எல்லோருக்குமானதாக மாற்றுங்கள் என்பதுதான். தனியார் மயத்தை ஒழித்து, நாட்டு மக்க ளுக்கான கல்வியை அரசு இலவசமாகத் தர வேண்டும். அதுதான் இந்திய அரசியல் அமைப்புச் சட்டத்தில் குறிப்பிடப்பட்டுள்ளதும்கூட.

அரசுப்பள்ளி மாணவர், தனியார் பள்ளி மாணவர் என்ற இருவரது பெற்றோர் தரப்பினரிடையே, உள்ள பொருளாதார, தொழில், கல்வி போன்ற இடைவெளியைக் கருத்தில் கொண்டு இரு தரப்பினரிடையே சமநிலையை உருவாக்க உள் ஒதுக்கீடு தேவைதான் என்றாலும், மாணவர்களின் விகிதாச்சார அடிப்படையில் பார்த்தால், இந்த 7.5% என்பது மிக மிகச் சொற்பம் என்பது தெளிவாக விளங்கும்.

அதேபோல, பெற்றோரும் மருத்துவப் படிப்பை மட்டுமே தங்கள் குழந்தைகளின் கனவாகத் திணிக்க முயலக்கூடாது. தற்போது படிப்பது என்பதுதான் கல்வி பெறுவதாகப் பார்க்கப் படுகிறது. எந்த வகுப்பு மாணவனாக இருந்தாலும் பாடப் புத்தக அறிவைப் பெற வேண்டும் என்பதே கல்வி முறையாக மாறிப் போனதன் விளைவே நமது இந்தக் கல்வி முறை அழுத்தத்திற்கான காரணம்.

உயர்கல்வி அனைத்திற்கும் இதேபோன்ற நுழைவுத் தேர்வு நடத்துவது பற்றி, புதிய தேசியக் கல்விக் கொள்கை திட்டமிட் டுள்ளது. எனில் எல்லா உயர் கல்விக்கும் இதே போன்று தமிழக அரசுப்பள்ளி மாணவர்களுக்காக இனி வரும் காலங்களில் ஒதுக்கீடு கேட்டு நிற்க வேண்டுமா?

எண்ணற்ற கேள்விகளை நமக்குள் உருவாக்கியிருக்கிறது இன்றைய கல்வியின் சூழல். இந்தச் சூழல்கள் மாறி, கல்வி பரவலாக் கப்பட வேண்டும். கல்வி வணிகம் ஒழிக்கப்பட்டு, அரசே தன் மக்களுக்குக் கல்வியை வழங்கவேண்டும். குழந்தைகள் விருப்பப்படும் கல்வியை ஏற்றத்தாழ்வின்றிக் கற்றுக்கொள்ள வழிவகை செய்யும் கல்வி முறை நடைமுறைக்கு வர வேண்டும். அதற்கு கல்வி மாநிலப் பட்டியலுக்கு வர வேண்டும். அனைத்துத் தரப்பும் எழுப்பும் குரல்கள் அதை நோக்கியே இருக்க வேண்டும்.

பள்ளிகள் மீண்டும் திறக்கப்பட வேண்டும்

(நவம்பர் 16-30, 2020 சுவடு இதழில் வெளியான கட்டுரை)

ஊரடங்கு நீட்டிப்புகளும் பள்ளி திறப்பது குறித்த செய்திகளும் பெற்றோர் கருத்துக் கேட்பும் தொடர்ந்து நிகழ்கின்றன. அரசு அறிவித்த நவம்பர் 16 அன்று பள்ளி திறப்பது குறித்தான செய்தி தற்போது (கட்டுரை எழுதிய நாளின் நிலை) ரத்து செய்யப்பட்டுள்ளது.

இவையெல்லாம் ஒரு பக்கம் இருந்தாலும், 'எது கல்வி?' என்ற கேள்வி எல்லோர் மனதிலும் உருவாகிவரும் நாட்களாக இந்நாட்கள் நீள்கின்றன. கல்வி என்பது நீட் தேர்வில் வெற்றி பெறுவதா? இணைய வழிக் கற்றல் - கற்பித்தலா? என்று குழம்பிப் போயுள்ளனர் பெற்றோர்கள். ஆனால் தனியார் பள்ளிகளில் தொடர்ந்து இணையவழி வகுப்புகள் நடைபெற்று வருகின்றன. இதனால் ஒரு கட்டத்தில் குழந்தைகள் ஒரு வித வெறுப்பு மனநிலைக்கு வந்துள்ளனர். ஏனெனில், வழக்கமாகப் பள்ளி செயல்படும்போது மாலை 4 மணிக்கு வகுப்புகள் முடிந்துவிடும். இப்போது சில இடங்களில் 6 மணிக்குப் பிறகும்கூட நீட்டிப்பு செய்யப்படுகிறது.

அதேபோல, சிறு வகுப்புகளுக்கு மாதாந்திரத் தேர்வு, பெரிய வகுப்புகளுக்கு தினத் தேர்வு, வார, மாதத் தேர்வு என்று காலாண்டுத் தேர்வு வரை நடத்தப்பட்டும் வருகின்றனவாம். பெற்றோர் கூட்டங் கள் இணைய வழியிலும் நேரடியாகவும் நடந்து கொண்டே உள்ளன. பெற்றோர்கள் தங்கள் குழந்தைகளின் இணைய வழி வகுப்புகளுக்கு நிறைய டேட்டா செலவாகிறது என்று ஒருபக்கமும் இணைப்பு கிடைக்கவில்லை என மறுபக்கமும் புலம்பி வருகின்றனர். இணைய வழிக் கற்பித்தலின் சாதக பாதகங்கள் குறித்து அச்சு மற்றும் காட்சி ஊடகங்கள் பேசிப்பேசி ஓய்ந்து விட்டன. தனியார் பள்ளிகளில் ஆட்குறைப்பு, சம்பளக் குறைப்பு, உழைப்புச் சுரண்டல் என ஒரு புறம்

நடந்த விவாதம், கேட்ட புலம்பல் ஆகியவைகூட ஒலித்து ஒலித்து குரல் கம்மிவிட்டது.

அரசுப் பள்ளிகளில் இரு பருவங்களுக்கான பாடப்புத்தகங்கள், பாடக்குறிப்பேடு முதல் அரிசி, பருப்பு, முட்டை, செருப்பு வரை மாணவர்களுக்குத் தொடர்ந்து வழங்கப்பட்டு வருகின்றன. இவை எல்லாம் கல்விக்குள் அடங்குமா?

பள்ளி திறப்பதை எதிர்பார்த்துக் காத்துக் கிடக்கும் குழந்தைகள் ஒருபுறம் இருக்கின்றனர். மற்றொரு புறம் 'பள்ளி எதற்கு? கல்வி என்பதெல்லாம் வெறும் பேச்சு, எதுவுமில்லாமல் நான் என் வாழ்க்கையை நடத்துமளவிற்கு சம்பாதிக்கத் தயாராகிவிட்டேன்' என மாணவர்களில் ஒரு சாரார் களமிறங்கி விட்டனர். எதார்த்தம் என்ன?

இந்த வருடம் அரசுப்பள்ளிகளுக்குள் சேர்க்கை அதிகம் என்றாலும், பள்ளி திறக்கப்படாததால் பல புதுப்புதுப் பிரச்சனைகள் உருவாகியுள்ளன. ஓரளவு வளர்ந்த மாணவர்கள் வீட்டின் பொருளாதாரத் தேவைகளுக்காக, பெற்றோருடன் பல்வேறு தினசரி வேலைகளுக்குச் சென்று சம்பாதித்து உதவுகின்றனர். பல குழந்தைகள் தங்களது செலவுகளுக்காக பெட்ரோல் பங்க், சிறு கடைகள், பெரிய கடைகளில் தினக் கூலிகளாகத் தஞ்சம் புகுந்துள்ளனர். பெட்ரோல் பங்க்குகளில் இரவுப் பணிகளுக்கு பெரிய மனிதர்களைவிட பள்ளி மாணவர்களுக்கு முன்னுரிமை அதிகம் என்கின்றனர் ஈரோடு மாவட்டத்தின் ஒரு கிராமத்து அரசுப் பள்ளி ஆசிரியர் தம்பதிகளான தினேஷ் - உமா இருவரும்.

ஆம், உணவு தந்து நாளொன்றுக்கு 600 ரூபாய் இரவுப் பணிக்குச் சம்பளம் தருகின்றனர். எங்கள் பள்ளி மாணவர்கள் இப்படியான பணிகளுக்குப் போகும்போது, விடுமுறை நாட்களைக் கழித்தாலும் மாதத்திற்கு ஏறத்தாழ 15000 ரூபாய் சம்பாதிக்க ஆரம்பித்து விட்டதால் அவர்கள் மனநிலை மாறிவிட்டது. பி.இ. படித்தவர்கள்கூட பத்தாயிரம் ரூபாய்க்கு அல்லல் படும்போது, பள்ளி மாணவர்களான எங்களுக்குப் போதுமான அளவு ஊதியம் கிடைக்கிறது என்கின்றனராம். இது மட்டுமா? இந்தப் பணம் என்ன செய்கிறது? பள்ளிக்கு ஆன்லைன் வகுப்புகளுக்கு என அலைபேசி வாங்குகின்றனர். அதைத் தவறான வழிகளில் பயன்படுத்துகின்றனர்.

இவர்களை எல்லாம் எப்படி மீண்டும் பள்ளிக்குள் கொண்டு வரப் போகிறோம் என வேதனைப் படுகின்றனர்.

கரூர் மாவட்டத்தில் ஒரு தலைமை ஆசிரியரிடம் பேசும்போது, "பள்ளி திறக்க ஏதாவது ஏற்பாடு செய்தால் பரவாயில்லை. பதின் பருவத்தினரது இயல்பு, வாழ்க்கைச் சூழல் பெருமளவு எதிர்மறை மாற்றம் பெற்று வேதனையடைய வைக்கிறது. வீட்டுக்குத் தெரியாமல் காதல், பாலின ஈர்ப்பு, உடலுறவு கொள்ளுதல் என தறிகெட்டுப் போய் வீணாகின்றனர் குழந்தைகள். என்னிடம் தொடக்க வகுப்புகள் படித்த மாணவி தற்போது 17 வயதில் கர்ப்பமடைந்திருப்பது மிகவும் வேதனையாக உள்ளது. பெற்றோர்களிடம் இது குறித்துப் பேசினால், 'இனிமே என்னத்துக்கு படிப்பு? கலியாணம் செய்து வைத்து விடுகிறோம்' என சாதாரணமாகக் கூறுகின்றனர். பள்ளிகள் நடைபெறும்போது பதின்பருவ மாணவர்களின் இதுபோன்ற சிக்கல்களை, ஆசிரியர்கள் உளவியல் ரீதியாக அணுகி அவர்களது கல்வி வாழ்க்கையை ஓரளவாவது காப்பாற்றி வந்தனர். தற்போது அதற்கு வழியற்று, கதியற்ற குழந்தைகளாகப் போய் விட்டனர். இப்படியே போனால் பெண் குழந்தைகள் உயர்கல்வி கற்பது என்பதில் மீண்டும் பின்னடைவு ஏற்படும்" என்று வருந்துகிறார்.

ஒரு கிராமத்தின் பல தெருக்களில் பெண் குழந்தைகள் ஒரு பக்கம் புத்தகம் விரித்து வைத்துக்கொண்டு, மற்றொரு பக்கம் பிளாஸ்டிக் ஒயர் கூடை பின்னிக் கொண்டு இருப்பதையும் காண முடிகிறது. இரு சக்கர வண்டிகள் பழுது பார்க்கும் கடைகளில் சிறு ஆண் பிள்ளைகள் கையில் ஸ்பேனருடன் வேலை பார்ப்பதைக் கண்டு மனம் பதறாமல் கடந்து வர முடியவில்லை. அப்படி ஒரு சூழலில் ஒரு சிறுவனை அழைத்து உரையாடும்போது நம்பிக்கையாகப் பேசுகிறான்.

"நான் ஏழாம் வகுப்பு படிக்கிறேன். தினம் இங்கு வேலை பார்த்து 50 ரூபாய் சம்பளம் வாங்குகிறேன். என்னிடம் ஒரு XL வண்டியக் குடுத்தா, பார்ட் பார்ட்டாகக் கழற்றி மீண்டும் சேர்த்து வண்டியை ஓட வைப்பேன். நான் பெரியவனானா மெக்கானிக் என்ஜினியரிங் தான் படிப்பேன். அதுக்கு தேவையான பிராக்டிஸ் எல்லாம் இப்போ பண்றேன். எனக்குத் தரும் சம்பளத்தைச் சேர்த்து வச்சு எங்கப்பா கிட்ட தந்து தீபாவளி துணி வாங்கிட்டேன்" என்கிறான். 'பாடங்கள் படிக்கவில்லையா?' எனக் கேட்டதற்கு, "ராத்திரி வீட்டுக்கு வந்து

படிக்கிறேன். அப்பப்போ ஆன்லைன் க்ளாஸ் பார்ப்பேன். நான் படிப்பு, வேலை இரண்டையும் சரியா பண்றேன்" என்கிறான் ஈரோடு அருகே நசியனூர் பகுதி அரசு உதவி பெறும் பள்ளியில் படிக்கும் இந்த 12 வயது சிறுவன்.

இப்படி நம் சமூகத்தில் எல்லாத் தரப்பு மக்களையும் ஒரு குடைக்குள் கொண்டு வருவதென்பது மிகவும் கடினமான காரியம். அரசுப்பள்ளி ஆசிரியர்கள் பெரும்பாலும் தினசரிப் பள்ளி வேலை களைத் தொடர்ந்து செய்து வருகின்றனர். தினசரி பள்ளிக்கு செல்லாத தலைமையாசிரியர்களை தமிழகத்தில் விரல்விட்டு எண்ணிவிடலாம். அதேபோல, பல மாவட்டங்களில் ஆசிரியர்கள் தன்னார்வமாக வீட்டுப் பகுதிகளுக்குச் சென்று குறைந்தபட்சக் கற்பித்தலை வழங்கி வருகின்றனர்.

கொரோனா தொற்று, நகரப் பகுதிகளில்தான் அச்சுறுத்தி வருவதாகக் கூறுகின்றனர். இப்படியான சூழலில் நாம் ஏற்கனவே பலமுறை இங்கு வலியுறுத்தி வந்த மாற்று முறைகளை ஆசிரியர்கள் அனைவருமே ஏன் கையில் எடுக்கக் கூடாது? மொத்தமாக நூற்றுக் கணக்கான, ஆயிரக்கணக்கான குழந்தைகளை வர வைக்க பள்ளியைத் திறப்பது குறித்து யோசிக்காமல், சிறு சிறு எண்ணிக்கையில் மாணவர்களைப் பிரித்து, வாரம் ஒருமுறை அல்லது இருமுறை வர வழைக்கலாமே? நோய்த் தொற்று பரவல் அற்ற கிராமங்களில் அந்தந்தப் பகுதி கல்வி அலுவலரிடம் ஆலோசித்து தலைமை ஆசிரியர்கள், ஆசிரியர்கள், பெற்றோர் ஆகியோர் இணைந்து தேவையான பாதுகாப்பு வசதிகளுடன் கற்பித்தலை மேற்கொள்ளலாம். ஆனால் சமமாகக் கற்பித்தல் நடக்காததால் தேர்வுகள் அவசிய மில்லை. இன்னும் பொதுத் தேர்வுகள், வெளியிடப்படாத பாடக் குறைப்புகள் விவரம் என பல பிரச்சனைகளை இன்றைய சூழலில் கல்வி எதிர் கொண் டுள்ளது.

எது கல்வி? என மீண்டும் மீண்டும் நாம் சிந்திக்க ஏராளமான கள எதார்த்தங்கள் நம்மைத் தூண்டுகின்றன.

அரசு உதவிபெறும் பள்ளி மாணவர்களுக்கும் இடஒதுக்கீடு அவசியம்

(டிசம்பர் 1-16, 2020 சுவடு இதழில் வெளியான கட்டுரை)

தமிழகக் கல்வி வரலாற்றின் சமீபத்திய பெரும் சாதனையாக நாம் பார்ப்பது, நீட்த் தேர்வு திணிப்புக்குப் பிறகு மருத்துவக் கல்வி பயில அரசுப்பள்ளி மாணவர்கள் 407 பேர் முதன்முறையாக இந்த வருடம் தேர்வாகி, மருத்துவப் படிப்பில் எம்.பி.பி.எஸ் மற்றும் பி.டி.எஸ். பிரிவுகளில் மருத்துவக் கல்லூரியில் காலடி எடுத்து வைத்துள்ளனர். இதற்குக் காரணமாக இருந்த நமது தமிழக அரசை எவ்வளவு பாராட்டினாலும் தகும்.

தமிழ்நாட்டில் உள்ள 7,968 மேல்நிலைப் பள்ளிகளில் 3,054 பள்ளிகள் தமிழ்நாடு அரசின் சார்பில் நடத்தப்பட்டு வருகின்றன. இது 38.32 சதவீதமாகும். தமிழ்நாட்டில் பிளஸ் 2 பயிலும் 8 லட்சத்து 41 ஆயிரத்து 251 மாணவர்களில், 3 லட்சத்து 44 ஆயிரத்து 485 மாணவர்கள் தமிழ்நாடு அரசுப் பள்ளிகளில் பயில்கின்றனர். இது 41 சதவீதமாகும். தமிழ்நாட்டில் உள்ள அரசு மற்றும் தனியார் மருத்துவக் கல்லூரிகளில் மொத்தமாக உள்ள 5,550 மருத்துவ இடங்களில், மாநில அரசின் ஒதுக்கீடாக 4,043 இடங்கள் உள்ளன. இவற்றில் தமிழ்நாடு அரசுப் பள்ளிகளில் பயிலும் ஏழை, எளிய மாணவர்களில் 0.15 சதவீதம் மாணவர்களுக்கு மட்டுமே மருத்துவப் பட்டப்படிப்பு இடங்கள் கிடைத்து வந்தன.

இதை மாற்றும் விதமாக வந்ததுதான் புதிய அரசாணை. ஆறாம் வகுப்பு முதல் 12ஆம் வகுப்பு வரை அரசுப் பள்ளிக்கூடங்களில் படித்து நீட் தேர்வில் தேர்ச்சி பெற்ற மாணவர்களுக்கு எம்.பி. பி.எஸ்., பி.டி.எஸ்., பி.எஸ்.எம்.எஸ்., பி.ஏ.எம்.எஸ்., பி.யு.எம்.எஸ்., பி.எச்.எம்.எஸ். ஆகிய படிப்புகளில் 7.5 சதவீதம் உள் ஒதுக்கீடு வழங்கப்படும். தமிழக அரசு பின்பற்றிவரும் 69 சதவீத இடஒதுக்

கீட்டிற்குள், ஒவ்வொரு பிரிவுக்குள்ளும் இது செயல்படுத்தப்படும் என்ற அரசாணை குறித்த செய்தி, கடந்த மாதத்தில் மிகப்பெரிய பேசுபொருளாக மாறி வரலாற்றின் முக்கியமான திருப்புமுனையாக அமைந்திருப்பது, மேற்கண்ட அரசாணையின் எதிர்வினை.

எத்தனையோ அரசியல் கட்சிகள் இதை வேறுவேறு கோணங்களில் விமர்சித்தாலும், குரலற்றவர்களின் கடைசிப் புகலிடமாக மாறிவிட்ட அரசுப்பள்ளிக் குழந்தைகளின் கனவு வாழ்க்கையை மீட்டுக் கொடுத்தது நடப்பு அரசுதான்* என்ற வலுவான உண்மையை நாம் ஏற்றுக் கொள்ள வேண்டும்.

அதிலும், மருத்துவக் கல்விக்குத் தேர்வான மாணவர்களின் படிப்புச் செலவு முழுவதையும் அரசே ஏற்றுக் கொள்ளும் என்ற அறிவிப்பு அத்தனைக் குழந்தைகளின் பெற்றோர்களுக்கும் ஆசிரியர்களுக்கும் மிகப் பெரிய பரிசு எனலாம். ஆம், 7.5 % இட ஒதுக்கீட்டில் தம் குழந்தைகள் தேர்வானாலும் தனியார் கல்லூரி என்பதால் வருடத்திற்குப் பல லட்சங்கள் செலவு செய்ய வேண்டும் என்பது அவர்களது பொருளாதார நிலையில் இயலாத ஒன்று. அதனால் இந்த அறிவிப்பு வெளியாவதற்கு முந்தைய நாள் கவுன்சிலிங்கின்போது, சில குழந்தைகள் தங்களுக்குக் கிடைத்த மருத்துவப் படிப்பிற்கான இடத்தை வேண்டாம் என விட்டுக் கொடுத்த வேதனை நிகழ்வுகளும் உண்டு.

நீட் தேர்வு வந்த பிறகு ஒவ்வொரு வருடமும் பத்துக்கும் குறைவான அரசுப் பள்ளி மாணவர்களே மருத்துவம் படிக்கத் தேர்வாகி வந்தனர். கடந்த வருடம் தமிழகம் முழுக்க இவர்களின் எண்ணிக்கை வெறும் 4 மட்டுமே. அப்படியிருக்க இந்த 7.5 % ஒதுக்கிட்டின் விளைவாக அதைப் போல் நூறு மடங்கு மாணவர்கள் மருத்துவர்களாக உருவாக வழிவகுத்திருப்பதால் நாம் இதைச் சமூக மாற்றத்தின் மிகப் பெரிய அடையாளமாகப் பார்க்கலாம். ஆனால் இந்த அரசாணை அரசு உதவி பெறும் பள்ளிகளின் மாணவர்களுக்குப் பொருந்தாது என்பது சற்றே ஏமாற்றமடைய வைக்கிறது என்ற கருத்தும் பரவலாகப்

(*கட்டுரை வெளியானபோது ஆட்சியிலிருந்த அதிமுக அரசு இந்த இட ஒதுக்கீட்டைச் சட்டமாக்கி நடைமுறைப்படுத்தியது. அதன்பின்னர் 2021-ல் ஆட்சிக்கு வந்த திமுக அரசு, பொறியியல், விவசாயம், சட்டம் உள்ளிட்ட அனைத்துத் தொழிற்படிப்புகளுக்கும் இதை நீட்டித்துள்ளது).

பேசப்படுகிறது. இது குறித்து சில ஆசிரியர்களிடம் பேசிய போது, இரு தரப்பிலும் கருத்துகள் மாறி மாறி முன்வைக்கப்படுகின்றன.

அதேவேளை, "அரசு உதவி பெறும் பள்ளிகளுக்கும் இந்த வாய்ப்பு வழங்கப்பட வேண்டும். ஏனெனில், தற்போது இப் பள்ளிகளில் படிக்கும் மாணவர்களில் 90 சதவீதம் பேர் வசதி குறைவானவர்கள் வீட்டுப் பிள்ளைகள்தான். முதல் தலைமுறை பட்டதாரி மாணவர்கள் தான். BC, MBC, SC, ST மாணவர்கள்தான் அதிகம். எனவே இந்த வாய்ப்பைக் கண்டிப்பாக அரசு உதவிபெறும் பள்ளிக் குழந்தை களுக்கும் வழங்குவதே பொருத்தமானது. அதோடு 7.5% என்பதை 10 சதவீதமாக உயர்த்தவும் வேண்டும்" என்கிறார் மன்னார்குடியைச் சேர்ந்த ராஜப்பா என்ற ஆசிரியர்.

"ஏழைகளின் கடைசி நம்பிக்கை அரசுப்பள்ளிகள்தான். அரசுப் பள்ளிகளின் இட ஒதுக்கீட்டில் அரசு உதவி பெறும் பள்ளிகளைச் சேர்ப்பதால் அரசுப் பள்ளி மாணவர்கள் பெரிதும் பாதிக்கப்படுவர். வேண்டுமானால் அரசு உதவி பெறும் பள்ளிகளுக்குத் தனி இட ஒதுக்கீடு தரலாம்" என்கிறார் கும்பகோணத்தைச் சேர்ந்த ஆசிரியர் இளையராஜா.

"அரசு உதவிபெறும் பள்ளி என்பது தனியார் நிர்வாகம்தானே? அரசுப் பள்ளி மாணவர்களுக்கு மட்டுமே 7.5% இட ஒதுக்கீடு என்பதே சரியானதாக இருக்கும்" என்பது ஆசிரியர் ஹரிஹரனின் குரல்.

"தனியார் நிர்வாகம் என்பது வெறும் நிர்வாகம் சார்ந்தே இருக்கும். உதவிபெறும் பள்ளியின், மாணவர் கல்வி சார்ந்த அனைத்து முடிவு களும் அரசைச் சார்ந்ததே. எனவே இடஒதுக்கீட்டில் உதவிபெறும் பள்ளி மாணவர்களையும் சேர்ப்பதுதான் அறம்" என்கிறார் ஆசிரியர் மரிய ராஜ்.

"அரசுப் பள்ளிகளையும் அரசு உதவி பெறும் பள்ளிகளையும் சமமாகவே கருத வேண்டும். கன்னியாகுமரி, தூத்துக்குடி, திருநெல் வேலி மாவட்டங்களில் 90 சதவீதம் அரசு உதவி பெறும் பள்ளிகள் தான்" என்கிறார் ஆசிரியர் செந்தில்.

"எங்கள் பகுதியில் பெரும்பான்மைப் பள்ளிகள், அரசு உதவி பெறும் பள்ளிகள். பல ஊர்களில் அரசுப்பள்ளிகள் கிடையாது. எனில் அவ்வூரில் உள்ள ஏழை மாணவன் நிலை என்ன? ஆனால்,

உதவி பெறும் பள்ளிகளையும் இதில் சேர்த்தால், அரசுப்பள்ளி மாண வர்கள் நிலை கடினமாகும். எனவே இந்த ஒதுக்கீட்டில் கிராமப்புற, நகரப் புற, அரசுப் பள்ளி, உதவி பெறும் பள்ளி என உள் ஒதுக்கீடுகள் தேவை" என்பது உதவி பெறும் பள்ளி நிர்வாகி என்ற முறையில் திருநெல்வேலி மாவட்ட ஆசிரியர் கமலக்கண்ணனின் கருத்தாக உள்ளது.

"இடஒதுக்கீட்டில் உதவிபெறும் பள்ளி மாணவர்களையும் சேர்ப்பதுதான் சரியானது" என்பதுடன் "கல்விபெறும் உரிமைச் சட்டத்தின்படி (RTE) 25% இட ஒதுக்கீட்டில் தனியார் சுயநிதிப் பள்ளிகளில் 8ம் வகுப்பு வரை படித்து 9-12 வகுப்பு வரை அரசுப் பள்ளியில் படிக்கும் மாணவர்களுக்கும் இந்த இட ஒதுக்கீடு பொருந்தும். ஆனால் அரசு உதவிபெறும் பள்ளி மாணவர்களுக்கு இந்த இட ஒதுக்கீடு பொருந்தாது என்பது எவ்விதத்தில் நியாயம்?" என்கிறார் பழனியைச் சேர்ந்த ஆசிரியர் முருகானந்தம் .

"அரசு உதவிபெறும் பள்ளி மாணவர்களும் 7.5 சதவீத இட ஒதுக்கீட்டில் இடம்பெற்றால் இன்று அரசுப் பள்ளி மாணவர்களுக்குக் கிடைத்துள்ள MBBS சீட்டில் ஒன்றுகூட அரசுப் பள்ளி மாணவர் களுக்கு கிடைத்திருக்காது" என்கிறார் கார்த்திகேயன் என்ற ஆசிரியர்.

"அரசுப்பள்ளி மாணவர்களுக்கு மட்டும் ஒதுக்கீடு என்பது வரவேற்கத்தக்கது. ஆயினும் அரசுப் பள்ளிகள் அருகில் இல்லாமல், தான் படிக்கும் பள்ளி அரசு உதவி பெறும் பள்ளி என்பதே தெரியாமல் நடுநிலைப்பள்ளிகளில் படித்து தற்போது உயர்நிலை மேல்நிலை வகுப்புகளை அரசுப் பள்ளியில் முடித்து 7.5 சதவிகித பலனை அனுபவிக்க முடியாத மாணவர்களின் நிலை பரிதாபத்துக்கு உரியது" என்று தனது கருத்தைப் பதிவு செய்கிறார் ஆசிரியர் பிரபாகரன்.

"அரசு உதவி பெறும் பள்ளிகளில் பயிலும் மாணவ மாணவிகளும் ஏழை மற்றும் கீழ் நடுத்தரக் குடும்பத்துக் குழந்தைகளே. பெரும் பாலான உதவி பெறும் பள்ளிகள் செய்வது கல்விச் சேவையே. எனவே அவர்களுக்கான இடஒதுக்கீடு கண்டிப்பாகத் தரப்படுதலே நியாயமானது" என்கிறார் புதுக்கோட்டையைச் சேர்ந்த ஆசிரியர் ஸ்டாலின் சரவணன்.

"அரசுப் பள்ளிகளுக்கு முக்கியத்துவம் கிடைக்கும். இங்குதான் அதிகமாக ஏழை மாணவர்கள் படிப்பார்கள். அரசு உதவி பெறும் சில பள்ளிகளும் இவ்வாறு இருக்கலாம். ஆனால் பெரும்பாலான அரசு உதவி பெறும் பள்ளிகள் சுயநிதி தனியார் பள்ளிகள் போன்றே செயல்படுவதாக அறிகிறோம். ஏழை மாணவர்களுக்கு நல்லது கிடைக்க வேண்டுமெனில் அரசுப் பள்ளியில் பயிலும் மாணவர்களுக்கு மட்டுமே 7.5% இட ஒதுக்கீடு என்பதே சரியான தாக அமையும்" என்கிறார் தலைமை ஆசிரியர் பழனிராஜன்.

"தமிழ்நாடு மாநில மருத்துவக் கல்வி இட ஒதுக்கீட்டில், அரசு உதவி பெறும் பள்ளி மாணவர்களைச் சேர்க்காதது, தமிழ் நாட்டில் பயிலும் 30% மாணவர்களின் மருத்துவக்கல்விக் கனவைத் தகர்ப்பது போல் உள்ளது. அரசுப் பள்ளிகளைப்போல, அரசு உதவி பெறும் பள்ளிகளிலும் ஏழை மாணவர்கள்தான் பயில்கின்றனர். ஒரு அரசு செய்ய வேண்டிய நிலம், கட்டிடங்கள், கழிவறைகள், குடிநீர் உள்ளிட்ட வசதிகளை நிதி உதவிபெறும் பள்ளிகள் செய்து வரும்போது, இங்கு பயிலும் மாணவர்களுக்கு இட ஒதுக்கீட்டு வாய்ப்பு மறுக்கப்பட்டது எந்த விதத்திலும் சரியில்லை. ஒரு சில பகுதிகளில் அரசு நிதி உதவி பெறும் பள்ளி மட்டுமே உள்ளது. அங்கு பயிலும் மாணவர்களின் மருத்துவக் கனவு கனவாகவே இன்னும் இருக்கிறது. உதவி பெறும் பள்ளிகளிலும் அரசு விதிகளைக் கடைப்பிடிக்கிறோம். சென்சஸ் எடுக்கிறோம். ABL, SABL என்று BRT, BEO சொல்வதை எல்லாம் கேட்டுக் கொள்கிறோம். இருந்தும் எங்களை ஒதுக்குவது ஏன்?

எங்களுக்கும் அரசுப் பள்ளிகளும் என்ன வேறுபாடு? அரசு உதவி பெறும் பள்ளிகளில் பாடம் சரியாக சொல்லிக் கொடுக்க வில்லையா? நல்ல மாணவர்களை உருவாக்கவில்லையா? ஏன் 7.5 சதவீத ஒதுக்கீட்டில் உதவி பெறும் பள்ளி மாணவர்களுக்கு இட மில்லை? இதற்கு அரசு என்ன பதில் கூறப் போகிறது? சமத்துவக் கல்வி, சமச்சீர் கல்வி என்று கூறிவிட்டு, அரசு உதவி பெறும் பள்ளி களை மாற்றாந்தாய்ப் பிள்ளை போல் நடத்துவது ஏன்? வசதி உள்ள வர்களுக்கு ICSE, CBSE என்று உள்ள நிலையில், எங்களைப் போன்ற அரசு உதவி பெறும் பள்ளிகளுக்குக் கூடுதலாக எந்த வசதியும் செய்யாவிட்டாலும் பரவயில்லை. அரசுப் பள்ளிகளுக்கு வழங்கும்

மருத்துவ இட ஒதுக்கீட்டில், அரசு உதவி பெறும் பள்ளி மாணவர்களுக்கும் வாய்ப்பு வழங்க வேண்டும் என்று வேண்டுகோள் விடுக்கிறோம்" என்கிறார் ஈரோடு மாவட்ட ஈ.கே.எம். அப்துல்கனி மதரஸா இஸ்லாமிய ஆரம்பப்பள்ளியின் தலைமையாசிரியரான மூசா ராஜா ஜுனைதி.

என்ன செய்யலாம் ?

இவ்வாறாக இருவேறுபட்ட கருத்துகள் அரசு உதவி பெறும் பள்ளிகள் குறித்து இருந்தாலும், சமூகநீதி என்று பார்த்தால் நூற்றுக்கணக்கான ஊர்களில் அரசுப் பள்ளிகள் இல்லாததால் வறிய மக்கள் அரசு உதவிபெறும் பள்ளியில்தான் தங்கள் குழந்தைகளைப் படிக்க வைக்கின்றனர். இதைக் கருத்தில் கொண்டு இந்த 7.5 சதவீத இட ஒதுக்கீட்டில் தரவில்லை என்றாலும் இவர்களுக்குத் தனி ஒதுக்கீடு வழங்க அரசு ஆவண செய்யலாம். அல்லது அரசு உதவி பெறும் பள்ளிகளை அரசுப் பள்ளிகளாக அங்கீகரிக்கத் தேவையான நடவடிக்கைகளை மேற்கொள்ளலாம். ஏனெனில் இன்றைய சூழலில் கல்விக்குள் நிறைய சீர்திருத்தங்கள் செய்ய வேண்டிய அவசியம் ஏற்பட்டுள்ளது. இது தொடர்ந்து விவாதிக்கப்பட வேண்டிய ஒரு கருத்து.

அடுத்து வரும் கல்வியாண்டுகளில் இதற்கு ஒரு சரியான தீர்வை அரசு எட்டும் என்ற நம்பிக்கையோடு தமிழக அரசுக்கு மீண்டும் ஒருமுறை நம்முடைய பாராட்டுகளைத் தெரிவித்துக்கொள்கிறோம்.

அரசுப்பள்ளிகள் மேம்பட சில ஆலோசனைகள்

(டிசம்பர் 16-31, 2020 சுவடு இதழில் வெளியான கட்டுரை)

அரசுப் பள்ளிகள் பல்வேறு வசதிகளைப் பெற்றிருந்தாலும், அவற்றை மேம்படுத்த வேண்டிய தேவைகளும் ஏராளமாக இருக்கின்றன. அவை குறித்து ஆய்வு செய்ய வேண்டியது நமது தலையாய கடமையும் காலத்தின் தேவையும் ஆகும்.

சமீப ஆண்டுகளில் வேறெப்போதும் இல்லாமல் இந்த வருடம் (2020) பல லட்சக்கணக்கான மாணவர்கள் தனியார் பள்ளியிலிருந்து அரசுப் பள்ளிகளுக்கு இடம் பெயர்ந்துள்ளனர். அது மட்டுமன்றி அரசு ஊழியர்கள், அரசுப்பள்ளி ஆசிரியர்கள் என, இந்த ஆண்டு ஏராளமான பெற்றோர்கள் தங்கள் குழந்தைகளை அரசுப் பள்ளியில் சேர்த்துள்ளனர். இவர்களைத் தக்க வைப்பதற்காகவும் வரும் ஆண்டு களில் அரசுப்பள்ளிகள் மீது பெற்றோர்கள் மிகுந்த கவனம் கொண்டு கூடுதலாகக் குழந்தைகளைச் சேர்க்கவும் அரசுப் பள்ளிகளை மேம்படுத்த வேண்டிய அவசியம் ஏற்பட்டுள்ளது.

அரசுப் பள்ளிகளின் கட்டமைப்புகள்

பெரும்பாலான பள்ளிகளின் கட்டமைப்பு வசதியை மேம்படுத்த வேண்டியுள்ளது. அரசுப் பள்ளிகளைத் தவிர்த்து, மக்கள் தனியார் பள்ளிகளைத் தேர்வு செய்வதற்கு மிக முக்கியமான காரணமாக இதையே கூறலாம். வெளிப்புறத் தோற்றம், வண்ணமயமான சுற்றுச்சுவர், வகுப்பறை வசதிகள், கழிப்பறை வசதிகள் என இன்றைய தலைமுறையினர் மிக அவசியமாக எதிர்பார்க்கக்கூடிய விடயங்கள் இவை எனலாம். 30 வருடங்களுக்கு முன்பு அரசுப் பள்ளிகளில் கழிப்பறைகள் இல்லாத நிலையே பெரும்பாலும் இருந்தது. ஆனால் இன்று அந்த நிலை மாறி கழிப்பறைக் கட்டிடங்கள், உபயோகிக்கத் தண்ணீர் வசதி என ஓரளவு மாற்றம் நிகழ்ந்துள்ளது. ஆனால்

அனைத்துப் பள்ளிகளிலும் 100% கட்டமைப்பை மேம்படுத்தி, புதுப்பொலிவுடன் மாற்றியமைத்தல், சில வருடங்களுக்கு ஒரு முறை பள்ளிக்கு வண்ணமடித்து உயிர்ப்புடன் வைத்தல் வேண்டியது ஆகியவற்றை கல்வித் துறை தொடங்க வேண்டும். அது மட்டுமல்ல, தொடக்கப் பள்ளிகள், நடுநிலைப் பள்ளிகள் என வேறுபாடின்றி எல்லாப் பள்ளிகளுக்கும் விளையாட்டுத் திடல் அமைக்க வேண்டும். சுற்றுச்சுவர் இல்லாத அனைத்துப் பள்ளிகளுக்கும் பாதுகாப்பு கருதி சுற்றுச்சுவர் அமைத்திட வேண்டும்.

20 வருடங்களுக்கு முன்பு மேல்நிலை வகுப்புகளுக்கு மட்டும் அறிவியல் ஆய்வுக் கூடங்கள் இருந்து வந்தன. இன்றைய நாட்களில் தொடக்கநிலை வகுப்புகளுக்கே செயல்முறை விளக்கம் தேவைப்படு வதால் அரசுப்பள்ளிகளில் தொடக்கப் பள்ளிகள் உட்பட நடுநிலை, உயர்நிலைப் பள்ளிகள் வரை அடிப்படை செயல்முறைகளுக்குத் தேவையான அறிவியல் ஆய்வகங்கள் உருவாக்கிட வேண்டும். விழாக்கள் நடத்த, பார்வையாளர் விழா அரங்கு, மெய்நிகர் கற்றல் வகுப்பறைகள், மொழிப் பாடங்களுக்கான ஆய்வகங்கள் என ஒவ்வொரு பள்ளியும் முழுமையாக மேம்படுத்தப்பட வேண்டும்.

வகுப்புக்கு ஒரு ஆசிரியர் நியமனம்

ஒவ்வொரு அரசுப் பள்ளியிலும் முறையாகப் பயிற்சி பெற்ற அனுபவம் வாய்ந்த ஆசிரியர்கள் பணியாற்றுவது உண்மைதான். ஆனால் பல ஆயிரக்கணக்கான தொடக்கப் பள்ளிகள் ஈராசிரியர் பள்ளிகளாகவே செயல்படுகின்றன. மேம்படுத்தப்பட்ட பாடத் திட்டங்கள், காலத்திற்கேற்ப விரிவுபடுத்தப்பட்ட பாடநூல்கள் என அனைத்தும் பள்ளிக்குள் வரும்போது, அவற்றை மாணவர்களிடம் சரியான வழியில் கொண்டு சேர்க்கத் தேவையான ஆசிரியர்கள் நியமனம் கட்டாயம் இருக்க வேண்டும். கல்வி உரிமைச் சட்டத்தின் படி மாணவர் எண்ணிக்கைக்கு ஏற்ப ஆசிரியர் நியமனம் என்பது இங்கு கற்பித்தல் பணிக்குப் போதுமானதாக இருப்பதில்லை. ஏனெனில், ஒரு வகுப்பில் ஓரிரு குழந்தைகள் இருந்தாலும் அவர்களுக்கு 5 பாடங்களும் கற்பிக்கப்பட வேண்டும். அப்படிப் பார்த்தால் தொடக்கநிலைப் பள்ளிகளில் ஒன்று முதல் ஐந்து வகுப்புகளுக்கு 23 பாடப் புத்தகங்கள் உள்ளன. ஒரு ஆசிரியரால் ஒரு நாளைக்கு எத்தனை வகுப்பு மாணவர்களைக் கையாள முடியும்?

ஆகவே, வகுப்புக்கு ஒரு ஆசிரியரும், ஒரு தலைமை ஆசிரியரும் ஒவ்வொரு பள்ளிக்கும் மிகவும் அவசியம்.

கூடுதலான துறை ஆசிரியர்கள்

அரசுப் பள்ளிகளில் விளையாட்டு, பாட்டு, விவசாயம், நெசவு, ஓவியம் என பல துறை தொழிற்கல்வி, சிறப்பு ஆசிரியர்கள் அரசுப் பள்ளிகளில் பணியாற்றுவது பற்றிக் கூறியிருந்தோம். பெரும்பாலான மேல்நிலைப் பள்ளிகளில் தொழிற்கல்விப் பிரிவுகளில் ஆசிரியர்கள் ஓய்வு பெறும்போது அந்தப் பணியிடம் நிரப்பப்படுவதில்லை. ஒரு சில ஆண்டுகளில் அப்பணியிடமே நீக்கப்படுகிறது. இந்த நிலை மாற்றப்பட்டு மீண்டும் ஆசிரியர்கள் நியமனம் செய்யப்பட வேண்டும். அதோடு, தொடக்கப்பள்ளிகளிலும் விளையாட்டு ஆசிரியர்கள் நியமிக்கப்பட வேண்டும். ஏனெனில் விளையாட்டு என்பது குழந்தைப் பருவத்திலிருந்தே தரப்பட வேண்டிய முக்கியப் பயிற்சி. மேல் வகுப்புச் செல்லும்போது தேர்வுகளுக்கு முக்கியத்துவம் தரும் நமது கல்வி முறையில், விளையாட்டுத் திறன்கள் புறக்கணிக்கப்படுகின்றன. தொடக்க வகுப்புகளிலிருந்து விளையாட்டுத் திறன்களை வளர்க்க ஒவ்வொரு பள்ளியிலும் விளையாட்டு ஆசிரியர்கள் நியமிக்கப்பட வேண்டும்.

கற்பித்தல் மற்றும் மதிப்பீட்டு முறைகளை ஆய்வுக்குட்படுத்துதல்

பல்வேறுபட்ட சிறப்பான கற்பித்தல் முறைகளும் தொடர் மற்றும் முழுமையான மதிப்பீட்டு முறையான CCE என்ற முறையும் 8-ஆம் வகுப்பு வரை பின்பற்றப்பட்டாலும் இவற்றில் இருக்கும் இடைவெளியை நிரப்ப வேண்டும். வாசித்தலில் சிக்கல், வயதுக் கேற்ற கற்றல் முழுமையடையாமை என, தொடர்ந்து மாணவரி டையே நாம் குறிப்பிடும் பிரச்சனைகள் கற்பித்தல் முறைகளிலும் இருக்கலாம். பாடத்திட்டம், மதிப்பீட்டு முறை அனைத்திலும் பிரச்சனைகள் இருக்கலாம். இவற்றை ஆண்டுதோறும் மறு ஆய்வுக்கு உட்படுத்தி, திரும்பத் திரும்ப சரி செய்யும்போது சிறிய குறைபாடுகளும் களையப்பட்டு அரசுப் பள்ளிகளில் கல்வியின் தரம் கூடுதலாகச் சிறப்படையும்.

விலையில்லாப் பொருட்களில் கூடுதல் கவனம்

அரசுப்பள்ளிகளில் குழந்தைகளுக்குக் கல்வி மட்டும் இலவசமாக

இல்லாமல்லாமல், விலையில்லாப் பொருட்களாகபாடநூல், நோட்டு, சீருடை, செருப்பு என பத்துக்கும் மேற்பட்ட பொருட்கள் வழங்கப் படுகின்றன. இவற்றில் சீருடைகள் குறித்த அதிருப்தி எப்போதும் அனைத்துத் தரப்பிலும் பேசப்படுவதற்குக் காரணம், குழந்தைகளின் உடல் அளவுகளுக்கு ஏற்ப பெரும்பாலும் உடைகள் தைக்கப்படாமல் இருக்கும். இவற்றைச் சரி செய்ய மாற்று ஏற்பாடுகளை அரசு யோசிக்கலாம். அதேபோல மற்ற விலையில்லாப் பொருட்களிலும் கவனம் செலுத்தலாம்.

சத்துணவு

பள்ளிகளில் பத்தாம் வகுப்பு வரை மட்டுமே சத்துணவு வழங்கப்பட்டு வருகிறது. இது பன்னிரெண்டாம் வகுப்பு வரை நீட்டிக்கப்பட வேண்டும். அதோடு, ஏற்கனவே நடைமுறையிலிருந்த, பலவகைக் காய்கறிகளும் சேர்த்து சரிவிகித உணவு தரும் வழக்கத்தைக் கைக்கொள்ளவும் பரிசீலிக்கலாம். ஏனெனில், ஒரே வகையான சாதம், தக்காளி, புதினா இப்படி வழங்கும் போது சரிவிகித உணவு மாணவர்களுக்குக் கிடைப்பதில்லை. ஆகவே இதையும் பரிசீலிக்கலாம்.

நூலகங்கள்

நமது அரசுப் பள்ளிகளுக்கு ஆண்டுதோறும் நூலகப் பயன்பாட்டிற்கான புத்தகங்கள் அரசால் வழங்கப்படுகின்றன. பள்ளி அளவில் செயல்படாமல் பூட்டி வைக்கப்படும் நூலகங்களை மாணவர் பயன்பாட்டுக்குக் கொண்டு வர அவசரமான சீர்திருத்தங்கள் செய்யப்பட வேண்டும். அதேபோல, குழந்தைகளும் ஆசிரியர்களும் படிக்க வேண்டிய நல்ல நூல்களைத் தேர்வு செய்வதில் தனிக்கவனம் கொள்ளுதல் வேண்டும்.

பள்ளி மேலாண்மைக் குழுக்களில் கூடுதல் கவனம் (SMC)

கல்வி உரிமைச் சட்டப்படி இயங்கும் பள்ளி மேலாண்மைக் குழுக்கள் (School Management Committee) குறித்து முழுமையாக மக்களுக்கு விழிப்புணர்வு தரப்பட வேண்டும். ஒரு அரசுப் பள்ளியின் வெற்றிக்கு இவற்றின் பங்களிப்பும் அவசியம். அதன் உறுப்பினர்கள் நினைத்தால் எப்படிப்பட்ட மாறுதலையும் பள்ளிக்குள் கொண்டு வர இயலும் என்பதைப் பள்ளி ஆசிரியர்கள், தலைமை ஆசிரியர்கள்

உணர்ந்து பெற்றோரிடம் எடுத்துச்செல்ல வேண்டும்.

ஆசிரியரது பங்கு

ஒரு பள்ளியில் வேறெந்தக் குறைபாடு இருந்தாலும் ஆசிரியர்கள் தங்கள் பள்ளி மாணவர்பால் கவனமும் அக்கறையும் கொள்ளும் போது, தானாகவே பெற்றோர்கள் அப்பள்ளியை நோக்கி வருவார்கள். ஆசிரியர்கள் தங்கள் சொந்தக் குழந்தைகளைப் பார்த்துக் கொள்வது போலப் பள்ளிக் குழந்தைகளையும் கவனிக்கும் அணுகுமுறையை உருவாக்குதல் மிக அவசியமாகிறது. மேற்சொன்ன எல்லா மேம்பாடு களையும் பள்ளிக்குள் உருவாக்கியும், ஆசிரியர்கள் சரியில்லை என்றால் எல்லாமே வீண்தான். ஆசிரியர் - மாணவர் உறவு, ஆசிரியர் - ஆசிரியர் உறவு, ஆசிரியர் - தலைமையாசிரியர் உறவு, ஆசிரியர் - பெற்றோர் உறவு, ஆசிரியர் - சமூக உறவு என அனைத்துத் தரப்பிலும் ஆசிரியர்கள் நேர்மறையான மாற்றங்கள் உருவாக்குபவராக இருத்தல் அரசுப்பள்ளிகளுக்கு மிக இன்றியமையாதது. இப்படி யான சிந்தனையுள்ள ஆசிரியர்கள் இல்லாமல் இல்லை. ஆனால் மிகக் குறைவான சதவீதமே இருக்கின்றனர். இந்த நிலை மாறி, ஒரு பள்ளியின் அனைத்து ஆசிரியர்களும் மாணவர் மீது அன்பு காட்டி, பாடப் பொருளில் தங்களை வலுப்படுத்தி, 100% கற்றலை உறுதிப்படுத்துமாறு பணியாற்ற வேண்டும். "ஆசிரியப் பணி அறப்பணி, அதற்கு உன்னை அர்ப்பணி" என்பதன் பொருளுணர்ந்து தங்கள் பொறுப்பு களையும் உணர்ந்து செயலாற்ற வேண்டும். கிராமப்புற ஏழ்மையான குடும்பங்கள், முதல் தலைமுறைக் குழந்தைகள் என, கதியற்றவர்களின் புகலிடமாகவே நமது அரசுப் பள்ளிகள் இயங்குகின்றன. அவர் களுக்கு நம்மை விட்டால் கதியில்லை என்பதை அனைத்து ஆசிரி யர்களும் புரிந்து மாணவர்களை அரவணைத்து மாணவர் மையக் கல்வியை வழங்குவதும் உளவியல் சார்ந்து ஜனநாயக வகுப்பறை களைக் கட்டமைப்பதும் மிகவும் இன்றியமையாதது.

பெற்றோர் ஆசிரியர் கூட்டங்கள்

வழக்கமாக, பல பள்ளிகளில் இக்கூட்டங்கள் கண் துடைப்புக் காகவே நிகழ்கின்றன. ஆனால், பள்ளியின் ஒவ்வொரு வகுப்பிலும் பயிலும் மாணவர்களது பெற்றோர்களும் பள்ளி வளர்ச்சிக்கு இன்றிய மையாதவர்கள். ஆகவே, பள்ளியின் மொத்தப் பெற்றோருக்கும் கூட்டம் நடத்துவதைத் தவிர்த்து, ஒவ்வொரு வகுப்புப் பெற்றோரையும்

குறிப்பிட்ட நாட்கள் சுழற்சி முறையில் அழைத்து, பெற்றோர் ஆசிரியர் கூட்டம் நடத்திட வேண்டும். பெரும்பாலான பிரச்சனை களுக்குத் தீர்வும் பள்ளிக்கு உதவிகள் அவர்களிடமிருந்தே கிடைக்கும், மாற்றங்கள் நிகழும்.

கல்வி நிர்வாகக் கட்டமைப்பின் வலிமையைக் கூட்டுதல்

கல்வியின் சிறப்பான நிர்வாகக் கட்டமைப்பில் பணியாற்றும் அனைவரும் நேர்மையுடன் 100% சரியான பாதையில் பள்ளிகளை வழி நடத்தி, குற்றம் புரிபவர்கள் யாராக இருந்தாலும் நடவடிக்கை மேற்கொள்ள வேண்டும். கல்விக் கட்டணங்கள் வசூலிக்கும் தலைமைகள், கற்பித்தலில் சுணக்கமும் ஏமாற்றும் பண்பும் கொண்ட ஆசிரியர்கள் ஆகியோரை முறைப்படுத்த கடுமையான வழி முறைகளைக் கையாளலாம். ஆய்வுக்காக மட்டுமே கோப்புகளைத் தயாரிக்கும் நடைமுறைகளை அறவே விட்டொழிக்கலாம். கற்பித்தல் அல்லாத பணிகளுக்கு ஆசிரியர்களை உட்படுத்துவதைத் தவிர்க்கலாம். அரசின் செயல் திட்டங்களைக் கீழ்நிலை வரை முறையாகக் கொண்டுசென்று வெற்றி பெறுதலைத் தக்க வைக்கலாம். மாணவர் சேர்க்கை எண்ணிக்கை உயரும் பள்ளிகளை முன்மாதிரிப் பள்ளிகளாக அறிவித்து மற்றவருடன் அதன் காரணங்களைப் பகிர வைக்கலாம். இப்படி, கல்வி நிர்வாகக் கட்டமைப்பின் கீழ் சில மாற்றங்களைக் கொண்டு வருவதன் மூலமும் அரசுப் பள்ளிகள் மேம்பாடு அடைய நிறைய வழிகள் உள்ளன.

ஆசிரியர் சங்கங்களின் பார்வை மாற வேண்டும்

தமிழகப் பள்ளிகளில் பணியாற்றும் ஆசிரியர்கள் நூற்றுக்கணக் கான சங்கங்களைச் சார்ந்தவர்களாக இருக்கின்றனர். அவர்கள் நடத்தும் போராட்டங்கள் பெரும்பாலும் மாணவர் நலன் சார்ந்து இருப்பதில்லை என்பதே அவர்கள் மீதான பொதுவான குற்றச் சாட்டாக சமூகம் வைக்கிறது. அவற்றில் உண்மை உண்டு. ஆகவே ஆசிரியர் சங்கங்கள் தொடர்ந்து மாணவர் நலனுக்காகவும் செயல்பட வேண்டும். அதோடு சங்க உறுப்பினர்களாக இருப்பவர்களில் ஒரு சிலர் பள்ளிகளில் சக ஆசிரியர்களை நடத்தும் விதம், தங்கள் சங்கத்துச் செல்வாக்கை எல்லை மீறி உபயோகித்தல் என பல்வேறு விரும்பத்தகாத நிகழ்வுகள் நடக்கின்றன. இந்நிலையை முற்றிலும்

மாற்றி, ஆசிரியர் சங்கங்கள் புதிய முயற்சிகளை மேற்கொள்ள வேண்டும்.

அரசுப் பள்ளிகள் சிறப்பானவை என்றாலும் மேம்படுத்துவதற்கான சில கூறுகளை இந்தக் கட்டுரை வழியாக முன்வைத்துள்ளோம். மேற்கண்ட சில ஆலோசனைகள் அரசுப் பள்ளிகளின் வலிமையை மக்களுக்கு எடுத்துரைக்கும் என்பதில் ஐயமில்லை.

உளவியல் கல்வி அவசர, அவசியத் தேவை

(ஜனவரி 1-15, 2021 சுவடு இதழில் வெளியான கட்டுரை)

புதிய ஆண்டு பிறந்துள்ளது. கோவிட் 19 தாக்கம் பள்ளிச் சூழலை வெகுவாக பாதித்துள்ளது. விரைவில் இயல்பு நிலைக்குத் திரும்ப வேண்டும். 2021-இல் மீண்டும் பள்ளிகள் திறந்து செயல்படும்போது புதிய பார்வை உருவாதல் மிக அவசியமாகிறது. அதைப் பல கூறுகளை உள்ளடக்கிய செயல் திட்டமாக வடிவமைத்து நடை முறைப்படுத்துதல் காலத்தின் தேவை. அவற்றைப் பற்றி உரையாடலாம்.

வீட்டை விட்டு வெளியில் வந்தறியாத கிரிகிஸ் குழந்தை களுக்காக, ஒரு குன்றின் மீதிருந்த குதிரைக் கொட்டடியைப் பள்ளிக் கூடமாக மாற்றுகிறார் தூய்ஷேன். அப்பள்ளிக்கு தானே ஆசிரியராக மாறுகிறார். அவர் கல்வி அறிஞருமில்லை, ஆசிரியர் பயிற்சி பெற்றவருமில்லை, இலக்கணம் தெரிந்தவருமில்லை. ஆனால் அவர் அந்தக் கிராமத்துக் குழந்தைகளுக்கு ஆரம்ப எழுத்தறிவையும் கல்வி யறிவையும் கற்றுத் தருகிறார். அவரிடம் குதிரைக் கொட்டகையில் பயின்ற அல்தினாய் என்ற மாணவி, அந்த மாகாணத்தின் மிகப் பெரும் கல்வி அறிஞராக உருவெடுக்கிறார். சிங்கிஸ் ஐத் மாதவ் எழுதிய 'முதல் ஆசிரியர்' என்ற குறு நாவலில் இடம் பெறும் காட்சிகள் இவை. அல்தினாய் மட்டுமல்ல, அந்தக் கிராமத்தின் அத்தனைக் குழந்தைகளுக்கும் நடத்தை மாற்றத்தை, நல்ல எழுத்தறிவை, வாழ்க்கைக்குத் தேவையான கல்வியை, தனது அணுகுமுறையாலும் மாணவருடனான நல்லுறவாலும் தூய்ஷேன் வழங்குகிறார். .

நம்மில் பலரும் இந்நாட்களில் கூறுவது, “நாங்கள் எல்லாம் அந்த நாட்களில் மரத்தடியில்தான் படித்தோம்” என்பது. அடிப்படை வசதிகள் கூட இல்லாத பள்ளிக்கூடங்களில்கூட ஆசிரியர்களின்

அணுகுமுறையால் வெற்றி பெற்ற மாணவர்கள் எண்ணிக்கை அதிகம்.

இன்றுள்ள பள்ளிகள் அனைத்தும் அடிப்படைக் கட்டமைப்பு வசதிகளை ஓரளவிற்கு முழுமையாகப் பெற்றுள்ளன. நவீன வகுப்பறைகள் ஆங்காங்கே உருவாகி, புத்தாக்கம் பெறும் பள்ளிகளை எல்லா இடங்களிலும் காணலாம். அதேபோல, அங்கு பணியாற்றும் ஆசிரியர்கள் தகுதியும் திறமையும் வாய்ந்தவர்களாக இருக்கின்றனர். பயிற்சியும் பாடப் பொருள் அறிவும் நிரம்பப் பெற்றவர்களாக இருக்கின்றனர். ஆனால், ஆசிரியர்களுக்கும் மாணவர்களுக்கும் இடையே உருவாகும் உறவுமுறை, பாடப் பொருள் தாண்டிய அணுகுமுறை இவற்றை ஆய்வு செய்தால் உவப்பானதாக இருப்பதாக நம்மால் அறுதியிட்டுக் கூறிட முடியாது.

நமது வகுப்பறையில் அமர்ந்திருக்கும் ஒவ்வொரு குழந்தையும் வேறு வேறு சூழலிருந்து வந்தவர்கள். குடும்பச் சூழல், தனியாள் வேறுபாடுகள், மன உணர்வுகள், அடைவுத் திறன்கள் என எல்லாவற்றிலும் வேறுபட்டு இருப்பவர்களே. அதோடு பொருளாதாரச் சூழல், சமூகச் சூழல் இவற்றிலும் வேறுபட்டே வந்திருப்பார்கள். ஒரு குழந்தையின் இத்தனை வேறுபாடுகளையும் மனதில் கொண்டுதான் ஒரு ஆசிரியர் அவர்களை அணுக வேண்டிய சூழல் உருவாகிறது. ஆகவேதான் ஆசிரியர் பணியும் சவாலான பணியாகிறது.

இன்றைய நம் வகுப்பறைச் சூழல் தேர்வுக்கு முக்கியத்துவம் தருவதாக இருப்பதால், ஆசிரியர்கள் அணுகுமுறைக்குப் பதிலாக பாடத்திட்டத்திற்கு முக்கியத்துவம் அளிக்கவே முன் வருகின்றனர். பல்வேறு சூழல்களிலிருந்து சீரற்ற மனநிலையில் வகுப்பறையில் அமர்ந்துள்ள குழந்தைகள் பலருக்கு, பாடத்தின் மீது கவனம் குவிவதே இல்லை. ஆசிரியர்களிடமிருந்து அவர்கள் எதிர்பார்ப்பதும் அவர்களுக்குக் கிடைப்பதும் ஒரே நேர்க்கோட்டில் அமையாததால் சிக்கல்கள் உருவாகின்றன. விளைவு, மாணவர்கள் மனதில் பாடங்கள் பதிவதில்லை. கற்றல் செயல்முறைகள் நல்ல அனுபவங்களாக மாறாமல் கீறல்களாக, வடுக்களாக மாறி விடுகின்றன.

வீட்டில் பெற்றோர்களும், தங்கள் குழந்தைகளின் விருப்பங்கள், மனச் சிக்கல்கள் எவற்றையும் கவனத்தில் கொள்ளாமல் அவர்களைப்

படிக்க மட்டுமே வற்புறுத்துகின்றனர். அதற்கு இன்றைய சமூகத்தில் கல்வி என்பது படிப்பு என்பதாக மாறியதும் வேலைக்கான தயாரிப்புப் பணியாக பள்ளிக்கல்வி மாறிவிட்டதும்தான் காரணம். இதன் தொடர்ச்சியாக, பெற்றோர்களாலும் புரிந்துகொள்ளப்படாமல், பள்ளிகளிலும் தங்கள் மன அழுத்தங்கள் புறக்கணிக்கப்படுவதால், குழந்தைகள் தங்கள் இயல்பை மீறி உளவியல் சிக்கல்களுக்கு ஆளாக நேரிடுகிறது.

கடந்த ஆண்டு பள்ளியில் 6-ஆம் வகுப்பில் புதிதாகச் சேர்ந்த மாணவி ரித்திகா, அழகான கையெழுத்தும் நன்கு படிக்கும் திறனும் பெற்றவராக இருக்கிறார். வரைதல், கதை சொல்லுதல் முதலிய படைப்பாற்றல் திறனும், பேச்சுப் போட்டி, கட்டுரைப் போட்டி போன்ற பள்ளியளவில் நடக்கும் போட்டிகளில் சிறப்பாகப் பங்காற்றும் ஆற்றலும் பெற்றவராக இருக்கிறார். ஆனால் 6 மாதங் களுக்குப் பிறகு அவரது நடத்தையில் திடீர் மாற்றம் ஏற்படுவதை வகுப்பாசிரியர் கவனிக்கிறார். படிப்பதில் சுட்டியான ரித்திகாவின் ஆர்வம் குறைகிறது. எப்போதும் சிரித்த முகத்துடன் வகுப்பில் வளைய வரும் குழந்தையை முகவாட்டமும் சோகமும் சூழ ஆரம்பிக் கின்றன.

ஆசிரியர் அவரைக் கவனிக்க ஆரம்பித்ததோடு, அவரது இந்த நடத்தை மாற்றத்திற்கான காரணம் அறிய முற்படுகிறார். காரணம் அவரது வீட்டுச் சூழல் எனத் தெரிய வருகிறது. அவரது தந்தையின் நடத்தை மாறுதல் தாயைப் பாதிக்க, அதைப் பார்த்த ரித்திகாவின் மன நிலையில் பயம், பதற்றம் சூழ்ந்திருக்கிறது. இதைப் புரிந்து கொண்ட ஆசிரியர், பெற்றோரை அழைத்து குழந்தையின் மன நிலையைப் புரிய வைக்கிறார். குழந்தையை இயல்பு நிலைக்குத் திரும்ப வைக்க நான்கு மாதம் ஆனது. இதற்கு பெற்றோர் துணை தேவைப்பட்டது. இந்தக் கல்வியாண்டின் தொடக்கத்தில் மீண்டும் பழைய நிலையை அடைந்தார் ரித்திகா.

இங்கு ஆசிரியர் ரித்திகாவின் நடத்தை மாறுதலை அசட்டையாக விட்டிருந்தால், அந்தக் குழந்தையின் கற்றல் அனுபவம் என்றுமே மகிழ்ச்சியாக அமைந்திருக்காது. ஒரு ரித்திகா மட்டுமல்ல, ஓராயிரம் ரித்திகாக்களுக்கு ஆசிரியரது மனவியல் சார்ந்த ஆலோசனைகளும் கூடுதல் கவனிப்பும் உரிய அணுகுமுறையும் தேவைப்படுகின்றன.

சரியான அணுகுமுறை இருக்க வேண்டுமெனில் ஆசிரியருக்கும் மாணவருக்குமான உறவு பலப்பட வேண்டும். மாணவர்களுக்கு ஆசிரியர் மீது நம்பிக்கை வர வேண்டும். மேலே சொன்ன நிகழ்வில் ஆசிரியர் மாணவர் உறவு பலப்பட்டிருந்ததால்தான் ஆசிரியர் மீது ரித்திகாவிற்கு நம்பிக்கை ஏற்பட்டது.

நம்பிக்கை வந்ததால்தான் ரித்திகா மனம் திறக்கிறார். அதன் பிறகு ஆசிரியரது அணுகுமுறை மாணவியையும் பெற்றோரையும் சூழ்கிறது. உளவியல் ஆலோசனை கொடுக்கப்படுகிறது. மாணவியின் மனநலம் மீட்டெடுக்கப்படுகிறது. அவரது அறிவுசார் செயல்கள் மீண்டும் பழைய நிலையை அடைகின்றன. ஆசிரியப் பணியின் பொறுப்பும் செயல்பாடுகளும் இந்த ஒரு உதாரணம் வழியே நமக்குப் புலனாகிறது.

இந்த அணுகுமுறை இருந்திருந்தால் சில வருடங்களுக்கு முன்பு, சென்னையில் பள்ளியின் வகுப்பறையில் ஆசிரியர் உமாமகேஸ்வரி அவரது வகுப்பு மாணவனாலேயே கத்தியால் குத்தப்பட்டு இறந்திருக்கமாட்டார். அதிக மதிப்பெண்களைப் பெற்றும், மன அழுத்த நெருக்கடிதான் மாணவி அனிதாவின் தற்கொலைக்கு ஒரு காரணமாக அமைந்தது. 'ஒரு ஆசிரியர்கூடவா அந்த மாணவியின் துயரத்தைப் பகிர்ந்துகொள்ள இருந்திருக்கமாட்டார்?' என்ற கேள்வியே என்னைக் கடந்த 3 வருடங்களாகத் துளைத்தெடுத்து வருகிறது. பாடம் தாண்டிய அணுகு முறையும் ஆசிரியர் மாணவர் நல்லுறவும் வகுப்பறைகளில் முக்கியத்துவம் பெறும்பொழுது இது போன்ற இழப்புகள் நிச்சயம் நிகழாது.

வெறும் தகவல்களை மாணவர்க்குக் கடத்தும் வகுப்பறைகள், அவர்களது வாழ்க்கையை செம்மைப்படுத்தவோ நெறிப்படுத்தவோ உதவுவதில்லை. பாடத்திட்டத்தை மட்டும் மையமாக வைத்து நகரும் வகுப்பறைகளும் இயற்கையாக மலர்வதேயில்லை. தகவல்களைக் கொட்டித் தரும் வகுப்பறைகள் கூகுள் வகுப்பறைகளே. ஆகவே உயிரோட்டமான வகுப்பறைகளை உருவாக்க வேண்டிய கட்டாயத்தில் இருக்கிறோம். அதற்கு அடிப்படைதான் மாணவர் மைய வகுப்பறைகள்.

ஆகவே, ஒரு பள்ளியில் புறக் கட்டமைப்புத் தளவாடங்கள், கற்பித்தல் உபகரணங்கள் இன்ன பிற அனைத்து வசதிகள் தேவை

தான். இவை அனைத்தும் இருந்தாலும் ஆசிரியர் அணுகுமுறை குழந்தைகள் விரும்பும்படியாக இருக்க வேண்டும். அப்போதுதான் குறைந்தபட்சக் கற்றல் அடைவுகளுடன் ஒரு ஆசிரியரால் கற்பித்தலை வெற்றிகரமாகச் செயல்படுத்த முடியும். பள்ளிக்கல்வி என்பது நாம் எப்போதும் பேசுவது போல பாடம், தேர்வு, மதிப் பெண்கள், தேர்ச்சி ஆகியவற்றை மட்டும் உள்ளடக்கமாகக் கொண்டதல்ல. அவற்றுடன் உளவியல் அணுகுமுறைகள்தான் அழுத்தமாகத் தேவைப்படும் உள்ளீடுகள். கட்டமைப்பு, பாடப் பொருள் தாண்டிய அணுகுமுறையே முதல் தேவை.

பள்ளிகள் மீண்டும் திறக்கப்பட்டு, மாணவர்கள் மீண்டும் நேரடிக் கல்விக் களத்தில் வலம் வரும் ஆண்டாக இந்தப் புத்தாண்டு மலரட்டும்.

பள்ளிகள் திறப்பு - கொரோனாக் கால சிக்கல்

(ஜனவரி 16-31, 2021 சுவடு இதழில் வெளியான கட்டுரை)

பள்ளிக்கல்விச் சூழலில் 2021-ஆம் ஆண்டு தொடங்கியவுடன், துரிதமாக சில வரவேற்கத்தக்க மாற்றங்கள் நடந்தன. 10 மற்றும் 12ஆம் வகுப்பு மாணவர்களின் வசதிக்காக ஜனவரி 19-ஆம் தேதி முதல் பள்ளிகள் செயல்படும் என்ற அப்போதைய தமிழக முதல்வரின் அறிவிப்பு பெரும் விவாதமாக நிலவி வந்தது.

நாடு முழுவதும் கொரோனா தொற்று காரணமாக 2020 மார்ச் 24-ஆம் தேதி முதல் மூடப்பட்ட கல்வி நிறுவனங்கள், ஆண்டு முடியும்வரை திறக்கப்படவில்லை என்பது நாம் அறிந்ததே. பெரும்பாலான ஊரடங்குக் கட்டுப்பாடுகள் சிறிது சிறிதாக விலக்கிக் கொள்ளப்பட்டபோதும், கல்வி நிறுவனங்கள் மட்டும் திறக்கப்படாமல் இருந்து, கல்லூரி இறுதி ஆண்டு மாணவர்களுக்கு மட்டும் டிசம்பர் 2020-ல் வகுப்புகள் துவங்கப்பட்டன. இணையம் வழியாகவே வகுப்புகள் நடந்து, தேர்வுகளும் நடத்தப்பட்டன.

முதல் கருத்துக் கேட்புக் கூட்டம்

இந்த நேரத்தில் பள்ளிகள் திறப்பதற்காகப் பெற்றோர்களிடம் முதல் முறை கருத்துக் கேட்புக் கூட்டம் 2020, நவம்பர் 9-ஆம் தேதியன்று நடைபெற்றது. ஆனால் பெரும்பாலான பெற்றோர்கள் பள்ளிகள் திறப்பு வேண்டாம் என்று கூறியதாலும், பல்வேறு தரப்பு களிலும் எதிர்ப்புக் கிளம்பியதாலும் பள்ளிகள் திறப்பு தள்ளி வைக்கப்பட்டது.

சுவடின் வழியே

ஆனால், சுவடு இதழ் வழியாக பள்ளிகள் திறப்பதற்கு நாம் தொடர்ந்து கோரிக்கைகள் வைத்தது குறித்து வாசகர்களுக்குத்

தெரியும். டிசம்பர் இறுதி வாரங்களில் 10, 12 ஆம் வகுப்புகளுக்குப் பொதுத்தேர்வு அட்டவணை வெளியீடு குறித்த தகவல்களும் ஊடகங்களில் வெளிவந்தவண்ணம் இருக்க, மாணவர் - பெற்றோர் தரப்பில் சற்றே கவலையும் பயமும் உருவானது.

ஏனெனில், தனியார் பள்ளிகள் தொடர்ந்து இணைய வழி வகுப்புகளைக் கைக்கொண்டு மாணவர்களுடன் ஒரு தொடர்பை ஏற்படுத்தி வருகின்றனர். ஆனால் அரசுப்பள்ளி மாணவர்களின் நிலை வேறாக இருந்து வருகிறது. இது குறித்தும் நாம் சுவடு இதழில் தொடர்ந்து எழுதி வந்தோம்.

இரண்டாவது கருத்துக் கேட்புக் கூட்டம்

இந்தச் சூழலில் 10 மற்றும் 12 ஆம் வகுப்பு மாணவர்களுக்குப் பள்ளி திறப்பது குறித்து ஜனவரி 6, 7, 8-ஆம் தேதிகளில் பெற்றோர்களிடம் பள்ளிகள் நடத்திய கருத்துக் கேட்புக் கூட்டத்தில், பெரும்பாலான பெற்றோர்களின் கருத்து பள்ளிகள் திறக்கப்பட வேண்டும் என்பதாக இருந்தது. தங்கள் குழந்தைகள் வீட்டில் ஆன்லைன் வகுப்புகளில் முறையாகக் கற்றலில் ஈடுபட வாய்ப்பில்லை என்றும் படிப்பை மறந்துபோகும் சூழல் குழந்தைகளிடம் உருவாகியுள்ளது எனவும் பெற்றோர்கள் கவலையுடன் தெரிவித்தனர்.

அதோடு, பொதுத் தேர்வுக்கு அவர்கள் தயாராக வேண்டுமெனில் பள்ளிகள் தகுந்த பாதுகாப்பு வசதிகளுடன் உடனடியாகத் திறக்கப் பட வேண்டும் எனவும் தங்கள் கருத்துகளைத் தெரிவித்தனர்.

ஜனவரி 19 இல் பள்ளிகள் திறப்பு

மாணவர்களின் கல்வி நலனைக் கருத்தில்கொண்டு பள்ளிகளைத் திறக்க அரசு முடிவெடுத்துள்ளதாகத் தெரிவித்தது. இதற்கான அறிவிப்பைத் தமிழக முதல்வர் ஜனவரி 12-ஆம் தேதி வெளியிட்டார். தகுந்த பாதுகாப்பு ஏற்பாடுகளுடன் வகுப்பிற்கு 25 மாணவர்களுக்கு மிகாமல் பள்ளிகள் செயல்பட வேண்டும் என்றும் அரசு வெளியிடும் வழிகாட்டு நெறிமுறைகளுக்கு உட்பட்டுப் பள்ளிகள் செயல்பட அனுமதியளிக்கப்படுவதாகவும் குறிப்பிடப்பட்டது.

அனைத்து மாணவர்க்கும் நோய் எதிர்ப்புச் சக்தியை அதிகரிக்கும் வழிவகையாக வைட்டமின் மற்றும் துத்தநாக மாத்திரைகள் வழங்க

சுகாதாரத் துறைக்கு உத்தரவிட்டுள்ளதாகவும் செய்திகள் வெளியாகின.

அரசின் இந்த அறிவிப்பைத் தொடர்ந்து தமிழகத்தில் அரசு மற்றும் அரசு உதவி பெறும் பள்ளிகள், தனியார் பள்ளிகள் என மொத்தம் 11 ஆயிரத்து 600 பள்ளிகளில் 10 மற்றும் 12 ஆம் வகுப்புகள் தொடங்க உள்ளன, சுமார் 9 மாதங்களுக்குப் பிறகு மீண்டும் 18 லட்சம் மாணவர்கள் பள்ளிக்கு வரப் போகின்றனர் என்ற எதிர்பார்ப்பு நிலவியது.

அந்த நேரத்தில் பள்ளிகள் திறக்க வேண்டும் என்று ஒரு பிரிவினரும் பள்ளிகள் திறப்பு தற்போது தேவையில்லை என்று மற்றொரு பிரிவினரும் தொடர்ந்து பேசி வந்தனர்.

திறக்க வேண்டாம் என்பவர்கள் கூறும் காரணங்கள்

குழந்தைகளுக்கு நோய்த்தொற்று ஏற்பட்டு கொரோனா பரவல் ஏற்பட்டுவிடக் கூடாது. அது சமூகப் பரவலாக மாறிவிடக் கூடாது. நமது குழந்தைகள் பேருந்து மற்றும் பொதுப் போக்குவரத்து வண்டிகளில் வரும்போதும் நோய்த்தொற்று ஏற்படலாம். மாணவர்களால் ஆசிரியர்களுக்கும் தொற்று பரவிட வாய்ப்புள்ளது. பள்ளிகளில் சக நண்பர்களுடன் கூட்டமாகக் கூடி வரும் வளர்ந்த மாணவர்களைக் கட்டுப்படுத்துவது சிரமம். மாணவர்களது வாழிடங்களில் விழிப்புணர்வின்றிப் பெற்றோர்கள் இருப்பின் நோய்த் தொற்று விரைந்து பரவும். பள்ளிகளில் கழிவறை வசதிக் குறைபாடுகளால்கூட நோய்த் தொற்று பரவும் என்று காரணங்களை அடுக்குவதோடு, மாணவர், ஆசிரியர் அனைவருக்கும் தடுப்பூசி போட்ட பிறகு பள்ளிகளைத் திறக்கலாம் என்கின்றனர்.

திறக்க வேண்டும் என்பவர்கள் கூறும் காரணங்கள்

ஏறக்குறைய 9 மாதங்கள் குழந்தைகள் பள்ளியை விட்டுத் தனித்து வாழ்ந்துள்ளனர். 10, 12 ஆம் வகுப்புகளுக்குப் பொதுத்தேர்வு அறிவித்தால், குறைந்தபட்ச கற்பித்தல் - கற்றலாவது அவர்களுக்கு அவசியத் தேவை. தனியார் பள்ளி மாணவர்களுக்கோ தொடர் இணையவழி வகுப்புகளால் அன்றாடம் ஆசிரியர் மாணவர் சந்திப்பு நிகழ்ந்து கொண்டே இருக்கிறது. பாடம் சார்ந்து அந்தக் குழந்தைகள் ஓரளவேனும் பயமின்றி உள்ளனர். ஆனால் அரசுப்

பள்ளிக் குழந்தைகளின் நிலை அவ்வாறு இல்லை. இணைய வசதி இல்லை, பெற்றோருக்கு வேலை இல்லாததால் நெட் பேக் போட முடியவில்லை, டிவைஸ் கூட இல்லை.

இது ஒருபுறம் இருக்க திருப்பூர் மாவட்டத்தில், ஒரு அரசுப் பள்ளியில்கூட மாணவர்கள் தொடர்பிலில்லை. பனியன் தொழிற் சாலைகளுக்கு வேலைக்குப் போய்ப் பல மாதங்கள் ஆயிற்றாம். விருது நகரில் தீப்பெட்டித் தொழிற்சாலை, ஈரோட்டில் நெசவு, மசாலா நிறுவனங்கள் இப்படி மாவட்டத்திற்கு மாவட்டம் கூறிக்கொண்டே போகலாம். பெண் குழந்தைகள் பலருக்குத் திருமணம் முடிந்த கதைகளை ஒவ்வொரு பள்ளி ஆசிரியரும் வேதனையுடன் பகிர் கின்றனர். இதுமட்டுமல்ல, வாழியல் சூழல் வேறுபாட்டால் EMIS தளத்தில் மாணவர் பெயர் இருந்தும் இடைநிற்றலாகிப் போன கதைகள் என, பள்ளி திறக்க வேண்டிய காரணங்களாக ஏராளமான உண்மைகளைக் கூறலாம்.

கடந்த 3 மாதங்களில் மட்டும் குழந்தைகளுக்கு எதிரான நிகழ்வுகளாக, தேசியக் குழந்தைகள் ஆணையத்தில் பதிவாகியுள்ள வழக்குகள் 1600 என்று தகவல். இப்படி அடுக்கிக்கொண்டே போக லாம். ஏற்கனவே வருகைப் பதிவேட்டில் உள்ள மாணவர்களைப் பள்ளிக்குள் கொண்டு வருவதே மிகப் பெரிய சவாலாக உள்ள நிலை யில், இன்னும் நாட்களைக் கடத்தினால் கை நழுவிப் போன குழந்தைகளைக் காப்பாற்ற முடியாமல் கையறு நிலைக்குத் தள்ளப் படுவோம். சமூகநீதி, குழந்தைப் பாதுகாப்பு என எல்லாவற்றையும் காப்பாற்ற வேண்டுமெனில் பள்ளிகளைத் திறப்பதே உடனடித் தேவை.

சுகாதாரத்துறை மருத்துவர்களின் வழிகாட்டுதலில், தகுந்த பாதுகாப்பு வசதிகளுடன், சமூக இடைவெளியுடன் பள்ளிகளைக் கொஞ்சம் கொஞ்சமாக இயங்க வைத்தல்தான் இன்றைய சூழலில் கல்விக்கான சரியான தீர்வாக இருக்கும் என்பதில் கடுகளவும் ஐயமில்லை. மாற்று வகுப்பறை, பகுதி நேர வகுப்பு என ஏற்கனவே நம் விவாதத்தில் இடம் பெற்றுள்ள முறைகளையும் இணைத்துக் கொள்ளலாம். தற்போது பள்ளி திறக்கவேண்டாம் எனக் கூறப்படும் காரணங்களனைத்தையும் மனதில் கொண்டு அவற்றைச் சரி செய்து பள்ளிகளைத் திறக்க வேண்டும் என்பதே மற்றொரு சாராரின் கருத்து.

வகுப்பறைகள் வாசிப்புக் கூடமாகட்டும்

(பிப்ரவரி 1-15, 2021 சுவடு இதழில் வெளியான கட்டுரை)

கல்வியின் பல்வேறு அடிப்படைக் கூறுகளை உற்று நோக்கும் போது, தற்போதைய கல்விமுறை திசைமாறிப் போயிருக்கும் சூழல் நாம் அறிந்ததே. இன்றைய கல்வி மாணவர்களின் படைப்பாற்றலை வளர்க்காத ஒன்றாக மாறிவிட்டது குறித்த கவலை நமக்குண்டு. தேர்வு, மதிப்பெண், வேலை வாய்ப்புகள் இவற்றை மட்டும் மனதில் கொண்ட இன்றைய கல்வி முறையின் போக்கு, படைப்பாற்றலைக் கொன்றுவிட்ட கல்வி முறையாக அமைந்து விட்டது என்பது கண்கூடாகத் தெரிகிறது.

இவற்றையெல்லாம் ஒட்டு மொத்தமாக நம்மால் மாற்ற முடியாது. ஆனால், மாற்றத்திற்கான நகர்வுகள் குறித்து செயல் திட்டம் வகுக்கலாம். அதற்கான உரையாடல்கள் நிகழ்த்துவதை இறுகப் பற்றிக் கொள்வது அவசியமாகிறது. உரையாடலுக்கான பொருண்மைகளை உருவாக்கவும் கல்வி முறை மாற்றத்திற்காகச் சிந்திக்கவும் பாடப்புத்தகம் தாண்டிய வாசிப்பை இளைய தலைமுறையினரிடம் கொண்டு செல்வது தற்காலத் தேவையாக உள்ளது. புரிதல் சார்ந்த அறிவு அவர்களுக்குள் விருட்சமாக வேண்டும். இந்த சமூகத்தைக் காக்க அது ஒன்றே வழி.

அப்படிப்பட்ட வாசிப்பை மாணவர்களிடம் ஆழமாக ஊன்றிய சில கள யதார்த்தங்கள் குறித்த பகிர்வுதான் இந்தக் கட்டுரை.

அது ஒரு பெரிய பள்ளி. அங்கு ஒரே ஒரு வகுப்பறை மட்டும் எப்போதும் வேறுபட்டு இருக்கும். இயல்பாக இருப்பதனாலேயே மற்றவர் பார்வையில் வேறுபட்டு இருந்தது அந்த வகுப்பறை. ஆனால் பள்ளியின் மொத்தக் குழந்தைகளுக்கும் அந்த வகுப்பறையைக் கடந்து செல்லும்போது திரும்பிப் பார்ப்பது பிடிக்கும். அப்படிக் கடந்து

செல்லும்போது உள்ளே இருக்கும் அந்த ஆசிரியரை, குழந்தைகள் தங்களது மலர்ச்சியான புன்னகையுடனோ அல்லது 'குட் மார்னிங் மிஸ்' என்ற வார்த்தைகளுடனோதான் கடந்து செல்வார்கள். அல்லது மிகச் சுதந்திரமாக உள்ளே வந்து அந்த ஆசிரியரை நலம் விசாரித்துச் செல்வார்கள். இவற்றுக்குப் பல காரணங்கள் இருந்தாலும், முக்கியமான காரணம் அந்த வகுப்பறையின் குழந்தைகள் எப்போதும் மகிழ்ச்சியுடன் இருப்பார்கள். அந்த ஆசிரியர் அதற்கான சூழலை உருவாக்கி இருந்தார்.

ஆசிரியர்கள் இல்லாத வகுப்பறைகள்தான் பொதுவாக மகிழ்ச்சி யாக இருக்கும். ஆசிரியர் உள்ள வகுப்பறைகள் எப்போதும் அமைதி காத்து இருக்க வேண்டும் என்பது எழுதப்படாத சட்டம் என்பது நமக்குத் தெரியும். ஆனால் அந்த வகுப்பறை உயிரோட்டமாக. உளவியல் சிக்கல்களை அறுத்து எல்லா நேரத்திலும் மகிழ்ச்சியாகவே, அதே நேரம் மற்றவர் பார்வையில் கூச்சல் போடும் வகுப்பறையாகவே இருக்கும்.

தேர்வுக்குத் தயாராவது, பாடங்களைப் படிப்பது மட்டுமே அந்த வகுப்பறையில் நிகழாது. மாறாக ஒவ்வொருவர் புத்தகப் பையிலும் ஒன்றோ இரண்டோ கதைப் புத்தகங்கள் இருக்கும். ஆசிரியர் இல்லாதபோது ஒவ்வொரு குழந்தையும் ஒரு வேலை செய்யும். ஒரு குழந்தை தும்பி கதைப் புத்தகம் படிக்கும். ஒரு குழந்தை பஞ்சு மிட்டாய் படிக்கும். ஒரு நான்கு பேர் கொண்ட குழு க்ரியா தமிழ் அகராதியைப் புரட்டிக் குறிப்பெடுத்துக் கொண்டிருப்பர்கள். இருவர் அணி ஒன்று ஆங்கில அகராதியைப் புரட்டிக்கொண்டு, பொருள் கண்டுபிடிப்பதில் முனைப்புடன் இருக்கும்.

கடைசி பெஞ்சில் இருவர் உலக மொழி பெயர்ப்பு சிறுவர் கதைப் புத்தகம் ஒன்றை வாசித்து அது குறித்து விவாதித்துக் கொண்டிருப் பார்கள். இருவர் கீழே அமர்ந்து குட்டி இளவரசனை ரசித்து, எனக்குப் புரியலடி எனக் கூறி சண்டை போட்டுக் கொண்டிருப்பார்கள். இன்னும் இருவர் படித்த புத்தகம் குறித்து நூலக நோட்டில் தங்கள் கருத்துகளைப் பதிவு செய்து கொண்டு இருப்பார்கள். சிலர் தாங்களே கதை எழுதிக்கொண்டு இருப்பார்கள். வகுப்பின் வலது ஓரத்தில் ஒரு உடைந்து போன மர அலமாரி, திறந்த கதவுகளைத் தாங்கி நிற்கும். அதற்குள் 50க்கும் மேற்பட்ட புத்தகங்கள் அடுக்கி வைக்கப்

பட்டிருக்கும். அதன் மேலே சுவற்றில் வகுப்பறை நூலகம் என்ற வாசகம் எழுதப்பட்ட ஒரு அட்டை ஒட்டப்பட்டிருக்கும்.

அதனருகே வகுப்பின் நூலகப் பதிவேட்டைத் தனது கையில் வைத்துக்கொண்டு, நூலகர் பொறுப்பு ஏற்றுள்ள ஒரு மாணவி அமர்ந்து இருப்பார். யாருக்கு என்ன புத்தகம் வேண்டும் எனக் கேட்டு, கையெழுத்துப் பெற்றுக் கொண்டு புத்தகம் வழங்குவதும் புத்தகங்கள் இன்னும் தேவை மிஸ், நாளை எடுத்து வாங்க என்பதையும் நினைவு படுத்துவார்.

நான் எழுதிய கதையைப் படித்துப் பார்க்க வேண்டும் என ஆசிரியரிடம் சிறுமிகள் சிலர் அடம் பிடிக்கும் காட்சிகளும் இடம் பெறும். அதில் இருவர் படக்கதைகளும் வரைந்து நோட்டைக் காண் பிக்கக்கூடும். இதிலெல்லாம் தன்னை இணைத்துக் கொள்ளாமல் தனியே அமர்ந்து படம் வரைவதில் தன்னை ஈடுபடுத்திக் கொள்ளும் ஒரு குழந்தையையும் காணலாம். ஆனால் மேற்சொன்ன யாருக்கும் எந்தக் கட்டுப்பாடும் கிடையாது, அந்த வகுப்பாசிரியரிடமிருந்து.

ஆசிரியர் இல்லாத நேரம் மட்டுமல்ல. பல நேரங்களில் அந்த வகுப்பறையில் வகுப்பாசிரியர் இருக்கும்போதும் இதுதான் நடைமுறை. ஆனால் அந்த வகுப்புக் குழந்தைகளை, ‘உங்க வகுப்பு அடங்கவே மாட்டேங்குது’ எனக் குற்றம் சொல்லும் ஆசிரியர் களையும் அங்கு காணலாம். ஏனெனில் இயல்பாக இருப்பதுதான் இங்கு வேறுபடுகிறது.

முதல் பருவம் முடிந்த தருவாயில், அந்த வகுப்பின் தமிழாசிரியர் வகுப்பாசிரியரிடம் உரையாடுகிறார். இந்த ஏழாம் வகுப்புக் குழந்தைகள் தமிழ்த் தேர்வை மிக நன்றாக எழுதியிருக்கின்றனர். பத்தாம் வகுப்பு மாணவிகளை விட இவர்கள் வாசிப்புத்திறன் சிறப்பாக உள்ளதுங்க மிஸ். சொற்களின் பொருள் அறியும் திறன், புரிதல் திறன் இரண்டுமே விரைவாக இருக்கிறது என்கிறார். தாங்களே சொந்தமாக எழுதவும் நிறையத் தெரிகிறது, இந்த பேட்ச் (Batch) பத்தாம் வகுப்பு வரும்போது நமக்கு ரிசல்ட்டுக்குக் கவலையே இல்லை என அவரது பாணியில் கூறிச் சென்றதை இங்கே ஒரு ஆவணமாகப் பார்க்கலாம். இதே போல் ஆங்கிலமும், கணக்குத் தேர்வுகளும் கூட ஓரளவு நம்பிக்கைக்குரிய விளைவுகளையே தந்திருந்தன.

இவையெல்லாம் ஒரேநாளில் நடந்துவிடவில்லை, ஒன்றரை வருடங்களின் விளைவு. சில கூறுகளைக் நாம் மனதில் கொள்ள வேண்டும். ஒரு வகுப்பறையில் மிக முக்கியத் தேவையாக, மாணவர்கள் வாசிப்பதற்கான சூழலை உருவாக்க வேண்டும். அவர்களிடம் புத்தக வாசிப்பின் விருப்பத்தை அவர்களுக்குத் தெரியாமலேயே உருவாக்க ஆசிரியர் சற்று மெனக்கெட வேண்டும். வகுப்பறை வாசிப்புக்கு, வீட்டு வாசிப்புக்கு என நேரத்தை ஒதுக்கக் கற்றுத் தர வேண்டும். வாசிப்பின் சுவையைப் பல விதங்களில் அவர்களிடம் பரவலாக்க வேண்டும். அதோடு, அவர்களை வாசிப்பு குறித்து நெறிப்படுத்த வேண்டும். படித்த புத்தகங்கள் குறித்து வகுப்பறையில் பகிர வைக்க, புத்தகம் எழுதிய ஆசிரியர் பற்றிப் பேசவைக்க, தங்கள் வாழ்க்கையில் நடந்த அனுபவங்களை அந்த வாசிப்புடன் ஒப்பிட எனத், தொடர்ந்து செயல்பட வேண்டும். அப்போதுதான் வாசிப்பு அதற்கான வினையை அவர்களது கற்றலிலும் அடுத்த கட்டமாக அவர்களது வாழ்க்கை யிலும் வெளிப்படுத்தும்.

பார்த்தல் அதிகமாகி புத்தகப் படிப்பு குறைந்து போன காலகட்டமான இந்த சமூகச் சூழலில், மாணவர்களிடம் உளவியல் சார்ந்து பல சிக்கல்கள் உருவாகி வருவது அனைவரும் அறிந்ததே. அவை வீட்டிலும் பள்ளியிலும் வெவ்வேறு கோணங்களில் வெளிப்படுவதையும் நாம் கவனிக்க முடிகிறது. இவற்றுக்கு அடிப்படை என்னவென்றால் அவர்கள் மனதோடு பேச, பெற்றோரோ ஆசிரியரோ நேரம் தராததுதான். பாடப் புத்தகங்கள் தவிர்த்து, காட்சி ஊடகங்கள் மட்டுமே குழந்தைகளின் மனதோடு பேசும் ஒற்றை நபராகி விடுகின்றன.

பெற்றோருக்கு, வாழ்வின் அடிப்படைத் தேவைகளுக்காகப் பொருள் தேடும் பணியே பிரதானம். ஆசிரியர்களுக்கோ, சிலபஸ் முடித்து மாணவரைத் தேர்வுக்குத் தயாராக வைக்கும் பொறுப்பே தலையாயதாக இருக்கிறது. இந்த இடைவெளிகளில், ஏறக்குறைய 12 வருட காலங்கள் முழுவதும் குழந்தைகள் இந்த இரண்டு தரப்பி னரிடையே சிக்கி, தங்களது குழந்தைப் பருவத்தை மகிழ்ச்சியற்ற தாகவும் பொருளற்றதாகவும் கழித்து வருவதே எதார்த்தம். இவற்றை மாற்றுவதற்கான சிறு முயற்சிதான் இந்த யுக்தி என்றுகூடச் சொல்லலாம்.

ஓரளவு விழிப்புணர்வுடைய பெற்றோர்கள் தங்கள் குழந்தைகளுக்கு வாசிப்பு அனுபவத்தை வீட்டில் ஏற்படுத்தித் தர முற்பட்டு வருகின்றனர். ஆனால் 90% பள்ளிக் குழந்தைகளுக்கு வீட்டில் இந்தச் சூழல் அமைவதில்லை. பள்ளிதான் அதற்கு முழுப் பொறுப்பேற்க வேண்டும். பள்ளி அனைவருக்குமான நூலக வாசிப்பைத் தரவேண்டும். ஆனால், பள்ளிகள் தேர்வுக்கும் தேர்ச்சி விகிதத்திற்கும் முக்கியத்துவம் தருவதால் வாசிப்பை மிக எளிதாகப் புறம் தள்ளுகின்றன. இதற்கான காரணங்களை ஆராய்ந்து, தீர்வுகளை நோக்கி நகர்வது ஒருபுறம் நடக்க வேண்டும். என்றாலும், குழந்தைகளுக்கான நிகழ்கால வாசிப்பு அனுபவத்தை அவரவர் பள்ளிகளில் உடனடியாக உருவாக்குவதுதான் இன்றைய அவசியமான, அவசரமான தேவையாகும். அப்போதுதான் இந்தச் சமூகத்தில் மாற்றம் மெல்ல மலரும்.

ஒரு ஏழாம் வகுப்பு மாணவியின் மனதில் Dr. முத்துலட்சுமி வாழ்க்கை வரலாற்றைப் பற்றிய வாசிப்பு, பெரிய நம்பிக்கையைத் தருகிறது. தனது மனதோடு உரையாடி பேச்சுப் போட்டியில் என்னைக் கவர்ந்த பெண் ஆளுமை டாக்டர் முத்துலட்சுமி ரெட்டி எனப் பேசுகிறது அந்தக் குழந்தை. என்றால், பாடப் புத்தகம் தாண்டி அந்த மாணவியின் முழுமையான வளர்ச்சிக்கு (Over all Development) ஒரு நூல் வாசிப்பு எத்தகைய பங்கு வகிக்கிறது என்பதை நாம் கவனத்தில் கொண்டு, பள்ளிகளின் வகுப்பறைகளில் பரவலான வாசிப்பு அனுபவத்தைத் தருவது மிக முக்கியக்கூறு என்பதை உணர்ந்து அதை நடைமுறைப்படுத்த வேண்டும். நழுவுகின்ற கல்வியை இறுக்கிப் பிடிக்க வாசிப்பு என்ற கயிறு அவசியம்.

கல்வி என்பது ஒரு அரசியல் செயல்பாடு

(பிப்ரவரி 16-28, 2021 சுவடு இதழில் வெளியான கட்டுரை)

கல்வி என்பது பாடப்பொருளறிவு என்ற முரணான சிந்தனைப் போக்கு மக்களின் மனதில் ஆழமாகப் பதிந்துவிட்ட காலகட்டத்தில் நாம் வாழ்ந்து கொண்டிருக்கிறோம். குழந்தைகளைப் பள்ளிகளுக்கு அனுப்புவது என்பது, பெற்றோர்களைப் பொறுத்தமட்டில் வேறு மாதிரியாகப் பார்க்கப்படுகிறது. ஆசிரியர்களின் வழியாகப் பாடப் பொருள் அறிவைக் கொடுத்து, மாணவர் தங்கள் வாழ்க்கைக்குப் பணம் சம்பாதிக்கும் தேவையை நிறைவேற்றுவது மட்டுமே பிரதானம் என்று பெற்றோர்கள் தங்களுக்குள் வரையறை செய்து கொண்டுள்ளனர். மொத்தச் சமூகமும் இந்தக் கருத்தைத் தங்கள் மனதுக்குள் சட்டம் போட்டு, ஆணியடித்து, படமாக மாட்டிக் கொண்டுள்ளது. அதன் விளைவுதான் கல்வி குறித்த புரிதலற்ற சமூகமாக நாம் மாறியிருப்பது.

வினோபா பாவே, காந்தி, தாகூர், விவேகானந்தர், தயானந்த சரஸ்வதி போன்று கல்வி குறித்துப் பேசிய, சிந்தித்த நம் நாட்டு அறிஞர்கள் எவரும், கல்வி முறையை நாம் புரிந்து வைத்தது போல் கூறிச் செல்லவில்லை. அதேபோல மரிய மாண்டிசோரி, பெஸ்டலாசி, புரோபெல் பாவ்லோ ஃப்ரேயர் போன்ற அயல் நாட்டு அறிஞர்களும் கூட, கல்வி முறையை இது போன்று வகுப்பறைக்குள்ளும் பாடப் புத்தகங்களுக்கு மத்தியிலும் சிறைப்படுத்தக் கூறவில்லை.

மாறாக, "True Education is a political activity. Education cannot be neutral" என்கிறார் பிரேசில் நாட்டுக் கல்வியாளரான பாவ்லோ ஃப்ரேயர், தனது எதார்த்தத்தை வாசித்தலும் எழுதுதலும் என்ற புத்தகத்தில். கல்வி என்பது ஒரு அரசியல் புரிதலுடன் மாணவர்களை உருவாக்கும் செயல் என்பதுதான் எப்போதும் தேவையான ஒன்று

என்பதை நாமும் ஏற்றுக்கொள்ள வேண்டும். அங்குதான் எதார்த் தத்தை வாசிக்கவும் புரிந்து கொள்ளவும் முடியும். நாம் கற்பித்துக் கொண்டு இருக்கும்போதே, ஒரு மாணவனாக மாறி வருவதற்கு முயற்சி செய்வது சிறந்தது என்றும் கூறுகிறார் பாவ்லோ.

ஆசிரியர் என்பவர் 50% மாணவராகத் தன்னை எப்போதும் எண்ண வேண்டும். அதேபோல, கற்பவர் தங்களை 50% கற்பிப்ப வராகவும் எண்ணிக்கொள்ள வேண்டும். ஆனால் நமது பள்ளி களிலோ, ஆசிரியர்கள் எப்போதும் ஆசிரியர்களாக மட்டுமே செயல் படுகின்றனர். வகுப்பறை பெரும்பாலும் எல்லா நேரங்களிலும் ஒரு வழிப் பாதையாகவே அமைந்துவிடுகிறது. எதிரே அமர்ந்திருக்கும் குழந்தைகளுக்கு, தங்கள் கருத்துகளை எடுத்துக் கூற வாய்ப்புகள் தரப்படுவதில்லை என்பதுதான் நிதர்சனம்.

அவர்களுக்குக் கட்டுப்பாடுகளையும் கட்டளைகளையும்தான் கல்வி எனப் பயிற்சி தருகிறோம். இந்த நிலை மாற வேண்டும். வெறும் பாடநூல்களுக்கு மிகப் பெரிய கிரீடம் தருகிறோம். அந்தக் கிரீடத்தைக் கழற்ற முடியாமலும் அதன் சுமையைத் தாங்க முடியாமலும் திணறுகின்றனர் குழந்தைகள். புத்தக அறிவை முழுமையாக மாணவரிடம் கொண்டு செல்லும் முயற்சியில் திணறிப் போகும் சூழ்நிலையை ஆசிரியர்களும் எதிர்கொள்கின்றனர்.

இரண்டு நிலையும் இல்லாமல் சுதந்திரமான வகுப்பறைகள் தேவை. பாடநூல் குறித்தான சந்தேகங்கள் மட்டுமல்லாமல், தான் வாழும் சமுதாயம் குறித்தான சந்தேகங்களையும் ஒரு குழந்தை வகுப் பறையில் கேட்க முன்வர வேண்டும். அதற்கான தைரியத்தையும் துணிச்சலையும் அறிவையும் வகுப்பறைகள் வழங்க வேண்டும். அதற்கான வெளியை மாணவருக்கு ஆசிரியர் உருவாக்கித் தர வேண்டும். ஜனநாயகச் சிந்தனைகள் வேரூன்றவும், செயல்பாடுகளைத் திட்டமிடும் போக்கு உருவாகவும் பள்ளிகளின் உட்புறம் ஜனநாயக வகுப்பறைகள் உருவாக வேண்டும்.

ஒரு ஆசிரியர் குழந்தைகளது கருத்துகளுக்குச் செவி கொடுக்க ஆரம்பித்தால்தான் குழந்தைகள் மனம் திறப்பர். கண்காணிப்பு, கட்டளை என்ற பெயரில் மாணவர்களைத் தங்கள் கட்டுப்பாட் டுக்குள் கொண்டுவர முயற்சிக்கும்போதுதான் முரண்பாடுகள் முளைக்கின்றன. ஒரு வகுப்பறை சுதந்திரமானதாக இருவராலும்

உணரப்பட வேண்டும்.

அப்படி உணர்ந்த வகுப்பறை ஒன்றில் ஒருநாள், காமராஜர் பிறந்தநாளில் வழக்கமான போட்டிகள் நடைபெறுவதற்குப் பதிலாக, எதார்த்தத்தைப் பேச ஆரம்பித்தனர் குழந்தைகள். "காமராஜர் ஊர் ஊராக உருவாக்கிய அரசுப்பள்ளிகள் இந்நாட்களில் மூடப்படுவது ஏன்?" என்ற கேள்வியை முன்வைத்து இன்றைய கல்வி முறையை விளக்கி, பேச்சுப் போட்டியில் பேசுகிறார் மகேஸ்வரி என்ற ஏழாம் வகுப்பு மாணவி.

"நானே பாடப் புத்தகத்தின் ஆங்கிலப் பாடத் தலைப்பின் தகவல்களைத் திரட்டி பாடம் நடத்துகிறேன் மிஸ், ஒரு வாய்ப்புக் கொடுங்கள்" என்று கேட்கிறார் கீதாஞ்சலி என்ற மாணவி. அதற்கு ஆசிரியரும் செவி சாய்க்கிறார். அதோடு கடைசி பெஞ்ச்சில் அமர்ந்து 40 மாணவருடன் சேர்ந்து ஒரு மாணவராகக் கீதாஞ் சலியின் கற்பித்தலைக் கவனிக்கிறார் அந்த ஆசிரியர். தனக்குத் தெரியாத சில தகவல்களை மாணவி கீதாஞ்சலி திரட்டி வந்து வகுப்பறையில் விளக்கும் பாங்கை மனதார வரவேற்கிறார் ஆசிரியர். கீதாஞ்சலியின் கற்பித்தலில் சிலவற்றை ஆசிரியர் சரிப்படுத்துகிறார். கீதாஞ்சலிக்குப் பலத்த கைத்தட்டல்கள் கிடைக்கின்றன. இதைப் பார்த்த இன்னும் சில மாணவிகள் ஆசிரியரிடம் அடுத்த நாளின் வகுப்புகளைக் கடன் கேட்கிறார்கள். ஆசிரியரும் சரி என்கிறார் சிரித்துக் கொண்டே. அடுத்த நாள் சாருலதா, ஆசிரியரை விடக் கூடுதல் பொறுப்புடன் மிக அழகான உச்சரிப்புடன் ஆங்கிலம் கற்பிக்கிறார்.

அடுத்தடுத்த நாட்களில் ஸ்வீடன் பாராளுமன்றத்தில் சுற்றுச்சூழல் குறித்துக் கேள்வி எழுப்பிய கிரேட்டா தன்பர்க் குறித்த உரையாடல் நிகழ்கிறது வகுப்பறையில். கிரேட்டா போலவே தங்கள் கோபத்தை வெளிப்படுத்திய பலரையும் அப்போது காண முடிந்தது.

"நான் ஆசிரியர், நான்தான் பாடம் நடத்துவேன். நீங்கள் மாணவர்கள், கவனிக்க மட்டுமே வேண்டும்" என்று அந்த ஆசிரியர் கூறவில்லை. அப்படிக் கூறியிருந்தால் அது ஒருவழி வகுப்பாக மாறியிருக்கும். மாணவர்களது திறன்களும் அறியப்படாமல் போயிருக்கும். அவர்களது ஆர்வமும் தடைபட்டு, அடுத்தடுத்த மாணவரது முயற்சிகள், தேடல்கள் கைவிடப்பட்டிருக்கும். கற்றல்

சலிப்படையும். ஆனால், ஆசிரியரின் 'சரி' என்ற ஒற்றைச்சொல், அந்த வகுப்பறையை ஆர்வமுடையதாக்கியது. சுதந்திரமான வகுப்பறையாக மாற்றியது. பல நேரங்களில் மாணவர்களிடமிருந்து ஆசிரியர் கற்றுக் கொள்கிறார்.

இப்போது பாடம் நடத்த வேண்டாம், ஏதேனும் ஒரு தலைப்பு கூறி அதைப்பற்றி உரையாடலாம் என மாணவர்கள் ஆசிரியருக்குக் கூறுகிறார்கள். அவர்களது கருத்துகளுக்கு மதிப்பு அளிக்கப்படுகிறது. இந்த சுதந்திரத்தை அனுபவிக்கும் மாணவர்கள் தங்கள் பொறுப்புகளை உணர்ந்துகொள்ள ஆரம்பிக்கின்றனர். இயல்பாகவே கற்றலின் வேகம் அவர்களிடையே கூடுகிறது. கற்றலின் இடர்ப்பாடுகளையும் கற்றல் சூழலின் தடைகளைக் குறித்தும் ஆசிரியரிடம் பகிர்கின்ற மனநிலை அவர்களுக்கு உருவாகிறது. அதிலிருந்து மீண்டு வரவும் தங்களைத் தரம் உயர்த்திக் கொள்ளவும் தயங்காமல் ஆலோசனைகளை ஆசிரியரிடம் கேட்கின்றனர். சிறப்புக் கவனம் தேவை எனில் சக மாணவருக்கு அதைத் தரவும் தயாராக உள்ளனர். தேர்வுகளிலும் நல்ல முன்னேற்றத்தைக் காட்டி மதிப்பெண் பெறுகின்றனர். பாடநூல் தாண்டிய உலகங்களையும் அறிந்து கொள்கின்றனர். இவை அனைத்தும் ஜனநாயக வகுப்பறையால் சாத்தியமாகிறது.

பாடத்திட்டம் தயாரித்தல், கால அட்டவணையைத் திட்ட மிடல், பாடம் நடத்துதல், வினா விடை எழுதுதல், வீட்டுப் பாடம் தருதல், தேர்வு வைத்தல், அடைவைச் சோதித்தல், தேர்வு முடிவுகள் வெளியிடல், தண்டனைகள் வழங்குதல் இப்படியான ஒரே பாணியில் இருந்து வரும் வகுப்பறைகள் சிறைகளுக்கு ஒப்பானவை. அங்கே எல்லாமே செயற்கையாக இருக்கும். முகமூடிகளின் முகங்களை மாணவருக்குக் கற்றுத்தரும் வெற்றுப் பயிற்சிக்கூடங்களாகி வீணாகும். ஆனால், ஜனநாயக வகுப்பறை சிறைக்கூடம் அல்ல. அங்கு எந்த விதமான திணித்தலும் நிகழாது. ஆசிரியர், மாணவர் இருவருக்கும் கருத்துச் சுதந்திரம் பொதுவாக அமைந்திருக்கும். ஆகவே நமது வகுப்பறைகளை, காற்றோட்டமான ஆரோக்கியக் கூடமாக மாற்றுவதற்கு ஜன்னலைத் திறந்து விடுவோம்.

வங்கிக் கணக்கும் சாதிச் சான்றிதழும்

(மார்ச்1-15, 2021 சுவடு இதழில் வெளியான கட்டுரை)

பள்ளிக் கல்வியின் பலவித முன்னெடுப்புகளில் ஒன்று மாணவர்களுக்கான கல்வி உதவித்தொகை வழங்குவது. நிறைய பிரிவுகளில் 12-ஆம் வகுப்பு வரை அரசு அவர்களுக்குக் கல்வி உதவித்தொகை வழங்கி வருவது மிகவும் வரவேற்கத்தக்கது. ஆனால் அரசுப்பள்ளியில் மாணவர்களுக்கு வழங்கப்படும் கல்வி உதவித் தொகைகளைப் பெறுவதில் பல்வேறு நடைமுறைச் சிக்கல்கள் உள்ளன. அவற்றைப்பற்றி அறிந்து கொள்ளவும் அவற்றை எவ்வாறு தீர்க்கலாம் என்பது குறித்தும் நாம் உரையாடலாம்.

கல்விக்கான இணையதளப் பதிவுகள் (EMIS)

நமது கல்வித்துறையில் முக்கிய அங்கமாக விளங்கும் இணைய தளமான, கல்வி குறித்த தகவல்களை மேலாண்மை செய்து வரும் EMIS (Education Management Information System) குறித்து நாம் அறிவோம். இதில் தமிழகத்தின் அனைத்துப் பள்ளிகள் பற்றியும் தகவல்கள் சேகரிக்கப்பட்டு இருக்கும். அரசுப் பள்ளிகள், அரசு உதவி பெறும் பள்ளிகள், தனியார் பள்ளிகள், ஒவ்வொரு பள்ளியில் பயிலும் மாணவர் விபரங்கள், ஆசிரியர் விபரங்கள் என அனைத்தும் இடம்பெற்று இருக்கும். இதில் முக்கியமாக இடம் பெறும் பதிவுகளாகக் குழந்தைகளின் சாதிச் சான்றிதழின் அடிப்படை யிலான பதிவும் வங்கிக் கணக்கு எண் பதிவும் குறிப்பிடலாம். ஏனெனில் இவை இரண்டும்தான் கல்வி உதவித் தொகைகளுடன் தொடர்புடைய பதிவுகளாக இருப்பதை நாம் பார்க்கிறோம்.

பிறப்புச் சான்றிதழும் சாதிச் சான்றிதழும்

நானெல்லாம் சிறுமியாக இருக்கும்போது முதல் வகுப்பிலேயே சாதிச் சான்றிதழை யாரும் கேட்டதில்லை. இதை வாசிக்கும்

உங்களுக்கும் ஒருவேளை அப்படியான அனுபவம்தான் இருந்திருக்கும். பிறப்புச்சான்று, சாதிச்சான்று என எதுவும் கேட்டதில்லை. அரசுத் தேர்வுகள் எழுதும் போதோ, 10-ஆம் வகுப்புத் தேர்வு எழுதும்போதோ அதைச் சரி பார்ப்பர். ஆனால் இன்று சூழல் அப்படியில்லை. தனியார் பள்ளிகள் என்றால், முன் மழலையர் வகுப்பில் சேர்க்கும்போதே பிறப்புச் சான்றிதழைப் பெற்ற பிறகே பள்ளியில் சேர்க்கை நடைபெறும். அரசுப் பள்ளிகள் என்றால் முதல் வகுப்பில் பிறப்புச் சான்றிதழை ஒப்படைப்பார்கள் பெற்றோர்கள். பல குழந்தைகளுக்கு பிறப்புச் சான்றிதழ் இல்லாத சூழலும் இருந்து வந்தது. ஆனால் தற்போது கொஞ்சம் கொஞ்சமாக இவை முறைப்படுத்தப்பட்டு பெரும்பாலும் பிறப்புச் சான்றிதழைப் பெற்றுப் பள்ளிகளில் சேர்த்து விடுகின்றனர்.

ஆனால், சாதிச்சான்றிதழ் என அழைக்கப்படும் Community Certificate என்பதை அவ்வளவு எளிதில் பெற்றுவிட முடியாத சூழலே இங்கு நிலவுகிறது. 60% குழந்தைகளுக்கும் அதிகமாக அரசுப் பள்ளிகளில் பயிலும் குழந்தைகளின் பெற்றோர் சாதிச்சான்றிதழைப் பெற்று பள்ளியில் ஒப்படைத்து விடுகின்றனர். ஆனால், சுமார் 40% குழந்தைகளின் பாடு படு திண்டாட்டமாக இருக்கிறது. காரணம் சாதிச்சான்றிதழ் பெறுவது என்பது வருவாய்த்துறையுடன் தொடர்புடைய செயல். நம் தமிழகத்திற்கே உரித்தான சில துறையினரின் கையூட்டுப் பெறும் நடைமுறையால், சில குழந்தைகளின் பெற்றோர் இச்சான்றிதழைப் பெற முடியாமல் விழிப்பதும், சரியான அரசு நடைமுறையைப் பின்பற்றும் அதிகாரிகள் இருந்தும் தேவையான சான்றுகளைத் தகுந்த நேரத்தில் தராத அல்லது தர முடியாத பெற்றோர்களாலும் அக்குழந்தைகளுக்கு இச்சான்றிதழ் கிடைப்பதில்லை. சில குடும்பங்களில் பெற்றோரை இழந்த நிலையில், தாத்தா பாட்டி என இச்சான்றிதழுக்காக அலையும் முதியவர்களையும் நாம் பார்க்கிறோம். வெளி மாநிலங்களிலிருந்து இங்கு வந்து குடியேறும் குழந்தைகள் சிலருக்கும் இச்சான்றிதழைப் பெறுவதில் சிக்கல் ஏற்படுகிறது. தாய், தந்தையருக்கு சாதிச் சான்றிதழ் இல்லாததால் குழந்தைகளுக்குப் பெறுவதில் சிக்கல்கள் என இந்தச் சிக்கல் நீள்கிறது.

இவற்றை முறைப்படுத்துவது இன்றியமையாத செயல்.

ஏனெனில் ஒரு குழந்தையின் சாதிச் சான்றிதழ் என்பது, பள்ளிக் கல்வியோடு நின்றுவிடுவதில்லை. உயர் கல்வி, வேலை வாய்ப்பு என வாழ்க்கை சார்ந்த பிரச்சனையாக மாறிப் போகிறது. குறிப்பாக பொதுத்தேர்வு எழுதும்போது, இந்த விபரங்களைப் பெற்று கல்வித் துறைக்கு வழங்குதலில் ஆசிரியர்களுக்கு மிகவும் அதிகமான சவால்கள் உருவாகின்றன. ஆசிரியர்கள் பெற்றோர்களை அழைத்து, சாதிச் சான்றிதழின் முக்கியத்துவம் குறித்து வலியுறுத்தி வருவதும் அவர்கள் பின்னாலேயே ஆசிரியர்கள் தொடர்ந்து சில முயற்சிகள் செய்து சான்றிதழ் பெற வைப்பதும் நடக்கிறது. ஆனால், எல்லாக் குழந்தைகளுக்கும் அப்படிப் பெற்றுவிட முடிவதில்லை.

சில அரசுப் பள்ளி ஆசிரியர்களிடம் பேசும்போது, பெற்றோர்கள் இதில் அக்கறை காட்ட மறுப்பதை வருத்தத்தோடு பதிவு செய்கின்றனர். அதேபோல, சில பெற்றோர்களிடம் 'ஏன் இன்னும் சாதிச் சான்றிதழ் பெறவில்லை?' என்று கேட்கையில், இதற்கான முயற்சியில் பல நாட்கள் வேலைக்குச் செல்ல முடியாமல் வீணாவது பற்றியும் தங்கள் அன்றாட வாழ்க்கைப் போராட்டம் குறித்த சிக்கலான சூழல் குறித்தும், கிராம அலுவலர் உள்ளிட்ட இச்சான்றிதழ் பெறும் வருவாய்த்துறை அலுவலகங்களில் காசு இருந்தால்தான் சான்றிதழ் பெற முடியும் என்ற எழுதப்படாத நடைமுறைகளும் பற்றிக் கூறி வருந்துகின்றனர்.

ஆகவே, பெற்றோர்களுக்கும் அக்கறை வேண்டும். சம்மந்தப் பட்ட வருவாய்த் துறையினருக்கும் இது குறித்த கருணை வேண்டும். உள்ளாட்சி அமைப்பைச் சேர்ந்த உறுப்பினர்கள், உள்ளூர் சமூக ஆர்வலர்கள் இதுபோன்ற பிரச்சனைகளில் சேவையாற்றி, குழந்தைகளுக்கு சாதிச்சான்றிதழ் பெறுவதில் உள்ள சிக்கலைத் தீர்க்க உதவலாம். ஆனால், அது நிரந்தரத் தீர்வாக இருக்காது. ஒவ்வொரு ஆண்டும் பள்ளிகளிலேயே சிறப்பு முகாம்களை ஏற்படுத்தி மாணவர்களுக்கு சாதிச் சான்றிதழ் வழங்க வருவாய்த்துறை முன் வந்தால் இப்பிரச்சினைக்கு முற்றுப்புள்ளி வைக்கலாம்.

வங்கிக் கணக்கு உருவாக்கம்

நடுநிலை, உயர்நிலை, மேல்நிலைப் பள்ளியில் ஆறாம் வகுப்பு மாணவர்கள் சேர்க்கை நடைபெற்ற உடனேயே EMIS தளத்தில் வங்கிக் கணக்கு எண்களைப் பதிவு செய்யும் நடைமுறை தற்போது

துரிதப்படுத்தப்பட்டு வருகிறது. இது ஒரு வகையில் மிகவும் பாராட்டக்கூடிய செயலே. ஏனெனில் கல்வி சார்ந்து ஒரு குழந்தைக்குக் கிடைக்கும் அனைத்து பணப் பயன்களும் நேரடியாக குழந்தைகளுக்குச் சென்று சேர்த்திட, அரசும் கல்வித்துறையும் எடுத்துள்ள முயற்சியாகவே இதைப் பார்க்கலாம். அந்தப் பணம் குழந்தைகளின் கல்வி வளர்ச்சிக்குப் பயன்படுகிறதா? அல்லது டாஸ்மாக்கின் கல்லாவிற்குச் செல்கிறதா என்பதெல்லாம் அப்பாற் பட்ட விஷயங்கள். ஆனால், மாணவருக்கான வங்கிக் கணக்கு உருவாக்கத்திலும் சில நடைமுறைச் சிக்கல்களை நாம் சவால்களாகச் சந்திக்க வேண்டியுள்ளது.

ஒரு ஆசிரியர் இது பற்றிக் கூறும்போது, எனது வகுப்பு மாணவிகளில் சிலருக்கு வங்கிக் கணக்கு எண் ஆரம்பிக்கத் தாமதமானதால் இந்த வருட கல்வித் உதவித்தொகை கிடைப்பதில் சிக்கலாகிப் போனது. எத்தனை முறை கூறியும் பெற்றோர்கள் அதன் முக்கியத்துவத்தை உணர மறுக்கின்றனர் என வருந்துகிறார்.

மூன்று வருடமாக ஒரு ஆசிரியர் வலியுறுத்தியும், தனது பெண் குழந்தைக்கு வங்கிக் கணக்கைத் துவக்க இயலாத ஒரு தாய், தனது மகளுக்கு வங்கிக் கணக்கு எண் ஆரம்பிக்க முயற்சி மேற்கொள்கையில், அவருக்கு ஆதார் எண் இல்லாததால் வங்கியில் கணக்கு உருவாக்கும் விண்ணப்பத்தை ஏற்றுக்கொள்ள மறுக்கின்றனர் என்று புலம்புகிறார். அதோடு, தந்தையை இழந்து வீட்டு வேலை செய்து பிழைப்பு நடத்தும் ஒரு அம்மா, ஆறாம் வகுப்பில் பயிலும் தனது குழந்தைக்கு ஆயிரம் ரூபாய் இருந்தால்தான் வங்கிக் கணக்கு எண் உருவாக்க முடியும் என்பதால் இம்முயற்சியில் தனது இயலாமையைப் பதிவு செய்கிறார். இவையெல்லாம் ஒரு சில எடுத்துக்காட்டுகளே. ஆயிரக்கணக்கான மாணவர்கள் நிலை இப்படித்தான் தத்தளிப்பில் இருக்கிறது.

சில வருடங்களுக்கு முன்பு வரை, சில வங்கிகளில் குறைந்தபட்ச இருப்புத்தொகை இல்லாமல் மாணவர்களுக்கு வங்கிக் கணக்கு துவங்கப்பட்டது என்னவோ உண்மைதான். ஆனால் தற்போ தெல்லாம் அச்சூழல் இல்லை. சில வங்கிகள் **500** ரூபாய், சில வங்கிகள் **1000** ரூபாய் எனப் பணம் கட்டச் சொல்வது ஒரு வகையில் ஏற்புடையதல்ல. குறிப்பிட்ட மாணாக்கருக்கு பள்ளியிலிருந்து

அடையாளச் சான்று (Bona-fide) சமர்ப்பித்தால் ஜீரோ பேலன்ஸில் கணக்கைத் துவக்கித் தருவதில் வங்கிகளுக்கு என்ன பிரச்சனை எனத் தெரியவில்லை. வட்டிக்கு 1000 ரூபாய் கடன் பெற்று, வங்கிக் கணக்குத் துவக்கிய பெற்றோரும் இருக்கின்றனர். இவற்றை அரசு கவனத்தில் கொண்டு முறைப்படுத்தினால் அரசுப்பள்ளி மாணவர்களான பயனாளிகள் இச் சிக்கல்களிலிருந்து விடுபடலாம்.

மாணவர்களைப் பாராட்டுவோம்

(மார்ச்16-31, 2021 சுவடு இதழில் வெளியான கட்டுரை)

'தனது மாணவப் பருவத்தை அசை போடும்போது, ஒவ்வொரு ஆசிரியரின் முகத்திலும் கனவு ஆசிரியரைத் தேடுகிறேன்' என்கிறார் எழுத்தாளர் ச.தமிழ்ச்செல்வன். இவர் மட்டுமல்ல, ஒவ்வொரு குழந்தையும் அவரவர் வாழ்வில் சந்திக்கும் ஆசிரியர்களில் தங்களது கனவு ஆசிரியர்களைத் தேடிக்கொண்டுதான் இருக்கின்றனர். அப்படியான கனவு ஆசிரியராக நமது மாணவருக்கு அமைந்து விடவே இந்தத் திறனறியும் களங்களான வகுப்பறைகள் நம்முடன் உரையாட வருகின்றன.

நமது கல்வி முறையின் பெரும் பகுதி, தேர்வை அடிப்படையாகக் கொண்டதாகவே இருக்கின்றது. அதன் நீட்சியாகப் பாடநூலின் மொத்த ஆக்கிரமிப்பு மட்டுமே குழந்தைகளுக்கு முழுமையான வகுப்பறை அனுபவங்களாக மாறிவிடுகின்றது. வகுப்பறைகள் ஆசிரியர்களுக்கும் குழந்தைகளுக்கும் சுதந்திரமானதாக இருக்கும்போதுதான் மகிழ்ச்சியான கற்றல் - கற்பித்தல் நடைபெறும் என்பது பலரின் அனுபவமாக இருக்கலாம். அங்குதான் மாணவரின் திறன்கள் வெளித்தெரிய ஆரம்பிக்கின்றன.

வகுப்பறைகள் உயிரோட்டமாகவும் குழந்தைகள் மிக விருப்ப மாகக் கற்றலில் தங்களை வெளிப்படுத்தவும் இது போன்ற வகுப் பறைகள் ஏதுவாக அமைகின்றன. ஆசிரியர்கள் மாணவர்களது திறன்களை அறிதலும், அதற்காகப் பலர் முன்னிலையில் பாராட்டு தலும், சிறு பரிசு வழங்குதலும் நடைபெற வேண்டும். அப்படியான வகுப்பறையில் மாணவர்கள் எப்போதும் உற்சாகத்துடனேயே காணப்படுகிறார்கள். அங்கு கடினமான பாடங்களும் குழந்தை களுக்கு விருப்பமாகிவிடுகின்றன. ஆரம்பக் காலங்களில் மாணவரது

ஒவ்வொரு துலங்கல் செயல்பாடுகளுக்கும் பாராட்டுகள் மிக அடிப்படையாக அமைகின்றன.

எப்போதுமே வகுப்பறையில் குறும்புக்காரக் குழந்தையாக, அனைத்து ஆசிரியர்களையும் வருத்தப்பட வைக்கும் மாணவி நந்தினி. ஆனால் ஏழாம் வகுப்பு நந்தினியிடம் அற்புதமான வரைதல் கலை இருப்பதையும் கை வேலைப் பொருட்கள் செய்யும் திறன் இருப்பதையும் ஆசிரியர் கண்டறிகிறார். அதற்காக சிறு சிறு பாராட்டு வார்த்தைகளை வகுப்பறையில் கூறுகிறார். நந்தினி உற்சாகமாகி விடுவதுடன் தனது குறும்புகளைத் திறன்களாக வெளிப்படுத்துகிறார். ஓவியங்கள் வரைதல், கதைகள் எழுதுவது, தானே எழுதிய கதைகளுக்கு ஓவியங்கள் வரைவது என அந்த மாணவி தன்னை வளர்த்துக் கொண்டு வந்தவர், தேர்வில் 70% மதிப்பெண்கள் வாங்கு மளவிற்குத் தயாராகிவிட்டார். இது அவரைப் பொறுத்தவரை மிகப் பெரிய நடத்தை மாற்றம். சரியான திறன்களை அடையாளம் கண்டு அதற்கான வாய்ப்பையும் சுதந்திரத்தையும் வகுப்பறையில் தந்ததால் தான் இது சாத்தியமாயிற்று.

அதே வகுப்பறையில், மோனிஷா தனது புத்தக வாசிப்பு அனுப வத்தை எழுதத் தொடங்கிய பலருள் ஒருவர். ஒரு சிறுவர் புத்தகத் திற்கு அவர் எழுதிய பின்னூட்டத்தைப் புத்தகத்தின் பின் அட்டை யில் இடம் பெறச் செய்கிறார் ஆசிரியர். அந்தக் குழந்தையைப் பொறுத்தவரை அது மிகப் பெரிய பாராட்டு. தனது பெயருடன், தான் எழுதிய கருத்தை அனைவரும் வாசிக்கும் ஒரு புத்தகத்தில் காண்கையில் மகிழ்ச்சியின் உச்சத்திற்கே சென்று விடுகிறார். அவரது அடுத்த சிந்தனை, 'நான் எதிர்காலத்தில் ஒரு எழுத்தாளராக வருவேன்' என்பதாக உள்ளது.

அனுப்ரியாவுக்கோ படிப்பது என்றால் எட்டிக் கசப்பு. ஆனால் வகுப்பறையில் ஒரு நாள் செயல்பாடாக ஆசிரியர் தந்த, 'காற்று' என்ற தலைப்பிலான அறிவியல் பாடப்பகுதியை ஆசிரியரைவிட அற்புத மாக நடத்திக் காட்டுகிறார். பேச வருகிறது, உரையாடல் வழியாக ஒரு கருத்தை மற்றவரிடம் பதிய வைக்கும் திறன் ஏழாம் வகுப்பு மாணவி அனுவிடம் இருப்பதைப் பாராட்டிட, அவரது கவனம் கூடுதலாகி, அதைப் படிப்பிலும் காட்டிட, சற்றே அவரது நடத்தையில் மாற்றம் உருவாகக் காரணமாகிறது.

முதல் மதிப்பெண் வாங்கும் மகேஸ்வரிக்கு வகுப்பைக் கவனித்துக் கொள்ளும் தலைமைப் பண்பில் சற்றே திறன் குறைவு. ஆனால் மெது வாகக் கற்கும் மாணவரை அருகில் அமர வைத்து, அவர்களுக்குப் புரியும்படியாகக் கணக்கைக் கற்றுக் கொடுத்து ஆர்வத்தைத் தூண்டுவதில் திறமையுடையவர்.

ஆயிஷா சித்திகா எப்போதும் தேர்வில் குறைந்த மதிப்பெண் பெற்றவராக இருக்க, ஒரு நாள் பேச்சுப் போட்டியில் பேச அழைக்கப்படுகிறார். கல்வி குறித்த அவரது பார்வையையும், கல்வி எப்படி மாற்றம் பெற வேண்டும் என்றும் எதார்த்தமாகப் பேசுகிறார். மாணவிகளின் கைத்தட்டல் வகுப்பைக் கலகலப்பாக்குகிறது. அந்த உற்சாகமும் பாராட்டும் அடுத்த தேர்வில் அவரை நல்ல மதிப்பெண் பெற வைக்கிறது.

ஆர்த்தி தந்தையை இழந்த குழந்தை. 'படிக்கவேமாட்டேன்கிறாள்' என அவரது அம்மாவும் அடிக்கடி வருத்தப்படுகிறார். ஆனால் ஆசிரியரின் அனுசரணையும், சிறுசிறு பாராட்டும் ஆர்த்தியின் படைப்பாற்றல் திறனையும் வாசிப்பு அனுபவத்தையும் மேம்படுத்த, தற்போது ஆர்த்தியை அடுத்தடுத்த நிலைகளுக்கு நகர்த்தி இருக்கிறது. பெரிய மாற்றங்கள் இல்லை என்றாலும் தேர்வை எதிர்கொள்ளும் தைரியமும் படிக்க வேண்டும் என்ற அக்கறையும் அவரிடம் ஏற்பட்டுள்ளது.

சாருலதா ஐந்தாம் வகுப்புவரை தமிழ் வழியில் படித்தவர். பெற்றோர் இவரை ஆறாம் வகுப்பில் ஆங்கில வழியில் சேர்த்து விட்டனர். திணறிப் போகிறார் குழந்தை. ஆங்கில வழியில் அனைத்துப் பாடங்களும் அவரை மிரட்டுகின்றன; பயப்படுகிறார். ஆனால், அவரிடம் விடாமுயற்சி என்ற திறன் அதிகமாக இருப்பதைக் கண்டறி கிறார் ஆசிரியர். விளைவு, ஆங்கிலத்தில் 95 சதவிகித மதிப்பெண் பெறும் திறன் பெறுகிறார். அது மட்டுமல்ல, ஆங்கிலப் பாடப் புத்தகத்தின் பாடப்பகுதியை வீட்டில் படித்து, குறிப்பெடுத்து அகராதி யைப் பயன்படுத்தி வகுப்பறையில் மற்ற அனைவருக்கும் பாடமே நடத்துகிறார்.

இவ்வாறு நம்மிடம் வகுப்பறையில் உறவாடும் ஒவ்வொரு குழந்தையும் அவர்களிடம் ஏதோ ஒரு திறனுடன்தான் வருகின்றனர். தேர்வு மதிப்பெண்களை மட்டும் கவனத்தில் கொண்டு, நாம்

அவர்களை அணுகும்போது அவர்களது திறன்கள் அறியப்படாமலேயே மருகி விடுகின்றன. அதோடு அவர்களது மனம் சோர்வுக்கு ஆளாகி விடுகிறது. தங்களுக்குப் பிடித்தமான ஒரு கலையை அல்லது பணியை அவர்கள் செய்யாமல் விடுவதை எண்ணி மனதிற்குள்ளேயே உழல்கின்றனர். அதைப் பகிர்ந்துகொள்ள இடமின்றி மனவியல் சிக்கலுக்குக்கூட ஆளாகிவிடுகின்றனர். ஏனெனில், வீடுகள் பெரும்பாலும் தேர்வுக்கு அவர்களைத் தயாரிக்கும் கூடங்களாக மட்டுமே செயல்படுகின்றன. பெற்றோர்கள் தங்களுக்குப் பிடித்த அல்லது தெரிந்த திறன் அடிப்படையில் சிறப்பு வகுப்புகளுக்கு அனுப்புகின்றனர். எத்தனையோ குழந்தைகள் பெற்றோருக்காக பாட்டு கிளாஸ், டான்ஸ் கிளாஸ், ஹிந்தி கிளாஸ் வந்தோம் எனக் கூறுவதைக் கேட்க முடிகிறது. ஆனால், குழந்தைகள் அவர்களுக்கு ஒரு விருப்பமான திறனில் தங்களை வளர்த்துக்கொள்ள வேண்டும் எனில் அதற்கான களம் வகுப்பறைதான். ஆசிரியர்கள்தான் அதற்கு வித்திட வேண்டும். அதற்காக நாம் பாடநூல், பாடத்திட்டம் இவற்றை விட்டுவிட வேண்டும் என்பதல்ல பொருள். மேற்சொன்ன அனைவரது திறன் சார்ந்த செயல்பாடுகளையும் பாடப் புத்தக இணைச் செயல்பாடுகளுடன் இணைத்துவிடும் திட்டமிடல் இந்த வகுப்பறையில் நிகழ்ந்தது. தலைமைப் பண்புகள், பேச்சாற்றல், எழுத்தாற்றல், வரைதல் இப்படியான எல்லாப் பண்புகளும் வகுப்பறையில் தான் ஆரம்பமாகின்றன.

அவர்களின் திறனை பாடப் புத்தகச் செயல்பாட்டில் அவர்கள் இணைத்து வெளிப்படுத்த வழிகாட்டப்பட வேண்டும். இதுவே நம் மதிப்பீடு முறையான, தொடர் மற்றும் முழுமையான மதிப்பீட்டு முறை (CCE - Continuous Comprehensive Evaluation). இந்தப் புரிதலை ஆசிரியர்கள் தங்களுக்குள் விரிவாக்கம் செய்து கொண்டால் கல்வியின் மதிப்பீட்டு முறைக்கும் பொருள் உருவாகும்.

மாணவர்களின் திறன் கண்டறிய, ஆரம்பக் காலங்களில் அவர்களின் ஒவ்வொரு சின்னச் சின்ன அசைவிற்கும் பாராட்ட வேண்டும். பாராட்டுகள் நிச்சயமாக அவர்களை அடுத்தடுத்த படிநிலைகளுக்குப் பயணப்பட வைக்கும். பாராட்டுகள் உற்சாகமான வார்த்தைகளாகவோ புத்தகம், பேனா, ரப்பர், பென்சில் இப்படியான சிறு பரிசுகளாகவோ இருக்கலாம்.

தனது வாழ்நாளில் ஏறக்குறைய 15 வருடங்கள் பள்ளிகளில் கழிக்கும் குழந்தைகளின் விருப்பு, வெறுப்பு, அன்பு, கோபம், சில நடத்தைப் பிறழ்வுகள், நடத்தை மாற்றங்கள் என அனைத்தும் வகுப்பறைக்குள்தான் நிகழ்கின்றன. இயன்ற அளவு அவர்களது திறனறிந்துவிட்டால், அவர்கள் சிறந்த மனிதர்களாக உருவாக நம்மால் உதவிட முடியும். பல்வேறு குடும்பச் சூழ்நிலைகளின் வெக்கையிலிருந்து நிழல் தேடி வரும் அவர்களுக்கான இடம் பள்ளியின் வகுப்பறைகளே. ஆகவே திறன் அறியும் களங்கள் வகுப்பறைகள்தான்; தூண்டுகோல் பாராட்டுகள்தான்.

தேர்தல் பணிகளில் ஆசிரியர்களின் துயரங்கள்

(ஏப்ரல் 1-15, 2021 சுவடு இதழில் வெளியான கட்டுரை)

கொரோன ஊரடங்கின் தீவிரம் முடிந்து பள்ளிகள் திறந்து 9 முதல் 12 வரை வகுப்புகள் கொஞ்சம் கொஞ்சமாக அரசின் வழிகாட்டு நெறிமுறைகளுடன் இயங்க ஆரம்பித்தது சற்றே ஆறுதலான செய்தியாக இருந்தது எனலாம். ஆனால் இரண்டு மாதங்களே இவையெல்லாம் நீடித்தன. மீண்டும் தொற்று பரவ ஆரம்பித்த சூழல் பள்ளிகளையும் விட்டு வைக்கவில்லை. ஆசிரியர்கள், மாணவர்கள் என அனைவரும் நோய்த்தொற்றுக்கு ஆளாக ஆரம்பிக்கும்போது மீண்டும் 9, 10 ,11 வகுப்பு மாணவர்கள் மார்ச் 22 முதல் பள்ளிக்கு வரத் தேவையில்லை என அரசு அறிவித்தது. 12ஆம் வகுப்புகள் பொதுத் தேர்வு அறிவிப்பினையொட்டித் தொடர்ந்து இயங்கின.

மற்றொரு புறம் ஜனநாயகத் திருவிழாவான 2021 சட்டமன்றத் தேர்தல் பணிகள், பல அழுத்தங்களை ஆசிரியர்களுக்குத் தந்ததாக பரவலான கருத்துகள் தமிழகமெங்கும் ஆசிரியர்களிடமிருந்து எழுந்தன.

அதைக் குறித்து உங்கள் அனுபவங்களைக் கூறுங்கள் என்று ஆசிரியர்களைக் கேட்டிருந்தோம்.

கடமையைச் செய்ய யாரும் மறுக்கவில்லை. ஆனால் ஆசிரியர்களை அதிக தூரம் அலைய வைப்பதுதான் எரிச்சலடைய வைக்கிறது, கொரோனா அச்சம் சற்றுக் கலவையைத் தருகிறது, சரியான வசதிகள் செய்யாமல் இருப்பதால், பெண்களுக்கு சிரமம் அதிகமாக இருக்கிறது என நிறைய கருத்துகள் வந்துள்ளன.

'வாக்குப் பதிவு முடிந்து திரும்பும்போது எந்தவிதமான போக்கு வரத்து வசதியும் இருப்பதில்லை. நள்ளிரவில் நடு ரோட்டில் நின்ற அனுபவம்தான் பல தேர்தல் பணிகளில் கிடைத்தது. தேர்தல்

பணிகளில் ஈடுபடும் ஊழியர்களைத் தேர்தல் ஆணையம் மனிதர்களாகவே நினைப்பது இல்லை' என்ற வருத்தமான பகிர்வுகளையும் ஆசிரியர்கள் முன்வைத்தனர்.

சில இடங்களில் மருத்துவ விடுப்பில் உள்ளவர்களை நேரில் வரவழைத்து, மருத்துவக்குழுவினர் முன் சோதனை செய்த நிகழ்வைக் குறித்துச் சொல்லும் தகவலைக் கேட்கும்போதே மற்றொருவர் கூறுவது திடுக்கிட வைக்கிறது. ஒருவர் கொரோனா பாதிப்பில் இருக்கும்போது தேர்தல் பணிப் பயிற்சிக்கு அவரால் வர இயலவில்லை. குறிப்பிட்ட நபர் வென்டிலேசனில் இருப்பதை வாட்ஸ் அப்பில் படமாக அனுப்பித் தெரிவிக்கும்போது அதை ஏற்காமல், நேரில் வந்து மருத்துவச் சான்றை ஒப்படைக்கக் கூறியதும், கோவிட் 19 பாதிப்புள்ளவர் நேரடியாக வந்து மருத்துவச் சான்றை ஒப்படைத்துச் சென்றதும் கூடுதல் அதிர்ச்சி.

கடுமையான உடல் நலம் பாதிக்கப்பட்டுத் தொடர் சிகிச்சையில் உள்ளவர்களையும், கருவுற்று இருக்கும் சகோதரிகளையும் பணியேற்கச் சொல்லித் திணிக்கிறது இன்றைய அணுகுமுறை. சம்மந்தப்பட்ட ஆசிரியர்களின் நியாமான குறைகளைக்கூட காது கொடுத்துக் கேட்க முடியாத அலட்சியப் போக்கிலேயே இன்றைய தேர்தல் பணி திணிக்கப்படுகிறது என்கிறார்கள்.

தேர்தல் பணியமர்த்தப்பட்டுள்ள ஆசிரியர்கள் பெரும்பாலானோருக்கு 70 கி.மீ. தூரத்திற்கும் அதிகமான தொலைவில் பணியாணை வழங்கப்பட்டுள்ளது. குறிப்பாக சிதம்பரம், குமராட்சிப் பகுதி ஆசிரிய சகோதரிகள் பலருக்கு திட்டக்குடியில் பணி வழங்கப்பட்டுள்ளது என்கிற தகவலையும் கடலூர் மாவட்ட ஆசிரியர்கள் பகிர்கின்றனர். தொடர்ந்து 13 மணி நேரம் இடைவெளி இன்றிப் பணியாற்ற வேண்டிய சூழலை மனித உரிமை மீறலாகவே கருதுகிறேன் என்கிறார் ஆசிரியர் ஒருவர்.

குறிப்பாக, பெருந்தொற்றுக் காலத்தில் பணி செய்வது மிகக் கடினம். 100 கிலோ மீட்டர் கடந்து தேர்தல் பணி, அதற்குமேல் அங்கிருந்து வாக்குச்சாவடிக்கு இன்னும் எவ்வளவு தூரம் பயணப்பட வேண்டி இருக்குமோ? என்ற வினாவையும் முன்வைக்கின்றனர்.

கொடைக்கானலில் பணிபுரியும் ஆசிரியர் ஜான் பௌலா,

முதல்முறை தனது பயிற்சி வகுப்பு பழனியிலும் இரண்டாம் வகுப்பு திண்டுக்கலிலும் நடைபெற்றது. 37 கிலோ மீட்டர் பேருந்து வசதியே இல்லாத பகுதி அது. இரு பயிற்சி வகுப்புகளுக்கும் தனி வாகனம் வைத்துச் சென்று வர பத்தாயிரம் ரூபாய்க்கும் அதிகமாகிவிட்டது எனக் கூறுவதை நம்புவது சிரமமாக இருந்தாலும், உண்மை இதுதான் என்பது பலரது குரல்.

பணி நிலைக்கு ஏற்றவாறு தேர்தல் பணி வழங்கப்படவில்லை. பணியில் இளையவருக்கும் பதவியில் இளையவருக்கும் வாக்குச் சாவடித் தலைமை அலுவலர் பதவி வழங்கப்பட்டுள்ளது. விருப்பத் துடன்கூடப் பணிகள் மாற்றம் செய்ய இயலவில்லை. தேர்தல் பணி எப்பொழுதும்போல் மன அழுத்தமானது. இவ்வளவு தொழில் நுட்பங்கள் வளர்ந்த போதும், இன்னும் கூட தபால் ஓட்டுப் போடும் நடைமுறை மாற்றப்படவேண்டும். தேர்தல் பணியில் ஈடுபடும் அரசு ஊழியர்களுக்கு, தேர்தலுக்கு முன்பே ஈவிஎம் மூலம் வாக்களிக்கும் முறை வரவேண்டும் என்கின்றனர் .

தேர்தல் மதிப்பூதியம் என்ற பெயரில் தரப்படும் சொற்ப ஊதியத்தைத் தாண்டிப் பெரும் செலவு செய்ய வேண்டியுள்ளது. தேர்தலுக்கு முந்தைய இரண்டு நாள் பயிற்சிக்குச் சென்று வருவது, ஒருநாள் தேர்தலுக்கு இரண்டு முழு நாட்கள் பணியாற்றுவது என 4 (அ) 5 நாட்கள் செய்யப்படும் பணிக்கு மதிப்பூதியம் மிகக் குறைவு என்ற கருத்தும் முன் வைக்கப்படுகிறது. ஒவ்வோரு தேர்தலிலும் தேர்தல் பணியை ஆசிரியர்கள் சரியாக நியாயமாக நேர்மையாகச் செய்வதால்தான் தேர்தல் சரியாக நடக்கிறது என்கின்றனர் ஆசிரியர்கள்.

பொதுமக்கள் பார்வை

‘பள்ளிக்கூடமே நடக்கல, தேர்தல் பணி பார்த்தால் என்ன? இது எல்லாத் தேர்தல் காலத்திலும் ஆசிரியர்கள் பங்கெடுப்புடன்தானே நடக்கிறது? பள்ளிக்கூடம் நடந்து, அதோட தேர்தல் வேலையும் இருந்தா பணிச் சுமையும் அழுத்தமும் இருக்கும். தேர்தல் நடைமுறை யில் நிறைய மாற்றங்கள் நடந்துகொண்டுதான் இருக்கும். அதை உள்வாங்கி போய்ட்டே இருக்கணும்’. இப்படியான கருத்துகள் பொதுமக்களால் முன்வைக்கப்படுகின்றன.

உண்மையில் என்ன நடக்கிறது?

தமிழகமெங்கும் அனைத்து மாவட்டங்களிலும் தேர்தல் பணிகள் முடுக்கி விடப்பட்டிருந்தன. வழக்கமான 60000 வாக்குச் சாவடிகள் என்பவை, கொரோனா பெருந்தொற்றின் காரணமாக 90000 ஆக, ஏறக்குறைய முப்பதாயிரம் வாக்குச் சாவடிகள் அதிகரிக்கப்பட்டிருந்தன. ஆகவே, சாவடிகளின் எண்ணிக்கை அதிகரிக்க அதிகரிக்க வேலை செய்ய வேண்டிய நபர்களின் எண்ணிக்கையும் அதிகரித்ததன் விளைவே, யாரையும் விட்டு வைக்காமல் ஆசிரியர்கள், அரசு ஊழியர்கள் என எல்லோரையும் தேர்தல் பணியில் ஈடுபடுத்த நிர்பந்திக்கிறது தேர்தல் ஆணையம்.

இதில் ஆண், பெண், நோயாளி, ஓய்வு பெறும் வயது என்ற எந்தப் பாகுபாடுமில்லை. ஏதாவது தனிப்பட்ட முறையில் உடல், குடும்பம் சார்ந்த பிரச்சனைகள் என்று உயரதிகாரிகளை அணுக முயன்றால், கலெக்டர் ஆர்டர் என ஒரே பதில். 'மாவட்ட ஆட்சியர் ஆணையிட்டு இருக்கலாம். ஆனால் உண்மையாகவே இயலாத சூழலில் ஒருவர் என்ன செய்வது?' என்ற கேள்விக்குப் பதிலில்லை.

பெரும்பாலான மாவட்டங்களில் ஒரு வாக்குச் சாவடிக்கு, தலைமைத் தேர்தல் அலுவலர் (PRO), தேர்தல் அலுவலர்கள் PO 1, PO 2, PO 3 என்ற அளவில் ஒவ்வொரு வாக்குச் சாவடிக்கும் 4 பேர் எனப் பணி நியமனம் செய்துள்ளனர். ஆனால், செங்கல்பட்டு உள்ளிட்ட சில மாவட்டங்களில் PO 3 இல்லாமல் மூன்று பேர் மட்டுமே நியமனம் செய்துள்ளனர்.

அதேபோல, தமிழகம் முழுவதும் தமிழ், எழுதப் படிக்கத் தெரியாதவர்களை PO2 நிலையில் நியமனம் செய்துள்ளதைக் குறித்தும், தமிழ் தெரியாத வட இந்திய நபர்களை POR முதல் அனைத்து வேலைகளுக்கும் நியமித்துள்ளது குறித்தும் தெரிய வருகிறது. இதுமட்டுமல்ல, சேலம் மாவட்டத்தில் கல்லூரி விரிவுரையாளரை P03 பணிக்கும், இன்னும் சில மாவட்டங்களில் நடுநிலைப்பள்ளித் தலைமை ஆசிரியர்களை PO2, PO3 இடங்களிலும் நியமித்துள்ளனர். ஊதிய விகிதம் அனுபவம் சார்ந்தே இந்த நியமனங்கள் இருக்கும், இருக்க வேண்டும். ஆனால் அதில் நிறைய முரண்பாடுகள்.

இரண்டு பணி ஆணைகள் பெற்ற ஆசிரியர்கள்

ஒரு சில ஆசிரியர்களுக்கு இரண்டு பணி ஆணைகள் வந்திருப்பதும், அவர்களுக்கான பயிற்சிகளில் ஒரே சமயத்தில் இரு இடங்களில் கலந்துகொள்ள முடியாத நிலையை எடுத்துக்கூறக் கால அவகாசமே தராமல் தண்டனைகள் அளிப்பதும் குழப்பமான சூழலை உருவாக்கியுள்ளது.

மூத்த குடிமக்களைத் தேடிய பட்டதாரி ஆசிரியர்கள்

தேர்தல் சமயங்கள் தவிர, வருடம் முழுவதும் வாக்காளர் பட்டியலுடன் சுற்றித் திரியும் கடுமையான பணிதான் வாக்குச் சாவடி அலுவலர் (BLO) பணி. வழக்கமாக இது பெரும்பான்மை மாவட்டங்களில் அங்கன்வாடி ஆசிரியர்களுக்குத்தான் வழங்கப் பட்டுள்ளது. விதிவிலக்காக, செங்கல்பட்டு உள்ளிட்ட சில மாவட் டங்களில் பொதுத் தேர்வுக்கு மாணவர்களைத் தயார் செய்யும் பட்டதாரி ஆசிரியர்களுக்கு வழங்கப்பட்டுள்ளது ஒருபுறம். அவர்களுக்கு, கடந்த 3 வாரங்களுக்கு முன்பு ஒரு பணி தரப்பட்டது. உடனடி -அவசரம், ஆம் தேர்தல் பணி என்றாலே அவசரம்தானே. ஒரு வாக்குச்சாவடி அலுவலரின் வாக்காளர் பட்டியலில் 80 வயதைக் கடந்த மூத்த குடிமக்கள் / மாற்றுத் திறனாளிகள் ஆகியோ ரைக் கண்டறிந்து, தேர்தல் நாளன்று வாக்கு அளிக்க நேரில் வர இயலுமா? இயலாதா? என்று கேட்டறிந்து, இயலாது எனில் வீட்டி லிருந்தபடியே வாக்களிக்க ஏதுவாகத் தபால் ஓட்டுப் போடுவதற்கு விண்ணப்பம் பெற்று, வட்டாட்சியர் அலுவலகத்தில் ஒப்படைப்பது தான் அந்த மிக முக்கியப் பணி. அதற்காக வெயிலில் அலைந்து திரிகிறார்கள் ஆசிரியர்கள்.

கிராமங்களில் ஓரளவு எளிதாக முதியோர்களைக் கண்டுபிடித்து விட முடியும். ஆனால் சென்னை முதலான மாநகரப் பகுதிகளில் இந்த 80 வயது மூத்தோரைக் கண்டுபிடித்துப் பணியை முடிக்க ஆசிரியர்கள், குறிப்பாகப் பெண் ஆசிரியர்கள் படாதபாடு அடைந்ததைக் கண்கூடாகப் பார்க்க முடிந்தது. ஒரு புறம் 9, 10ஆம் வகுப்புகளுக்குப் பாடம் எடுக்கும் கடமையிலிருந்தும் தவறாது BLO பணியையும் செய்து முடிப்பது மிகப்பெரும் சவாலாகவே இருந்துள்ளது.

வட்டாட்சியர் அலுவலகத்துக்கும் மூத்த குடிமக்கள் வீட்டுக்கும் அலையும் BLOக்கள்

வீட்டிலிருந்தே வாக்குகள் அளிக்க ஒப்புதல் தந்த 80 வயது மூத்த குடிமக்கள் மற்றும் மாற்றுத்திறனாளி வாக்காளர்களிடம் கையொப்பம் பெற, தாலுக்கா அலுவலகத்திற்குச் சென்று ஒப்புகைச் சீட்டு பெற்று, மீண்டும் வாக்காளர் வீடு தேடிச்சென்று கையொப்பம் பெற்று, திரும்ப அலுவலகத்தில் ஒப்படைக்கும்படி முடுக்கி விடப் பட்டனர்.

வீட்டில் வாக்குகள் பெறும் குழுக்களிலும் ஆசிரியர்களே

80 வயதுக்கும் மேற்பட்ட மூத்த குடிமக்களை நேரில் சந்திக்க ஒவ்வொரு நாளும் ஒரு குழு இயங்கியது. அக்குழுவில் பிரதான தலைமைத் தேர்தல் அலுவலராக ஆசிரியர்களே இயங்கினர். காலை 7 மணி முதல் மாலை 7 மணி வரை BLO ஆசிரியர்களின் வழி காட்டுதலில், பட்டியலில் இடம் பெற்ற 80 வயது நிரம்பியவர்களை வீட்டில் சந்தித்து, வாக்குச் சாவடி போலவே கம்பார்ட்மென்ட் செட்டப்பில் வாக்குப் பதிவை அதற்குரிய பெட்டிகளில் சேகரிக்கும் பணி, மார்ச் 31 ஐக் கடந்து நடைபெற்றதாகச் செய்திகள் தெரி விக்கின்றன. இவ்வாறான பணிகளில் ஈடுபடும் ஆசிரியர்களுக்கும், 'ஏன் தேர்தல் பயிற்சி வகுப்புக்கு வரவில்லை?' என்று விளக்கம் கூற மாவட்ட ஆட்சியர் அலுவலகங்களுக்கு வரக் கூறும் குறுஞ்செய்திகள் மற்றும் அலைபேசி அழைப்புகள்.

என்ன செய்யலாம் ?

ஜனநாயகத் திருவிழா எனும் தேர்தல் விழாவில், தேரின் வடம் பிடித்து நிலை சேர்க்கும் முக்கியப் பொறுப்பு ஆசிரியர்களுடையது என்பதால், இதனை மகிழ்வுடனே செய்கின்றனர். ஆனால் நடைமுறைச் சிக்கல்களையும் தேர்தல் கமிஷன் வட்டாரங்கள் புரிந்து கொண்டு சற்றே இவர்களது பிரச்சனைகளுக்கும் காது கொடுக்கலாம். விலங்குகளைப்போல விரட்டியடிக்கப்படும் சூழல் ஆசிரியர்களுக்கு உருவாகாமல் பார்த்துக் கொள்ளவேண்டும்.

மேற்சொன்ன முரண்பாடுகளைக் களைந்து, சீர்படுத்திய தேர்தல் பணிகளை முறையாக வழங்கிட நடவடிக்கைகள் மேற்கொள்ள வேண்டும். குறைகளை அடுக்கினால் பக்கங்கள் போதாது. ஆனால்

மாவட்ட ஆட்சியரின் ஆணை என்ற பெயரில் ஆசிரியர்களையும் அரசு ஊழியர்களையும் பயமுறுத்தாமல், தேர்தல் பணிகளை நல்லுறவுடன் சுமூகமாக ஏற்க அவர்களை ஆயத்தப்படுத்த வேண்டும். மாபெரும் ஜனநாயக நாட்டில் எதிரில் உள்ளோர் கருத்துகளை ஏற்கும் மனப்பக்குவமும் நடைமுறையும் கூடுதல் தேவை. அதிகாரங்களை வைத்து ஜெயிப்பது வெற்றி அல்ல. ஆகவே இனி வரும் காலங்களில் இந்தத் தேர்தல் குறித்த நடைமுறைப் பணிகளில் சீர்திருத்தங்களை எதிர்பார்த்துக் காத்திருக்கிறோம்.

நுழைபுலம் அமர்வில் கல்வி குறித்த கலந்துரையாடல்

(ஏப்ரல் 16-30, 2021 சுவடு இதழில் வெளியான கட்டுரை)

வாசிப்பை மையப்படுத்தி வாரம்தோறும் நிகழும் நுழைபுலம் குழுவின் 47 வது நிகழ்வு, 2011 ஏப்ரல் 11 ஆம் நாள் ஞாயிறு மாலை 4 மணி முதல், இணைய வழியில் இரண்டரை மணி நேரத்தையும் கடந்து சிறப்பான முறையில் விவாதத்துடன் கூடிய நிகழ்வாக அமைந்தது. நிகழ்வில் குழந்தைகளின் வாசிப்பையும் வார்த்தெடுக்க வாய்ப்புகள் வழங்குவதைக் காண முடிந்தது. தொடர்ந்து 'கல்விச் சிக்கல்கள் - தீர்வை நோக்கி' என்ற சமகாலக் கல்விப் பிரச்சனைகளை மையப்படுத்தி எழுதப்பட்ட நூல் குறித்த அறிமுகத்தை ஆசிரியர் பானுரேகா விரிவாக வழங்கியது, கலந்து கொண்ட அனைவரும் கல்வி முறை குறித்த பல கேள்விகளை முன் வைக்க வழிகோலியது.

நூல் அறிமுகத்திற்குப் பிறகு, புத்தகத்தையொட்டி உரையாடல் நிகழ்ந்தது. இந்த நிகழ்வின் முக்கியமான பகுதியாக இதைப் பார்க்கலாம். நிகழ்வை நல்லு இரா.லிங்கம் ஒருங்கிணைக்க, நிகழ்வின் சிறப்பு அழைப்பாளராகக் கலந்துகொண்ட ஆசிரியர் உமா மகேஸ்வரி எழுதிய நூல்தான் 'கல்விச் சிக்கல்கள் தீர்வை நோக்கி'. ஆகவே, கல்வியின் மீதான பலரது விமர்சனங்களும் சந்தேகங்களும் அவரிடமே முன்வைக்கப்பட்டன.

SSA - அனைவருக்கும் கல்வி இயக்கம் என்பது பள்ளிகளுக்கான கட்டடங்களை, தளவாடப் பொருட்களை மட்டும்தான் வழங்குகிறதா?

2001-இல் SSA திட்டம் உருவாக்கப்பட்டதிலிருந்து, இன்று வரை பல்வேறு தேவைகளைத் தமிழகப் பள்ளிகளுக்காக வழங்கி வருகிறது. வகுப்பறைக் கட்டிடங்கள், பள்ளி வளாகச் சுற்றுச்சுவர், கழிப்பிட வசதிகள் என அனைத்தும் தமிழக அரசுப்பள்ளிகளில் ஓரளவு சிறப்பாக, நிறைவாக இருக்கிறது என்றால் அது SSA (Sarva Shiksha Abhiyan)

எனப்படும் அனைவருக்கும் கல்வி இயக்கத்தின் மாபெரும் செயல் என்றே கூறலாம்.

இவை மட்டுமல்ல, தரமான கல்வியை உறுதி செய்வதற்காக ஆசிரியர்களுக்கான பயிற்சிகள், பள்ளிக்குத் தேவையான புத்தகங்கள், அறிவியல் உபகரணங்கள் எனப் பல வழிகளில் SSA தொடர்ந்து நிதி உதவி செய்து வருகிறது. ஒரு சில ஆசிரியர்களது பணியிடங்கள் SSA பணியிடம் என்றே குறிக்கப்பட்டு, ஆசிரியர்களின் ஊதியம் கூட SSA நிதியிலிருந்து வழங்கப்படுகிறது.

இவை தவிர வருடா வருடம் பள்ளி மானியம், மேலும் சில மானியங்கள் வழங்கும் நடைமுறையும் உண்டு. கல்வி சார்ந்த பல்வேறு பணிகளை அடுத்தடுத்த வருடங்களில் தன் வசம் எடுத்துக்கொண்டது. SSA. மாவட்ட ஆசிரியர் பயிற்சி நிறுவனங்களின் பேராசிரியர்கள் மட்டுமே ஒரு காலத்தில் செய்து வந்த பயிற்சிக் கட்டகங்கள் தயாரிக்கும் பணி, ஆசிரியர்களுக்குப் பயிற்சி தரும் பணி அனைத்தும் SSA வின் கட்டுப்பாட்டுக்குள் வந்தன. விளைவு, நிதியைச் செலவு செய்வது போலவே இப்பணிகளும் நீர்த்துப் போக ஆரம்பித்தன.

இன்றைய கல்வியின் மதிப்பீட்டு முறை, வகுப்பறைகளின் கற்பித்தல் முறை அனைத்திலும் தலையிட ஆரம்பித்து, பல வருடங் களாகத் தொடக்கக் கல்வியில் ABL System கற்றல் அட்டைகளைப் பயன்படுத்தும் முறையைக் கட்டாயப்படுத்தியது. சிறப்புக் குழந்தை களுக்கான ஆசிரியர் நியமனம், கற்றல் மையங்கள் இவற்றை மிக அற்புதமான விஷயங்களாகப் பார்க்கலாம். கல்வி முறையைச் சீர்திருத்தம் செய்யாமல் நிதியை மட்டும் வழங்கி, அதற்குள் திட்டங் களை உருவாக்கி, ஆசிரியர்களைக் கட்டாயப்படுத்திய கற்பித்தல் முறைகளை SSA கொண்டு வந்ததன் ஒரு விளைவுதான் இன்றைய கல்விச் சீரழிவு.

ஏனெனில் நிதி - திட்டங்கள் - பள்ளிகள் என வியாபாரமாகி, பல அரசு மட்டத்தில் இருப்போரையும் கமிஷன் ஏஜென்டுகளாக மாற்றிய ஒரு போக்கு இதில் உண்டு. தரமான கல்வியைக் கொண்டு வந்த ஆசிரியர்களை, பதிவேடுகளைப் பராமரிக்கும் ஆட்களாக மாற்றி, "இதைச் செய்தாயா? அந்த ஃபண்ட்டுக்கான ரெக்கார்டு எங்கே?" என, பதிவேடுகள் மட்டுமே கல்விமுறை என்ற பார்வையை உருவாக்கிய எதிர்மறை வலிமை SSA-வுக்கு உண்டு.

இதன் வரையறை 8 ஆம் வகுப்பு வரைதான். அதாவது தொடக்க, நடுநிலைப் பள்ளிகள் வரை மட்டுமே.

கல்வி நிதியின் பல கோடிகளைப் பார்த்து ருசி கண்ட அரசு எந்திரத்தின் உதிரிகள், 9 முதல் 12 ஆம் வகுப்பு வரை நிதி வழங்க, 2011-2012களில் RMSA என்ற ஒரு திட்டத்தைக் (Rastriya Madhya Shiksha Abhiyan) கொண்டு வந்தன.

உயர்நிலைப் பள்ளிகள், மேல்நிலைப் பள்ளிகள் என இதன் நிதி வழங்குதல், கட்டிடங்கள் தருதல், திட்டங்களை வகுத்தல் நிகழ்ந்தது. ஏராளமான வளர்ச்சித் திட்டங்கள், ஆசிரியர்களுக்கான பயிற்சிகள், சிறப்புக் குழந்தைகளுக்கான கற்றல் மையங்கள் என மிகத் தீவிரமான செயல்பாடுகள் நடந்தேறின. இதில் ஒரு படி கூடுதலாகச் சென்று, மாணவர்களையும் ஆசிரியர்களையும் கல்விப் பயணமாக பின்லாந்து, பிரான்ஸ், ஜப்பான் முதலான அயல் நாடுகளுக்கு அழைத்துச் செல்லுதல் முதல் பல்வேறு வழிகளில் நிதிகள் செலவிடப் பட்டு வருகின்றன.

அதேபோல ரோபாட்டிக் வகுப்பறைகள் உட்பட அறிவியலுக் கான அதி நவீன வளர்ச்சியும் கலைகளை வளர்க்கும் கலா உத்சவ் நிகழ்வு, போட்டிகள், பெண் குழந்தைகளுக்கான தற்காப்புக் கலைகள் பயிற்சி வகுப்புக்கான நிதி, மாணவர்களிடையே அறிவியல் அறிவை விதைக்கும்படியான பல முன்னெடுப்புகள், படைப்பாற்றல் திறன்களை வளர்க்கும் பல்வேறு போட்டிகள் இப்படி எல்லா வற்றுக்கும் நிதியை ஒதுக்கும் சிறப்பான திட்டங்களே இவை.

இரண்டுக்கும் தனித் தனித் தலைமையிடங்களும் மாநிலத் தலைமை இயக்குநரக வளாகத்தில் இருந்தன. அங்கு வலிமையான திட்ட அலுவலர்கள், மாவட்டங்களுக்கான திட்ட அலுவலகங்கள், அலுவலர்கள் என, தேர்ந்த நடைமுறைகள் உண்டு. தற்போது சமக்ஷர சிக்ஷா அபியான் என SSA + RMSA இரண்டையும் இணைத்து ஒரே திட்டமாக மாற்றி எல்லாவித செயல்பாடுகளும் தொடர் கின்றன. இந்தத் திட்டங்களால்தான் இன்றைய கல்விச் சூழல் நேர்மறையாகவும், அதே நேரத்தில் கல்வி வியாபாரமாகி, ஊழல் உருவாகி எதிர்மறையாகவும் மாறியுள்ளது. இன்னும் நிறையப் பேச இத்திட்டங்களில் இடமுண்டு.

கல்வி வளர்ச்சிக்கான திட்டங்களில் ஓட்டைகள் விழுந்த இடங்களைக் கண்டறிந்து சரி செய்ய வேண்டிய அவசிய அவசரத் தேவைகள் நிறைய உள்ளன.

நமது கல்வி முறையில் 8-ஆம் வகுப்பு வரை அனைவரும் தேர்ச்சி என்று ஒரு நிலை இருப்பது சரியா? எழுத்துகளே தெரியாத மாணவர்களை ஒன்பதாம் வகுப்பில் அமர வைத்து பாடம் எடுப்பது எப்படி சரி?

சரியான கேள்விதான். ஆனால், நமது கல்வி உரிமைச் சட்ட விதிப்படி 8 ஆம் வகுப்பு வரை மாணவரை ஒரே வகுப்பில் தேங்க விடக்கூடாது. அதாவது ஃபெயில், தேர்ச்சி பெறவில்லை என அவர்களை முத்திரையிடக்கூடாது. தமிழகப் பள்ளிகளில் கடந்த 2012 இலிருந்து புதிய மதிப்பீட்டு முறை நடைமுறையில் உள்ளது. CCE (Continuous and Comprehension Evaluation) - தொடர் மற்றும் முழுமையான மதிப்பீட்டு முறை எனப்படும் இம்மதிப்பீட்டு முறையில், கற்பித்தலின்போதே மாணவர்களது கற்றல் திறன் தொடர்ச்சியாக மதிப்பிடப்படுகிறது. 10 வருடங்களுக்கு முன்பு வரை 35 மதிப்பெண்கள் பெறவில்லை எனில் ஃபெயில் என்ற நடைமுறை இருந்தது. அப்படித் தேர்ச்சி பெறாத குழந்தைகள் இடைநிற்றலுக்கு ஆளாகி, கல்வி பெற வாய்ப்பற்றவர்களாக மாறிப்போய், குழந்தைத் தொழிலாளர்களாக மாறும் நிலை ஏற்பட்டது. இவையனைத்தும் மாறியதும் அனைத்துக் குழந்தைகளையும் பள்ளிக்குள் கொண்டு வரவும்தான் இந்த 8 ஆம் வகுப்பு வரைக் கட்டாயத் தேர்ச்சி என்பதைக் கல்வி உரிமைச் சட்டம் வலியுறுத்துகிறது.

அத்தோடு, எந்த ஒரு மாணவரும் எந்தத் திறனுமே இல்லாதவர் இல்லை. எனவே, ஆசிரியர்களது பணியே மாணவர்களைத் தகுதியுடையவராக மாற்ற வேண்டும் என்பதுதான் இதன் பொருள். ஒரு வகுப்பறையில் அமர்ந்திருக்கும் எல்லாக் குழந்தைகளும் ஒரே மாதிரியான கற்றல் திறனைப் பெற்றிருப்பதில்லை. உதாரணமாக, அரசுப் பள்ளிகளில் ஆறாம் வகுப்பில் பயிலும் 40 குழந்தைகளை எடுத்துக் கொண்டால், பத்து எண்ணிக்கையிலானவர்கள் மீத்திறன் பெற்ற, நமது பார்வையில் நன்றாகப் படிக்கும் குழந்தைகள். பத்து குழந்தைகள் மெதுவாகக் கற்கும் நிலையில் இருக்கலாம். ஒரு ஐந்து எண்ணிக்கையில் மாணவர்கள் எழுத்துகள் தெரியாமலும்

இருக்கலாம். எனில் ஒவ்வொரு பிரிவுக் குழந்தைகளையும் கற்றல் திறன்களுக்கு ஏற்பக் கையாளும் திறனை ஆசிரியர்கள் வளர்த்துக் கொள்ள வேண்டும். கற்றல் குறைபாடு என்பதாக மாணவர்களை மையப்படுத்தியே கூறாமல், கற்பித்தலில் குறைபாடு என்பதையும் ஆசிரியர்களாகிய நாம் உணர வேண்டும்.

கற்பித்தல் முறைகளை மாற்றிக் கொள்வதும், அணுகுமுறையை மாற்றிக் கொள்வதும் என, பல்வேறு கூறுகளைக் கடைபிடிக்கும் குறை தீர் கற்பித்தல் (Remedial Teaching) முறைகளை ஆசிரியர்கள் கையாள வேண்டியதும் மிக முக்கியம். நான் 10-ஆம் வகுப்புக்குக் கணக்குப் பாடம் கற்பிக்கிறேன். அங்கு சில குழந்தைகள் அடிப்படைத் திறன்களின்றியே அமர்ந்திருப்பர். அவர்களுக்குக் கூட்டல், கழித்தல், பெருக்கல், வகுத்தல் செயல்பாடுகளைக் கற்றுக்கொடுத்த பிறகே அடுத்த கற்பித்தலைத் துவங்குகிறேன். இதைப் போன்ற நடைமுறையைத்தான் பெரும்பாலான பள்ளிகளில் ஆசிரியர்கள் பின்பற்றுகின்றனர்.

பொது முடக்கக் காலத்தில் அரசுப் பள்ளியில் பயிலும் மாணவர்களுக்கு இணைய வழி வகுப்புகளும் இல்லை; அவர்கள் படிப்பதும் இல்லை. இதை எப்படிப் பார்ப்பது? அரசுப் பள்ளிகள் என்றாலே இப்படித்தானா?

கொரோனாக் கால ஊரடங்கில் இந்த வருடம் முழுக்கவே பள்ளிகள் இயல்பாக நடக்கவில்லை. ஆனால் அவர்களுக்கு, பாடப் புத்தகங்கள், சீருடை, நோட்டுப் புத்தகங்கள், எழுது பொருட்கள், அரிசி, பருப்பு, முட்டை உட்பட அனைத்து இலவசப் பொருட்களும் வழங்கப்பட்டுள்ளன.

அரசுப் பள்ளி ஆசிரியர்கள் தனியார் பள்ளி ஆசிரியர்களைப்போல காலை முதல் மாலை வரை இணைய வழி வகுப்புகள் நடத்த முடியாது. எல்லாக் குழந்தைகளுக்கும் ஆன்ட்ராய்டு ஃபோன் வசதியோ அல்லது டேட்டா ரீசார்ஜ் செய்யும் வசதியோ இருக்காது. வறுமை, பெற்றோர் அரவணைப்பின்மை போன்ற பல்வேறுபட்ட சூழல்களால் கட்டுப்படுத்தப்படும் குழந்தைகள் அரசுப்பள்ளிக் குழந்தைகள்.

ஆனாலும், தமிழகம் முழுவதிலும் அவர்களுக்கு இயன்ற அளவு கல்வியை சம்மந்தப்பட்ட பள்ளிகளின் ஆசிரியர்கள் வழங்கவே

செய்து வருகின்றனர். வாட்ஸ் அப் வழியாகக் கற்பித்தலை - தொடர்புபடுத்துதலைப் பெரும்பாலான ஆசிரியர்களும், சிலர் ஜூம் வழிக் கற்பித்தலையும் முன்னெடுக்கின்றனர். அரசும் கல்வித் தொலைக்காட்சி வழியாகக் கற்பித்தலைத் தொடர்கிறது. இந்த முயற்சிகள் ஒருபுறம் இருக்க, பல்வேறு மாவட்டங்களில் நேரடியாக மாணவர்களைச் சந்திக்கும் ஆசிரியர்களும் உண்டு. குறைந்தபட்சக் கற்றலாவது நிகழ்ந்து கொண்டுதான் இருக்கின்றது என்பதே இயல்புச் சூழல். இருப்பினும், கொரோனா காலத்தில் கல்விச் சூழலில் பெரும் தேக்கநிலை உருவாகியுள்ளது என்பதே உண்மை.

எல்லோரையும் அரசுப் பள்ளியை நோக்கி வாருங்கள் என்று சொல்கிறீர்கள். ஆனால், அரசுப்பள்ளி ஆசிரியர்கள் தங்கள் குழந்தை களை அரசுப் பள்ளிகளில் சேர்க்கிறார்களா? யாரைக் கேட்டாலும் தங்கள் குழந்தைகளை வேறு (தனியார்) பள்ளிகளில் சேர்த்துள்ள தாகத்தான் சொல்கின்றனர். இது குறித்து உங்கள் கருத்து என்ன?

உண்மைதான். முன்பெல்லாம், ஆசிரியர்கள் அரசுப் பள்ளிகளில் தங்கள் குழந்தைகளைச் சேர்க்க இயலாததற்கு முக்கியமான காரணம், கழிப்பறை வசதிகள் இல்லை என்பார்கள். ஆனால் தற்போது அவை ஒரு பிரச்சனையாக இருக்க வாய்ப்பில்லை. ஏற்கனவே நாம் கூறியபடி, SSA, RMSA திட்டங்களால் கட்டமைப்பு வசதிகள் இருக்கின்றன. இந்தக் கல்வியாண்டில் மட்டுமல்லாது, சமீப வருடங் களிலும் அரசுப்பள்ளி ஆசிரியர்கள் தங்கள் குழந்தைகளை அரசுப் பள்ளிகளில் சேர்க்க ஆரம்பித்துள்ளனர். ஆனாலும் அது 2% மட்டும் தான். எனது குழந்தைகளை நான் அரசுப் பள்ளியில் படிக்க வைக்க ஆரம்பித்த பிறகுதான், மற்றவர்களிடம் அவர்களது குழந்தைகளை அரசுப் பள்ளிகளில் சேர்ப்பது பற்றிப் பேச ஆரம்பித்தேன். ஆசிரியர் களின் சொல்லும் செயலும் வேறுபட்டு இருந்தால் முரண்பாடாகவே இருக்கும். அவற்றைக் களைந்தால்தான் அரசுப்பள்ளிகள் மீது மக்களுக்கு நம்பிக்கை ஏற்படும்.

ஆனால், தற்காலச் சூழலில் மாணவர்களைத் தங்களின் பள்ளிகளில் சேர்க்க மக்களைச் சந்தித்துக் கேட்க வேண்டிய நிலையில், ஆசிரியர்கள் தங்கள் குழந்தைகளை அரசுப் பள்ளிகளில் சேரக்க ஆரம்பித்துள்ளதை வரவேற்கத்தக்க செயலாகப் பார்க்கலாம். அதிகபட்சம் 200 ஆசிரியர்கள் தங்கள் குழந்தைகளை அரசுப்

பள்ளியில் சேர்த்திருக்கலாம். இது பல மடங்கு பெருக வேண்டும்.

பள்ளிகளில் தலைமை ஆசிரியர் அறையில், கரும்பலகையில் மாணவர்களின் சாதிகளின் பிரிவு எண்ணிக்கை குறிக்கப்பட்டுள்ளதன் பின்னணி என்ன?

அதன் உண்மையான பொருள், அலுவலகப் பயன்பாட்டிற்காக மட்டுமேயன்றி வேறு எந்தப் பிரிவினையும் அல்ல. மாணவர்களுக்கு இலவசங்களை வழங்குதல், கல்வி உதவித்தொகைகளுக்கான பிரிவுக் குழந்தைகளின் எண்ணிக்கை சார்ந்த பிற்படுத்தப்பட்ட / மிகவும் பிற்படுத்தப்பட்ட/ஆதி திராவிடர்/பழங்குடியினர்/இந்து/கிறிஸ்துவர்/ முஸ்லீம் பிரிவு மாணவர்களின் எண்ணிக்கை BC / MBC / SC / ST / 0C என்ற பிரிவுகாளகக் கரும்பலகையில் எழுதப்பட்டிருக்கின்றன. இது அரசின் கல்வித் திட்டங்கள் அந்தந்தப் பிரிவு மாணவர்களுக்குப் போய்ச் சேரவேண்டும் என்பதற்காக மட்டுமேயன்றி, பிரிவினை பாராட்டுவதற்கு அல்ல.

நூலகப் பயன்பாட்டிற்கு உரிய நிதி ஒதுக்கப்பட்டாலும், சரியான புத்தகங்களை மாணவர்களுக்குக் கொண்டு சேர்க்க முடியாததற்கு எது தடையாக இருக்கிறது?

அடுத்தப் பகுதியில்....

பள்ளிக் கல்வித்துறையில் நடக்கும் பயங்கர ஊழல்கள்

(மே 1-15, 2021 சுவடு இதழில் வெளியான கட்டுரை)

'இந்தியாவில் பள்ளிக் கல்வியின் மிக முக்கியமான பிரச்சனை, அரசிடமிருந்து நிதி உதவி கிடைக்காததுதான்' என்று 'நிச்சயமற்ற பெருமை' (Uncertain Glory) என்ற நூலில் குறிப்பிடுகிறார்கள் அமர்த்தியா சென் மற்றும் ஜீன் டிரிஸ். அந்தக் கூற்று வெளியாகி பத்தாண்டுகள் கடந்து விட்ட நிலையில், இன்றைய சூழலில் அரசின் கல்விக்கான நிதி ஒதுக்கீட்டில் பெற்றோர்களும் பொதுமக்களும் தலையிட வேண்டிய சூழல் ஏற்பட்டுள்ளது.

கொரோனா பொது முடக்கம், பள்ளிகள் திறக்கப்படாமை இவற்றைக் காரணம் காட்டி ஆசிரியர்கள் பெறும் ஊதியத்தை விமர்சிக்கும் ஊடகங்களும் பொதுமக்களும், கல்விக்காக ஒதுக்கப் படும் நிதிகள், அவற்றின் செலவு இவை பற்றி என்றாவது ஆய்வு செய்கிறார்களா என்பதைச் சிந்திக்க வேண்டும்.

கற்றல் - கற்பித்தல் செயல்பாடுகள் முழுமையாக நடைபெறும் சூழலில்லாதபோது, இந்தக் கல்வியாண்டில் பள்ளிகளுக்கான மானியங்களாகப் பல கோடி ரூபாய் செலவிடப்பட்டிருக்கிறது. கல்விக்காகச் செலவிடப்படும் நிதி குறித்து நாம் பெருமை கொள்ள லாம்தான்; அது வரவேற்கத்தக்கதும்தான். ஆனால், அவற்றில் நடக்கும் ஊழல்களை எப்படி அமைதியாகக் கடந்து செல்ல முடியும்?

நடப்புக் கல்வியாண்டில் பள்ளிக் கல்வியில் பதினாறாயிரத்து எழுநூற்றுப் பதினேழு கோடியே முப்பத்து மூன்று லட்சம் (16,717.33) கோடி ரூபாய் இடைநிலைக் கல்விப் பிரிவுக்கும், பதினாறாயிரத்து எழுநூற்று இருபத்தி எட்டு கோடியே ஒன்பது லட்சம் (16728.09) தொடக்கக் கல்வித்துறைக்கும், ஆக முப்பத்தி மூன்று ஆயிரத்து நானூற்று நாற்பத்தைந்து கோடியே நாற்பத்தியிரண்டு லட்சம்

ரூபாய் (33,445.42) பள்ளிக்கல்விக்கு மட்டும் ஒதுக்கீடு செய்யப் பட்டுள்ளது.

SSA, RMSA போன்ற திட்டங்களின் வழியாகத் தமிழகப் பள்ளிகளின் சராசரித் தேவைகள் நிறைவடைந்து வருவதை விளக்கமாக முன்பே பார்த்தோம். ஆனால், கல்விக்காக வழங்கப்படும் கோடிக் கணக் கான ரூபாய் எங்கெல்லாம் விரயமாகிறது? எங்கு கொள்ளையடிக் கப்படுகிறது? எங்கு நாம் விழிப்போடு இருக்க வேண்டும்? என்பதற்கான அறிமுகக் கட்டுரையே இது.

ஒதுக்கீடு நிதி விபரங்களின் ஒரு பகுதி

இந்த 2021-ஆம் ஆண்டில் தமிழகக் கல்வித்துறையில் பள்ளிக் கல்விக்கு ஒதுக்கப்பட்டுள்ள நிதிக் கணக்கீட்டின் தொடர்ச்சியாக இதைப் பார்க்கலாம்.

சமக்ரா சிக்ஷா (Samagra Shiksha Abhiyan) மூலம் 2020-21 கல்வி ஆண்டிற்கான நிதி ஒதுக்கீட்டில் பலவித முறைகேடுகள் நடந்து வருவதாக அறிய முடிகிறது. தமிழகம் முழுக்க ஏராளமான பள்ளி களில் பரவலாக இது குறித்து உரையாடும்போது, விரும்பத்தகாத கசப்பான உண்மைகள் வெளிவருகின்றன.

நிதி ஒதுக்கீட்டில், நூலகப் புத்தகங்கள், விளையாட்டுப் பொருட்கள் இவற்றிக்கான நிதி ஒதுக்கீடுதான் முறைகேடுகள் செய்வதில் முதலிடம் பெறுகிறது. தொடக்கப் பள்ளிகள், நடுநிலைப் பள்ளிகள், உயர்நிலைப் பள்ளிகள், மேல்நிலைப் பள்ளிகள் என தரம் வாரியாக இந்த நிதிகள் தமிழகம் முழுவதும் அரசுப் பள்ளிகளுக்கு வழங்கப்பட்டு வருவதை ஒவ்வொரு பள்ளியும் உறுதி செய்கிறது.

தொடக்கப் பள்ளிகளுக்கு ரூபாய் பத்தாயிரம் (ரூ.10000), மேல்நிலைப் பள்ளிகளுக்கு அறுபத்தைந்தாயிரம் (ரூ.65000), கொரானா தூய்மை காக்கும் செலவுகள் இருபத்தைந்தாயிரம் (ரூ.25000), விளையாட்டு உபகரணங்கள் வாங்க இருபத்தைந்தாயிரம் (ரூ.25000), நூலகப் புத்தகங்கள் வாங்க பதினைந்தாயிரம் ரூபாய் (ரூ.15000), இப்படி கூறிக் கொண்டே போகலாம்.

பள்ளி மானியங்கள் பற்றிய விபரங்கள்

மாணவர் எண்ணிக்கைக்கு ஏற்ப பள்ளி மானியங்கள்

வழங்கப்படுகின்றன. அவை பள்ளி வளர்ச்சிக்குச் செலவிடுவதற்காகத் தரப்படுபவை.

1 முதல் 15 குழந்தைகள் வரை படிக்கும் பள்ளிக்கு ஆண்டிற்கு ரூ.12500 வழங்கப்படுகிறது. 16-100 குழந்தைகள் படிக்கும் பள்ளிக்கு ரூ.25000, 101 - 250 குழந்தைகள் படிக்கும் பள்ளிகள் வருட மானியமாக ரூ.50000, 251 குழந்தைகளுக்கும் அதிகமாக 1000 குழந்தைகள் வரை பயிலும் பள்ளிகளுக்கு ரூ.75000 வழங்கும் அரசு, ஆயிரம் குழந்தைகளுக்கும் அதிகம் பயிலும் பள்ளிகளுக்கு ஒரு லட்சம் ரூபாய் வழங்கியுள்ளது.

மேல்நிலைப் பள்ளிகளுக்கு மட்டும் இந்தக் கல்வி ஆண்டில் 45000+25000+9000+15000 மொத்தம் தொன்னூற்று நான்காயிரம் (ரூ.94000) ரூபாய் வழங்கப்பட்டுள்ளது. இதேபோன்று, மாணவர் எண்ணிக்கைக்கு ஏற்ப ஒவ்வொரு பள்ளிக்கும் நிதி ஒதுக்கீடு வழங்கப்பட்டு வருகிறது. இதுவல்ல நமது பிரச்சனை.

இந்த நிதி முழுவதும் பள்ளிகளை முழுமையாகச் சென்றடைகிறதா? அப்படிச் சென்றடையும் நிதி வெளிப்படைத் தன்மையுடன் முறையாகச் செலவு செய்யப்படுகிறதா? என்று கேட்டால் திகைக்க வைக்கும் பதில்கள் கிடைக்கின்றன. கொடுப்பதுபோலக் கொடுத்து, பின்னாலேயே பணத்தைக் காசோலையாகப் பெற்றுக்கொள்ளும் அவலங்கள் பல வருடங்களாக நடக்கின்றனவாம்.

உதாரணத்திற்கு, இந்தக் கல்வி ஆண்டின் நிதி வழங்கீட்டைப் பற்றிப் பரவலாக ஒரு கருத்துக் கேட்பு நடத்தியதில் பல அதிரவைக்கும் உண்மைகள் / ஊழல்கள் வெளியாகின.

ஆசிரியர்களது பகிர்வுகள்

ரூ.25000 மதிப்பில் மேல்நிலைப் பள்ளிகளுக்கு வழங்கப்பட்டுள்ள மொத்த விளையாட்டு உபகரணங்களின் மதிப்பு மூவாயிரம் ரூபாய் கூடப் பெருமானம் இருக்காது என்கின்றனர் தலைமை ஆசிரியர்கள். 30 சிலம்புக் குச்சிகளின் மதிப்பு ரூ.1000 என்று பில் போட்டு, போலிக் குச்சிகளைக் கவரில் போட்டு வழங்கியவர்களைத் திட்டி அனுப்பியதாகக் கூறுகிறார் கிருஷ்ணகிரி மாவட்டத்தின் சிறந்த பள்ளியின் பெண் தலைமை ஆசிரியர்.

நான் பொருட்களை இறக்க அனுமதிக்கவே இல்லை. அரைமணி நேரப் போராட்டத்திற்குப் பிறகு ADPC (மாவட்ட உயர் பொறுப் பிலிருக்கும் சமக்ஷர கல்வித் திட்ட அலுவலர்) "உங்கள் பள்ளிக்குத் தேவையான விளையாட்டுப் பொருட்களை வாங்கித் தந்து விடுகிறோம்" என உறுதியளித்துள்ளார். ஆனால் அவர் இயக்குநரகத்திலிருந்து மொத்தமாகக் கொள்முதல் செய்வதாகக் கூறுகிறார். ஆகவே, தனிப்பட்ட பள்ளிக் குழந்தைகளுக்கான தேவையை நிறைவு செய்ய முடியுமா எனத் தெரியவில்லை என்றும் இதைக் கேட்பதற்கு யாருமே இல்லையா என்றும் குமுறுகிறார் அந்தத் தலைமை ஆசிரியர்.

கடலூர் மாவட்டத்தில் ஒரு நடுநிலைப்பள்ளி ஆசிரியரிடம் பேசும்போது, "அத்தனையும் ஏமாற்று வேலை. ஒரு பொருள் கூடத் தரமில்லை. தலைமை ஆசிரியரிடம் பில்லைக் கொடுத்து, கையைத் திருகிப் பணத்தைப் பிடுங்கிக் கொள்ளாத குறையாய் காசோலைகளை வாங்கிச் செல்கின்றனர்" என்று ஆதங்கப்படுகிறார்.

திருப்பூர் மாவட்டத்தில் தொடக்கப்பள்ளித் தலைமையாசிரியர் ஒருவரிடம் இதுபற்றிக் கேட்க, "தேர்த் திருவிழாவில் விற்கும் விளையாட்டு சாமான்களைப் போன்ற தரமுள்ள விளையாட்டுப் பொருட்களை இறக்கி வைத்துவிட்டுப் போகின்றனர். நாம் கேட்கும் பொருட்களை வாங்கிக்கொள்ள அனுமதி இல்லை" என்று எள்ளலாகத் திட்டித் தீர்க்கிறார்.

ராமநாதபுரம் மாவட்டத்தைச் சேர்ந்த ஒரு தொடக்கப்பள்ளியின் தலைமை ஆசிரியர் கூறும்போது, "கொரோனா விழிப்புணர்வுக்காக வழங்கப்பட்ட தொகை 670 ரூபாய். அதையும் செலவழிக்கக் கூடாது என்று தகவல் அனுப்புகின்றனர். அதோடு SSA மூலம் கொடுக்கப் படும் நிதி எல்லாம் அப்படியே திரும்பப் பெறப்படுகிறது. யாரும் கேள்வி கேட்க முடியவில்லை. கேள்வி கேட்டால் பழி வாங்கப்படு கிறோம்" என்கிறார்.

திருவண்ணாமலை மாவட்டத்தில் ஒரு அரசு உயர்நிலைப் பள்ளியில் நூலகப் பொறுப்பு வகிக்கும் ஆசிரியர், "தமிழகம் முழுவதும் பயன்பாட்டில் உள்ள நூலக நிதியின் அபாயம் ஒரு படி கூடுதலாக அச்சப்பட வைக்கிறது. பொதுவாக நூலகப் புத்தகங் களை அரசாங்கமே அனுப்பிவிட்டு, பணத்தைத் தலைமை ஆசிரியரின்

வங்கிக் கணக்கில் வரவு வைத்து, பின் திருப்பி வாங்கிக் கொள்கிறார்கள். அரசே அல்லது அதிகாரிகளே தனியாக சில பதிப்பகங்களின் பெயரில் புத்தகங்களை அச்சிட்டு, தமிழகம் முழுமைக்கும் உள்ள பள்ளிகளுக்குத் தருவதாகத் தெரிகிறது.

எடுத்துக்காட்டாக, நியூ செஞ்சுரி புக் ஹவுஸ் வெளியிட்டுள்ள, ரஜனி பாமிதத் எழுதிய 'இன்றைய இந்தியா' புத்தகத்தை (912 பக்கங்கள்), மதுரையில் இருந்து வேறொரு பதிப்பகம் வெளியிட்டுள்ளதாகப் பள்ளிகளுக்கு அரசு வழங்கியுள்ளது. இந்த நூலில் வெறும் 788 பக்கங்கள் மட்டுமே உள்ளன. ஏராளமான பக்கங்கள் விடுபட்டுள்ளன. பெரும்பாலும் போட்டித் தேர்வுகள் குறித்த புத்தகங்களே அதிக அளவில் தருகின்றனர். மாணவர் அறிவுக்கு ஏற்ற தரமான புத்தகங்களே வழங்கப்படுவதில்லை" என்று வேதனைப்படுகிறார்.

ஆனால், அரியலூர் மாவட்டத்தில் ஒரு உயர்நிலைப் பள்ளித் தலைமையாசிரியர் கூறும்போது, "எங்கள் பள்ளியில் உடற்கல்வி ஆசிரியர்கள் மற்றும் ஆசிரியர் குழு, பள்ளிக்குத் தேவையானவற்றைப் பரிந்துரை செய்ததையே வாங்கினோம்" என்கிறார். அதோடு "தேர்தல் அறிவிப்புக்கு முன்னால் எனில் 'மேலிடத்தில்' இருந்து 'தொல்லை' பேசி ஏன் வாங்கவில்லை எனக் கேட்பார்கள். PA to CEO கூட சிலரைக் கடிந்து கொண்டதாகக் கேள்விப்பட்டேன். ஆனால் தலைமையாசிரியர் எப்படிப்பட்டவர் எனப் பார்த்துதான் கேட்பார்கள். அனைவரையும் மிரட்டுவது கிடையாது" என்கிறார்.

"உங்கள் மாவட்டத்தில் பணமாகவே தந்து விட்டனரா?" என்று கேட்டதற்கு, "எங்கள் பள்ளிக்கு நாங்களே வாங்கிக் கொள்கிறோம் எனக் கூறிவிட்டோம்" என்கிறார். அதோடு, SMDC கணக்கில் கிரெடிட் ஆவதுதான் வழக்கமான நடைமுறை. காசோலையை அவர்கள் பெயரில் கொடுப்பதற்குப் பதிலாக, நாம் வாங்கும் கடை பெயருக்குத் தரவேண்டும்" என்கிறார்.

"சில இடங்களில் அவர்கள் தரும் பெயரில் காசோலை தரக் கட்டாயப்படுத்தப்படுவதாகக் கூறுகின்றனரே? இது மாவட்ட அளவில் யாருடைய கட்டுப்பாடு? மேலும் ஏதாவது தகவல்கள் கூறுங்களேன்" என்றோம்.

"அனைத்துக் கம்பெனிகளின் விலாசங்களும் நாமக்கல்,

ஈரோட்டைச் சுற்றியே இருக்கும். இதைவிடப் பெரிய கொடுமை என்னவென்றால், ஒரு சில பள்ளித் தலைமை ஆசிரியர்கள் செலவே செய்யாமல் பில் வைத்து, மொத்தப் பணத்தையும் ஆடிட் செய்து கணக்கை முடித்துள்ளனர். இது குறித்துப் புகார் கொடுத்தாலும், புகார் கொடுத்த ஆசிரியர் மீதுதான் நடவடிக்கை எடுக்கப்படும்" என்றார்.

"திட்ட அலுவலகத்திலிருந்து பெரிய வாகனங்கள் மூலம் பொருட்கள் கொண்டுவந்து பள்ளிக்கு இறக்கும் நபர்களிடம், எந்தக் கேள்வியும் விளக்கமும் கேட்கப்படாமல் ரசீது (Bill/ Voucher) தயார் செய்து கொடுப்பது மட்டும்தான் தலைமையாசிரியர்களின் பணியாகிறது" என்கிறார் ஈரோடு மாவட்ட ஆசிரியர் ஒருவர். மேலும் அவரே சொல்வது, "அறிவியல் ஆய்வக உபகரணங்கள் வாங்குவதிலும் RMSA நடைமுறை இப்படித்தான் இருக்கிறது. நாமே தேவையான பொருட்கள் வாங்குவதற்கு வாய்ப்பே இல்லை. மேலிடம் வரை பகைத்துக்கொள்ள எந்தத் தலைமையாசிரியருக்குதான் தைரியம் வரும்?

அதிகாரிகள் மற்றும் அரசியல்வாதிகளின் சுரண்டல்கள் இப்படி இருக்க, அரசுப்பள்ளி ஆசிரியர்கள் அதிகச் சம்பளம் வாங்குவதாக மட்டும் விளம்பரப்படுத்தப்படுகிறது. வறுமையில் வாடும் எளியவர்களின் வயிற்றெரிச்சலை நம் மீது திராவகமாக வீசுவதற்குத் திசை திருப்புகிறார்கள்" என்கிறார்.

சில பள்ளிகளில் ஆளுமைத்திறன் இல்லாத தலைமை ஆசிரியர்கள், பொய்யான ரசீது (போலி பில்) வைத்து ஆடிட்டரை சரிக்கட்டி விடுகின்றனர். பள்ளித் தகவல் பலகையில் ஒழுக்கம் விழுப்பம் தரலான் வாசகம் வேறு" என்று ஆதங்கப்படுகிறார் திண்டுக்கல் மாவட்ட ஆசிரியர் ஒருவர்.

"நூலகத்துக்கான புத்தகங்களையும் விளையாட்டுப் பொருட்களையும் அவர்களே தருவதாகக் கூறி ரூ.5000 + ரூ5000 க்கு காசோலை தரச்சொல்லிக் கூறியிருக்கிறார்கள்" என்கிறார் கிருஷ்ணகிரி தொடக்கப் பள்ளி ஒன்றின் தலைமை ஆசிரியர்.

"இங்கே எல்லாமே மாணவர் நலன் மட்டுமே கொண்டு முன்னெடுப்பு செய்யப்படுகிறது. நூலகப் புத்தகம் வாங்கப் பணம்

வரும், பின்னாடியே நல்ல புத்தகங்களும் உரிய ரசீதுகளும் வரும். உடற்கல்வி வளர்க்க விளையாட்டுப் பொருள் வாங்கப் பணம் வரும். உடன் நல்ல தரமான பொருட்கள் வாங்க ஆசிரியர் வீணாக அலையக் கூடாது என்ற நல்ல நோக்கில் ரசீதுடன் உங்களைத் தேடி வரும். நீங்க செக் மட்டும் கொடுத்தாப் போதும். இப்போது மிக நல்ல நோக்கில் இணைய வசதியை மேம்படுத்த ரூ.35500 நிதி வந்துள்ளது. பின்னாடியே அந்த நிதிக்குத் தேவையான பொருள் ரசீதுடன் வழங்கப்படும் என்ற தகவலும் வந்துள்ளது. இப்படி ஆசிரியர்களுக்கு எந்தச் சிரமமும் தராமல், அனைத்து ஏற்பாடுகளும் மாணவர் நலன் கொண்டு சிறப்பாக மேற்கொள்ளப்படுகிறது" என வஞ்சப் புகழ்ச்சியாகக் கூறும் ஆசிரியர், ஈரோடு மாவட்டத்தின் பெருந்துறை நகரின் நடுநிலைப்பள்ளி பட்டதாரி ஆசிரியர்.

மதுரை மாவட்ட ஆசிரியர் ஒருவர், மானியங்கள் சரிவர செலவு செய்யப்படாததைக் கண்டித்துத் தொடர்ந்து சில வருடங்களாகப் போராடி வருவதும் அதனால் கல்வித்துறை அதிகாரிகள் வழியே அவருக்குக் கெடுபிடிகள் வருவதும் மன உளைச்சலாக இருக்கிறது என்கிறார்.

என்ன தான் நடக்கிறது?

அரசு தரும் ஒவ்வொரு பைசாவையும் சரியான வழியில் செலவு செய்யும் தலைமை ஆசிரியர்களும், நேர்மையான அதிகாரிகளும் இருக்கத்தான் செய்கின்றனர். ஆனால் அவர்கள் மிகவும் குறைந்த சதவீதம்தான். விரல் விட்டு எண்ணிவிடலாம்.

ஒரு புறம் தன்னார்வ அமைப்புகளும் கொடையாளர்களும் வெளிநாடு வாழ் தமிழர்களும் தங்கள் ஊர் அரசுப்பள்ளிகளை மேம்படுத்த, தங்கள் உழைப்பின் ஒரு பகுதிப் பணத்தைக் கொடையாக அளித்து வருகின்றனர். முகநூலில் தங்கள் பள்ளிகளுக்கு உதவி வேண்டும் என்று பிச்சையெடுக்காத குறையாக அரசுப் பள்ளிகளுக்காகக் கேட்கின்றனர். பல பள்ளிகளில் ஆசிரியர்களும் தலைமை ஆசிரியர்களும் தங்கள் சொந்தப் பணத்தைச் செலவு செய்து பள்ளியை மேம்படுத்தும் நிலையும் இருக்கிறது.

ஆனால், அரசு ஒதுக்கும் நிதி மாணவர் நலனுக்கு முழுமையாகச் சென்றடையவில்லை என்பதுதான் நூறு சதவீத உண்மை. கல்வித்

துறையின் எந்த இடத்தில் கறுப்பு ஆடுகள் உலவுகின்றன எனப் பிடி படவில்லையா? அல்லது நாடகம் நிகழ்கிறதா? என்று தெரியவில்லை. பல ஆயிரம் பள்ளிகளுக்கு, கோடிக்கணக்கான ரூபாய்க்குக் கற்றல் - கற்பித்தலுக்கான அனைத்துப் பொருட்கள் வழங்குவதிலும் ஊழல், தலைமை ஆசிரியர்கள் மேலதிகாரிகளின் அதிகாரத்திற்குக் கட்டுப் பட்டு, ஊழலுக்கு உடந்தையாக மாறிவிடுதல் நடக்கிறது அல்லது எதிர்ப்பதில் பிரச்சனை உள்ளது. பல பள்ளிகளில் நிதிகளை விழுங்கு வதில் தலைமை ஆசிரியருக்கும் முழுப் பங்கு இருக்கிறது என்பதும் உண்மை. ஆடிட் செய்யும் தணிக்கை அதிகாரிகள் ஒருபுறம் முழுக்க முழுக்க பணம் விழுங்கப்படுதலுக்கு உடந்தையாக இருக்கின்றனர். பள்ளியில் வருடந்தோறும் ஆண்டு இறுதியில் தணிக்கை நடத்திக் கணக்குகளை சரிக்கட்டி விடுகின்றனர்.

உயர் மட்டத்திலிருந்து கீழ் நிலை வரை, கமிஷன் அடிப்படையில் நிதிகள் நீர்த்துப்போய் கல்வி கலங்கிக் கொண்டு களங்கமாகி நிற்கிறது. மக்கள் வரிப்பணத்தில் கல்வித் துறையில் ஒரு மறைமுக ராஜ்யம் நடப்பதை ஏன் யாரும் கேள்வி கேட்பதில்லை? அல்லது கண்டு கொள்வதில்லை? உண்மையான குற்றவாளி யார்? எங்கு ஊழல் ஆரம்பித்து எதுவரை பயணிக்கிறது? இவை விவாதத்திற்கு வர வேண்டும்.

கல்வி உரிமைச் சட்டத்தின்படி, SMC-பள்ளி மேலாண்மைக் குழு ஒவ்வொரு பள்ளிக்கும் கட்டாயமாக்கப்பட்டது. ஆனால், வெறும் பதிவேடாக ஏட்டளவில்தான் அவர்களது அதிகாரம். பெற்றோருக்கும் இந்த விஷயங்கள் தெரிய வாய்ப்பில்லை.

என்ன செய்யலாம்?

ஒரு பள்ளிக்கு வழங்கப்படும் நிதி மானியங்கள் முதலில் அப்பள்ளியின் அனைத்து ஆசிரியர்களுக்கும் தெரியப்படுத்தப்பட வேண்டும். அனைவர் முன்னிலையிலும் செலவினங்கள் பேணப் பட்டு ஆண்டுத் தணிக்கையில் அனைத்து ஆசிரியர்களையும் கையெழுத்திடச் செய்வது, ஓரளவு பள்ளியளவில் நிதிப் பயன்பாடு வெளிப்படைத் தன்மையுடன் இருக்க வழிவகை செய்யும்.

ஊடகங்கள் தங்களுக்கான அறத்தைச் சரியாக நடைமுறைப் படுத்த வேண்டும். பட்ஜெட் வந்த உடன் தீவிர அலசல் செய்யும்

ஊடகங்கள், ஒரு நாட்டின் அடிப்படைத் தேவையான, சமூக மேம்பாட்டின் அடிநாதமான, கல்விக்கான நிதி கடைக்கோடி மாணவன் வரை ஊழலின்றிச் சென்றடைவதை உறுதி செய்து மக்களுக்கு விழிப்புணர்வு ஏற்படுத்த வேண்டும். அப்போதுதான் மக்கள் தங்கள் வரிப்பணத்தைக் கல்விக்காகப் பயனுள்ள வகையில் அரசு செலவிடுவதை அறிய முடியும். அதனால், அரசுப் பள்ளிகள் புத்துயிர் பெறும்.

ஆசிரியர் சங்கங்கள், கல்வியாளர்கள் உள்ளிட்ட சமூக அக்கறை கொண்ட அமைப்புகளும் இவற்றில் கவனம் கொண்டு, மாணவர் நலன் காக்க மற்ற புல்லுருவிகளை அழிக்கக் குரல் கொடுக்க வேண்டும். அப்போதுதான் கல்விக்கான நிதி முழுமையாக மாணவர்களைச் சென்றடையும். இந்தியாவில், குறிப்பாகத் தமிழகத்தில் இன்றைய சூழலில் கல்வி வியாபாரமாக மாறிப்போனதற்கு மேற்சொன்ன எல்லாமும் காரணமாக இருக்கலாம். நிதியைக் கவனித்து நீதியை நிலைநாட்ட, இனிவரும் நாட்களிலாவது அரசு கவனம் எடுக்க வேண்டும்.

பள்ளிக் கல்வியில் ஏற்படுத்த வேண்டிய சீர்திருத்தங்கள்

(ஜூலை 19, 2021 சுவடு இணைய இதழில் வெளியான கட்டுரை)

மனிதனின் அடிப்படைத் தேவைகளான உணவு, உடை, இருப்பிடம் இவற்றுக்கு அடுத்து முக்கியத் தேவை கல்வியும் சுகாதாரமும்தான். இதில் சுகாதாரமும் கல்வியின் அடிப்படையி லேயே அமைவதால் மனிதனின் அடிப்படைத் தேவைகளில் மிக முக்கியமான ஒன்றாகவே கல்வி விளங்குகிறது. ஒரு சமூகத்தின் மேம்பாட்டுக்கு அடித்தளமாக அமைவது கல்வி மட்டுமே. அப்படிப்பட்ட கல்வியானது முற்காலங்களில், நம் சமூகத்தில் குறிப் பிட்ட சிலருக்கு மட்டுமே சொந்தமானதாகக் கைக்கொள்ளப்பட்டு, சமூகத்தில் பெரும்பான்மையினருக்குக் கல்வி மறுக்கப்பட்டு வந்தது.

பலகட்டப் போராட்டங்களை அடுத்து, சமூக நீதிக் கொள்கை நடைமுறைக்கு வந்த காலம் முதல், கல்வி அனைத்துச் சமூக மக்களுக்கும் உரியதாக மாறி இருப்பினும், அனைத்து மக்களையும் இன்னமும் கல்வி சென்றடையவில்லை என்பது பெருங்குறை.

இந்த இருபத்தொன்றாம் நூற்றாண்டிலும் பள்ளிக்கல்வியைக் கூடத் தாண்டாத, ஏன், பள்ளிக்கல்வியே கிடைக்காத பல இலட்சம் குழந்தைகள் நம் சமூகத்தில் இருக்கிறார்கள் என்பதை அத்தனை எளிதாக நாம் கடந்து சென்றுவிட முடியாது, கடந்து சென்றுவிடவும் கூடாது. இந்தச் சமூகத்திலிருந்து நாம் பெற்றவற்றுக்கான பலனைச் சிறிதளவேனும் திருப்பிச் செலுத்த வேண்டிய கடமை நம் ஒவ்வொருவருக்கும் உண்டு.

பள்ளிக்கல்விதான் அனைத்து உயர் கல்விக்கும் அடித்தளமாக இருப்பதால், பள்ளிக் கல்வியை நாம் வலுவானதாகவும் அனைத்துத் தரப்பு மக்களுக்கும் எளிதாகவும், ஏற்றத்தாழ்வு இல்லாத வகையிலும் கிடைக்கச் செய்யவும் வேண்டும். தற்போதுள்ள கல்வி முறையின்

வாயிலாக நாம் குறிப்பிடத்தக்க அளவிலான முன்னேற்றம் கண்டிருந்தாலும், காலச் சூழலுக்கேற்ப நமது கல்வி முறையிலும் கல்வித் துறையிலும் பல்வேறு சீர்திருத்தங்களை முன்னெடுக்க வேண்டியுள்ளது.

அவ்வகையில், பள்ளிக் கல்வித்துறையில் செயல்படுத்தப்பட வேண்டிய சீர்திருத்தங்கள் குறித்துக் காண்போம்.

1. வகுப்புக்கு ஒரு ஆசிரியர்

ஓராசிரியர் அல்லது ஈராசிரியர் பள்ளிகளில் ஒன்று முதல் ஐந்து வரையிலான வகுப்புகளுக்கு மொத்தமுள்ள 23 பாடங்கங்களையும் அவர்களே நடத்த வேண்டிய சூழல் நிலவுகிறது. அந்த இருவரிலும் ஒருவர் தலைமை ஆசிரியராக இருப்பதால், அவருக்குப் பெரும்பாலும் மாவட்டக் கல்வி அலுவலகத்தின் அல்லது ஏதேனும் ஒரு கல்வி அலுவலகத்தின் கடிதப் போக்குவரத்து, அலுவலகம் செல்லுதல் இப்படியான பணிகள் இருப்பதால் அப்பள்ளிகளில் பயிலும் குழந்தைகளுக்கு, கல்வி மறைமுகமாக மறுக்கப்படுகிறது. எனவே, அனைத்துத் தொடக்க மற்றும் நடுநிலைப் பள்ளிகளில் வகுப்புக்கு ஒரு ஆசிரியர் நியமித்தல் மிகவும் அடிப்படையான தேவை.

2. கற்பித்தல் அல்லாத பணிகளுக்கான அலுவலர்களை நியமித்தல்

பெரும்பாலான உயர்நிலை மற்றும் மேல்நிலைப் பள்ளிகளில் அலுவலகப் பணிகள், கணினிப் பணிகளை ஆசிரியர்கள் மேற்கொள்ள வேண்டியிருப்பதால், மாணவர்களுக்கான கற்பித்தலில் பெரும் பாதிப்பு உண்டாகிறது. வருடத்தின் பெரும்பான்மை நாட்களோ அல்லது முழுமையும்கூட ஆசிரியர்கள் வகுப்பிற்குச் செல்வதே இல்லை. வளர்ந்த மாணவர்கள் அவர்களாகவே படித்துக் கொள்வார்கள் என்று விட்டுவிடுகிறார்கள். இதனால் தரமான கல்வி பாதிக்கப்படுகிறது. எனவே ஒவ்வொரு பள்ளியிலும் கற்பித்தல் அல்லாத பணிகளுக்கான அலுவலர்களைத் தனியே நியமிக்க வேண்டும்.

3. கற்றலை மையப்படுத்தும் கல்வி

இன்றைய சூழலில், கற்பித்தல் பணிகள் பெரும்பாலும் தேர்வை மையமாக வைத்தே நடை பெறுகின்றன. கடந்த 10 ஆண்டுகளுக்கும்

மேலாக, தனியார் பள்ளிகளைப் போலவே தேர்ச்சி சதவீதத்தை மட்டும் கணக்கில் கொண்டு அரசுப் பள்ளிகளில் பத்து மற்றும் பன்னிரண்டாம் வகுப்புக்கு மட்டும் முக்கியத்துவம் அளித்துக் கற்பிக்கப்படுகிறது. அந்தக் கற்பித்தலும் பெரும்பான்மையாக 35% மதிப்பெண்கள் என்ற கணக்கீட்டின்படி, அவர்கள் தேர்ச்சி பெறுவதற்கான பயிற்சி (கோச்சிங்) மட்டுமே தரப்படுகிறது என்றே கூறலாம். இந்த நிலை மாறவேண்டும். குழந்தைகளுக்குப் பெரும்பாலும் பாடப் பொருள் அறிவு இருபது வருடங்களுக்கு முன்பு இருந்ததுபோல தற்போது கற்பிக்கப்படுவது இல்லை. அதனால், கற்பித்தல் என்பது மதிப்பெண் சார்ந்து இல்லாமல் அறிவு சார்ந்து இருக்க வேண்டும்.

4. திறன்சார் கல்வி ஊக்குவிப்பு

உயர்நிலை, மேல்நிலைப்பள்ளிகளில் பாட்டு, ஓவியம், நெசவு, கைத்தொழில் முதலான ஆசிரியர்கள் நியமனம் முன்பு இருந்தது. தற்போது சில காலமாக அப்பணியில் இருப்பவர்கள் ஓய்வு பெற்றுச் சென்றால் அவர்களோடு சேர்ந்து அந்தப் பணியிடமும் காணாமல் போய்விடுகிறது. புதிதாக ஆசிரியர்கள் நியமிக்கப்படுவதில்லை. தையல் கற்றுக் கொடுக்கக்கூடிய ஆசிரியர் அந்தப் பணியைச் செய்யாமல், பள்ளியில் தமிழாசிரியர் பற்றாக்குறை இருந்தால் அதைச் செய்கிறார். இப்படி அவரவர் பணியை அவரவர் செய்யும் நிலை இல்லை. பாடங்கள் கடந்த இதர திறன்களை, மாணவர்களிடம் உருவாக்குவதும் இல்லை. ஊக்குவிப்பதும் இல்லை. இந்தச் சூழல் தமிழக அரசுப் பள்ளிகளில் மாற வேண்டும்.

5. கல்வி மதிப்பீட்டு முறை

தமிழக அரசுப்பள்ளிகள் மற்றும் அரசு உதவி பெறும் பள்ளிகளில் தொடர் மற்றும் முழுமையான மதிப்பீடு என்ற CCE - Continuous and Comprehensive Evaluation முறை கல்வி உரிமைச் சட்டத்தின் வழிகாட்டுதலால் 2013லிருந்து பின்பற்றப்படுகிறது. இது மிகச்சிறப்பான மதிப்பீட்டு முறை என்றாலும், ஆசிரியர்களுக்கு இது குறித்த முழுமையான புரிதல் இல்லை. வழிகாட்ட வேண்டிய அதிகாரிகள் வழி காட்டுவதே இல்லை. வெறுமனே 40 மதிப்பெண்கள் இலவசமாகப் போடப்படுவதுபோல் இங்கு ஒரு தோற்றம் உருவாக்கப்பட்டுள்ளது. இந்த மதிப்பீட்டு முறையின் மற்றொருபுறம் பள்ளிக்கல்வி மிகவும் சவாலான விஷயங்களைச் சந்தித்து வருகிறது.

இந்த மதிப்பீட்டு முறை குறித்துப் பெற்றோர்கள் யாருக்கும் எந்த விதப் புரிதலும் கிடையாது. ஏனென்றால், அரசுப் பள்ளிகளுக்கு வரும் பெரும்பான்மைக் குழந்தைகள் வறுமைக்கோட்டுக்குக் கீழே வாழும் வசதியற்ற ஏழைக் குடும்பத்தைச் சேர்ந்தவர்கள். அவர்களின் பெற்றோருக்கு வாழ்வாதாரத்தைத் தேடுவதற்கே நேரம் போதுமானதாக இருக்கும்பொழுது, குழந்தைகளின் கல்வி குறித்து ஆய்வு செய்யவோ அக்கறை கொள்ளவோ அவர்களுக்கு நேரமோ புரிதலோ கிடையாது என்பதுதான் நிதர்சனம். இதனை ஆசிரியர்கள் புரிந்துகொள்ள வேண்டும். ஆனால், இங்கு நடப்பதோ வேறு. "எங்களது கைகளைக் கட்டிப் போட்டுவிட்டார்கள். மாண வர்களை அடிக்கக்கூடாது, திட்டக்கூடாது என்கிறார்கள். பெற்றோர் களும் சொல்லித் தருவது கிடையாது. அதனால் அவர்களுக்கு ஒன்றும் தெரியவில்லை" என்று ஆசிரியர்கள் அரசின் பக்கம் கை காட்டுகின்ற னர். ஆனால், உண்மையாகவே எதுவுமற்ற குழந்தைகளுக்குக் கற்பித் தலின் பொருட்டுதான் நாம் சம்பளம் பெறுகிறோம். ஆகவேதான் ஆசிரியப்பணி அர்ப்பணிப்பு மிக்க பணி என்று கூறுகிறோம். 'இந்தப் புரிதலுடன் ஆசிரியர்கள் தற்போது உருவாக்கப்படுகிறார்களா?' என்று பார்த்தால் அதுவும் கிடையாது.

ஆகவே, இந்த மதிப்பீட்டு முறையில் இருக்கக்கூடிய இடை வெளியை நிரப்ப அரசு முனைய வேண்டும். கற்றுத்தேர்ந்த, இது குறித்துப் புரிதல் இருக்கக்கூடிய ஆசிரியர்கள், தலைமை ஆசிரியர்கள், கல்வியாளர்கள் ஆகியோரை ஒன்றிணைக்க வேண்டும். இது குறித்து கருத்துக்கள் மற்றும் ஆலோசனைகளை வெளிப்படையாக வரவேற்று, குறைகள் இருப்பின் அவற்றைச் சரி செய்ய வேண்டும். நமது கல்வியில் மிகப்பெரிய ஒரு பின்னடைவு இருப்பது மதிப்பீட்டினால் மட்டும்தான். ஏனென்றால், அனைத்து மதிப்பீடுகளும் பதிவேடுகளை அடிப்படையாகக் கொண்டே பார்க்கப்படுவதால், குழந்தைகளின் உண்மையான கற்றல் திறன்கள் கணக்கில் எடுத்துக் கொள்ளப்படுவது கிடையாது. இந்த முறையை மிகமிக அவசியமாக, அவசரமாக அரசு கையில் எடுக்க வேண்டும். ஏனென்றால், கிட்டத்தட்ட ஒன்பது ஆண்டுகள் இப்படியே கடந்துவிட்டன. பள்ளிக் கல்வியை முடிக்கக்கூடிய குழந்தைகள் அத்தனை லட்சம் பேரும் இதில் மிகவும் பின்னடைவைச் சந்தித்து வெளிவரக்கூடிய, வெளிவந்து இருக்கக்கூடிய ஒரு சூழல் இங்கு நிலவுகிறது.

6. நிதி ஒதுக்கீடு

SSA, RMSA திட்டங்கள் தற்போது சமகிரா சிக்ஷ அபியானாக மாறிப்போனதன் அடிப்படையில், பல கோடிக்கணக்கில் ஆண்டுதோறும் கல்விக்கான நிதி ஒதுக்கப்படுகிறது. ஆனால் அந்த நிதி மிகச் சரியாக வந்து சேர்கிறதா என்றால் அதில் ஏராளமான ஓட்டைகள் உள்ளன. ஒவ்வொரு திட்டத்திலும் ஆயிரக்கணக்கான கோடிகள் கல்வி நிதியாகத் தமிழகப் பள்ளிகளுக்கு வழங்கப் பட்டாலும், ஆசிரியர்கள் பெரும்பாலும் மற்றவர்களிடம் கையேந்தி அவரவர் பள்ளித்தேவையை நிறைவு செய்பவர்களாகவே இருக்கிறார்கள். இந்த நிலை மாறவேண்டும். ஆசிரியரும் தலைமை ஆசிரியரும் கற்பித்தல் பணியை முழுமையாகக் கையிலெடுக்க வேண்டும். கட்டமைப்பு சார்ந்த, மற்ற நிதி நிலை சார்ந்தவற்றை அரசு மட்டுமே செய்ய வேண்டும். குறிப்பிட்ட திட்டங்களுக்காக மட்டுமே நிதி ஒதுக்காமல், ஒவ்வொரு பள்ளிக்குமான தேவைக்கேற்ப நிதியைப் பயன்படுத்த அனுமதிக்க வேண்டும். ஒரு குறிப்பிட்ட தேவைக்காக ஒரு பள்ளிக்கு நிதி ஒதுக்கப்பட்டு, ஏற்கனவே அந்தப் பள்ளியில் அந்தத் தேவை நிறைவடைந்திருந்தால், அந்த நிதியை வேறு பள்ளிக்குக் கொடுக்கலாம்.

திட்டங்களுக்காகச் செலவிடப்படக்கூடிய தொகையை, வேறு மாதிரியாகச் செயல்படுத்த முனையலாம். உதாரணமாக, கொரோனா காரணமாக பள்ளிகள் மூடப்பட்டுக் கிடந்த காலத்தில், பல கோடிக் கணக்கில் செலவு செய்து புத்தகங்களை அச்சிட்டு மாணவர்களுக்குக் கொடுத்தார்கள். ஆனால் பள்ளிகள் செயல்படாததால் மாணவர்கள் படிப்பது இல்லை. கற்பித்தலும் கற்றலும் நடைபெறவே இல்லை. ஆகவே, பாடங்களைக் குறைத்து சிறிய அளவில் புத்தகங்களை அச்சடித்து வழங்குவது மிகவும் நல்லது.

7. மழலையர் கல்வி

தமிழகப் பள்ளிகளில் ஏறக்குறைய 2800 பள்ளிகளில் மட்டுமே மழலையர் கல்வி வகுப்புகள் துவக்கப்பட்டுள்ளன. அனைத்து வகையான தொடக்க மற்றும் நடுநிலைப் பள்ளிகளிலும் மழலையர் வகுப்புகள் தொடங்கினால் அரசுப் பள்ளிகளை நோக்கி மக்கள் வருவார்கள். மேலும் மழலையர் பள்ளிக்கான கட்டமைப்பு வசதிகளையும் முறையாகச் செய்து தர வேண்டும். மழலையர் வகுப்பு

களுக்கான ஆசிரியர் நியமனம் என்பது தற்போது அவசர காலமாக இடைநிலை ஆசிரியர்களைப் பணி நிரவல் செய்து மழலையர் வகுப்புக் குழந்தைகளைக் கவனிக்க ஆணை பிறப்பித்து அனுப்பினர். இதற்கு மாற்றாக மாண்டிசோரி கல்வி முடித்த ஆசிரியர்களை நியமிக்க வேண்டும். அதற்கான ஏற்பாடுகளையும் மாண்டிசோரி கல்வி முறையைப் பயிற்றுவிக்க ஆசிரியர்களை உருவாக்கும் பணியிலும் நடவடிக்கைகள் எடுக்க வேண்டும். ஏற்கனவே மாண்டி சோரி கல்வி முடித்து, பயிற்சி பெற்ற ஆயிரக்கணக்கான ஆசிரியர்கள் தமிழகத்தில் இருப்பதால் அவர்களுக்கு முன்னுரிமை கொடுத்து மழலையர் பள்ளிகளுக்கு ஆசிரியர்களாக நியமிக்க வேண்டும். அப்போது இடைநிலை ஆசிரியர் பணியிடங்கள் திரும்பக் கிடைக்கும்.

இதனால் வகுப்பிற்கு ஒரு ஆசிரியர் என்ற இலக்கையும் எட்ட முடியும். அங்கன்வாடிப் பள்ளிகளைத் தொடக்கக் கல்வித்துறை யுடன் இணைத்தால், இந்த இடைவெளியில் இருக்கும் சில சிக்கல்கள் தீரும். அதோடு சத்துணவுத் திட்டமும் பள்ளிக்குள் இருந்தாலும், பள்ளி நிர்வாகக் கட்டமைப்பிற்குள் இல்லாததால் அங்கும் பிரச்சனை வருகிறது. அதையும் பள்ளிக்கல்வித் துறைக்குள் இணைக்க வேண்டும்.

8. ஆய்வுகள் மற்றும் புள்ளிவிவரங்கள் தேவை

பல ஆண்டுகளுக்கு முன்பாக மாவட்ட ஆசிரியர் பயிற்சி நிறுவனங்களில் பணியாற்ற கூடிய விரிவுரையாளர்கள், தொடர்ந்து கல்வி குறித்து ஆய்வு செய்யக் கூடிய முறை இருந்து வந்தது. அதைப் போன்ற ஆய்வுகள் தற்போது நடைமுறையில் இல்லை. ஒரு பள்ளியில் எதனால் பின்னடைவு ஏற்படுகிறது? அங்கு கல்வியின் தரம் எப்படி இருக்கிறது? என்ன மாற்று முறைகளைப் பின்பற்ற வேண்டும்? இப்படியான ஆய்வுகளைச் செய்வதற்குத் தேவையான தரவுகளும் விரிவுரையாளர்களிடம் போதாமையாக உள்ளது.

ஒவ்வொரு மாவட்டத்திலும் இருக்கக்கூடிய பள்ளிகளின் எண்ணிக்கை எவ்வளவு? எத்தனை பள்ளிகள் மூடப்பட்டன? ஏன் மூடப்பட்டன? ஏன் மாணவர் சேர்க்கை குறைகிறது? அங்கு தனியார் பள்ளிகளின் ஆதிக்கம் எவ்வளவு? அரசுப் பள்ளிகளின் வீழ்ச்சி எதனால்? ஆசிரியர்கள் எத்தகைய திறனுடன் இருக்கிறார்கள்?

என்பதான தரவுகள் (DATA BASE) இங்கு கிடையாது. அது குறித்த எந்தவிதமான தகவலும் வெளிவரவில்லை. இவையெல்லாம் முறைப்படுத்தப்பட வேண்டும். அப்போதுதான் அரசுப்பள்ளிகள் காப்பாற்றப்படும்.

9. கல்வி உரிமைச் சட்டத்தில் மாற்றம் தேவை

கல்வி உரிமைச் சட்டத்தின்படி தனியார் பள்ளியில் சேரும் 25 சதவிகித மாணவர்களுக்கான கல்விக் கட்டணத்தை அரசு செலுத்தி வரக்கூடிய சூழல் உள்ளது. பொதுவாக, ஒருசில வட இந்திய மாநிலங்களில் அதிகமான அரசுப் பள்ளிகள் இல்லாத காரணத்தினால், இந்தக் கல்வி உரிமைச் சட்ட விதியின்படி, அந்தப் பள்ளிகளில் பயிலும் மாணவர்களுக்கு அரசு கட்டணம் செலுத்துவது நியாயமாக இருக்கலாம். ஆனால், தமிழகத்தில் ஒரு கிலோ மீட்டருக்கு ஒரு தொடக்கப் பள்ளியும் நடுநிலைப்பள்ளி, மேல் நிலைப்பள்ளிகள் 3 கிலோ மீட்டர் சுற்றளவிலும் இருப்பதனால், எதற்காக அரசு நிதியைத் தனியார் பள்ளிகளுக்குத் தரவேண்டும்? எனவே, இங்கு அந்தச் சட்ட விதியை மாற்றுவதற்கு நமது அரசு முயற்சி எடுக்கலாம்.

ஏறக்குறைய எட்டு ஆண்டுகளில், 2013 முதல் இன்று வரை பல லட்சம் குழந்தைகள் அரசுப்பள்ளியில் இருந்து தனியார் பள்ளிக்குச் சென்று அல்லது அரசுப்பள்ளி அருகாமையில் இருந்தும் அரசின் செலவில் தனியார் பள்ளியில் படிக்கக்கூடிய சூழல் இருக்கிறது. அங்கு செலவிடப்படும் கல்விக் கட்டணத்தை முழுமையாக அரசுப் பள்ளிகளுக்குச் செலவிட்டால், அரசுப்பள்ளிகளின் கட்டமைப்பு மேம்படும். தரமான கல்வியும் இங்கு கிடைக்கும். ஆகவே, பல கோடி ரூபாய் மக்கள் வரிப்பணம் தனியார் பள்ளிகளுக்குக் கல்விக் கட்டணமாக அளிக்கப்படுவதை மாற்றியமைக்கக்கூடிய சட்டத்திருத்தம் நமது தமிழகத்தில் ஏற்படுத்தப்பட வேண்டும். இது குறித்து அரசு கவனம் எடுக்க வேண்டும்.

10. ஆசிரியர்களுக்குத் தேவையான பயிற்சிகள் வழங்குதல்

ஆசிரியர்களுக்கு வழங்கும் பணியிடைப் பயிற்சிகள், வெறும் பதிவிற்காக மட்டுமே இங்கு நடத்தப்படுகின்றன. அதனை முறைப் படுத்த வேண்டும். அவர்கள் விரும்பும் வழிமுறைகளில், பாடப் பொருளுடன் கற்பித்தல் முறைகளையும் பயிற்சி முறைகளையும்

சேர்த்து ஆசிரியர்களுக்கு வழங்க வேண்டும். அதற்கான வளங்களை கல்வித்துறை சரியான வழியில் உருவாக்க வேண்டும்.

தொழில்நுட்ப வகுப்பறைகளைப் பயன்படுத்துவது, ஸ்மார்ட் கிளாஸ் ரூம் மற்றும் விர்ச்சுவல் கிளாஸ் ரூம் பயன்பாடு, ஹை டெக் லேப் ஆகியவற்றைப் பயன்படுத்துவதில் முழுமையான பயிற்சி, இவற்றையும் கவனத்தில் கொண்டு நெறிப்படுத்த வேண்டும். ஆசிரியர்கள் ஏராளமானவர்கள் ஆயிரக்கணக்கில் சிறப்பாகச் செயல்பட்டுக் கொண்டிருக்கிறார்கள். அவர்களை ஒன்றிணைத்துப் பயன்படுத்திக் கொள்ளும் உத்தியைக் கல்வித்துறை கையிலெடுக்க வேண்டும்.

11. ஆசிரியர்களின் தனித்திறன் பதிவுகள் & இறுதித் தேர்வுகள்

ஒவ்வொரு பள்ளியிலும் ஆசிரியர்களுடைய தனித்திறன்கள் குறித்ததும் செயல்பாடுகள் குறித்ததுமான Profile கோப்புகளைத் தலைமையாசிரியர் அறிந்திருக்க வேண்டும். இவையும் வெறும் பதிவேடுகள் என்றில்லாமல் உண்மையான பதிவுகளாகத் தலைமை யாசிரியர் வைத்திருக்க வேண்டும். ஒவ்வொரு கல்வி மாவட்டத் திலும் எந்தெந்தப் பள்ளிகளில் எந்தெந்தத் துறையில் திறமை வாய்ந்த ஆசிரியர்கள் இருக்கின்றார்கள் என்ற பட்டியல் இருக்க வேண்டும். தலைமையாசிரியர்கள் தொடங்கி, மாவட்டக் கல்வி அலுவலர் மற்றும் அதற்கும் மேல் உள்ள இயக்குநரகம் வரை இவை தொடர்ந்து update செய்யப்பட வேண்டும். இப்படி ஒரு வரிசைக் கிரமத்தில், கல்விக் கட்டமைப்பில் அனைவரும் அறிந்திருக்கக் கூடிய சூழல் இங்கு மிகவும் குறைவாகவே இருக்கிறது. இந்தப் பதிவுகளின் அடிப்படையில் ஆசிரியர்களுக்கு விருதுகள் வழங்குதலை இறுதி செய்யலாம். ஒவ்வொரு வருடமும் ஆசிரியர்களை விருதுக்காக விண்ணப்பிக்கக் கூறுதல் அவசியம் இல்லாத ஒன்று. தகுதி வாய்ந்த ஆசிரியர்களை அரசு தேர்ந்தெடுக்க வேண்டும். இடையில் எவ்விதமான சங்கங்களின் தலையீடோ, அரசியல்வாதிகளின் தலையீடோ இல்லாமல் அரசே நேரடியாக ஆசிரியர்களைத் தேர்வு செய்யும் விருதுத் தேர்வு முறைகள் கொண்டுவரப்பட வேண்டும்.

12. தாய் மொழி வழித் தொடக்கக் கல்வி

ஏற்கனவே தொடக்க வகுப்புகளில் உள்ள ஆசிரியர்கள் போதாமைப் பிரச்சனையோடு ஆங்கில வழிக் கல்வியும் இணைந்து

கொண்டுள்ளது. மொழிப் பாடத்தை ஆங்கிலமாகக் கற்பிக்கவே சரியான முறையில் ஆசிரியர்களுக்குப் பணியிடைப் பயிற்சிகள் வழங்காத சூழலில், அறிவியல், சமூக அறிவியல், கணக்கு என்று ஒவ்வொரு பாடத்தையும் ஆங்கில வழியில் கற்பிக்கும் திறன் ஆசிரியர்களிடம் எவ்விதம் வளரும்? ஒரு பள்ளியில் ஆங்கில வழி, தமிழ் வழி என இரண்டு பிரிவு மாணவர்களையும் ஒரே ஆசிரியரே தான் கையாள்கிறார். தனிப்பட்ட முறையில் ஆசிரியர்கள் முயற்சி செய்து, தங்கள் ஆங்கில அறிவை விரிவடையச் செய்தல் மட்டுமே நடக்கிறது. அது 100% ஆசிரியர்களுக்கும் பொருந்தாது. தனது தாய் மொழி அல்லாத பிற மொழியான ஆங்கிலத்தில், ஒரு பாடத்தை மாணவருக்குப் புரியும்படி கற்பித்தல் சவாலான செயல். ஆசிரியர், மாணவர் இருவருக்குமான கற்பித்தல் - கற்றல் செயல்முறையில், மொழி மிக முக்கியமானது. அது இல்லாததால் வெறுமனே பாடப் பொருள் அறிவை, படித்துக் காட்டி விளக்குவதுதான் நடக்கிறது. படைப்பாற்றல் திறன், சிந்தனை, கற்பனை என எதுவும் வளராத பாடப் பொருளறிவை மனப்பாடம் செய்யும் குழந்தைகளைப் பள்ளி உருவாக்குகிறது. ஆகவே, பள்ளிக் கல்வியை முடித்து வெளியேறும் ஒரு குழந்தை, இரு மொழிகளிலும் சொந்தமாகச் சிந்திக்கும் ஆற்றலின்றி, காலிப் பாத்திரமாக வெளிவருவதை நாம் பரிசீலனை செய்ய வேண்டும். இந்தச் சூழலை மாற்ற வேண்டுமானால், தாய்மொழி வழிக் கல்விக்கு உரிய முக்கியத்துவம் கொடுத்து, அதற்கேற்ற வகையில் பாடங்கள் மொழியாக்கம் செய்யப்பட வேண்டும். குறைந்த பட்சம் தொடக்கக் கல்வியாவது கட்டாயமாக தாய்மொழி வழிக் கல்வியாக மாற்றப்பட வேண்டும்.

13. பள்ளிகளின் உள்கட்டமைப்பு மற்றும் பணியாளர்கள்

மாணவர் எண்ணிக்கைக்கு ஏற்ற வகுப்பறைக் கட்டடங்கள் பற்றாக்குறை, பழுதுடன் கூடிய வகுப்பறைகள், சுற்றுச்சுவர் இல்லாத பள்ளிகள் ஏராளமாக இருக்கின்றன. இரவுக் காவலர்கள், தூய்மைப் பணியாளர்கள் போன்றோர் 90% பள்ளிகளில் நிரந்தரப் பணியாளர் கள் கிடையாது. கடந்த சில வருடங்களாக, தூய்மைப் பணியாளர்கள் நகராட்சிகளில் இருந்து நியமிக்கப்பட்டு, பள்ளிகளில் பணியாற்றி வருகின்றனர். அவர்களுக்கு சரியான முறையில் ஊதியம் வழங்கு வதில்லை என்பதால் அவர்கள் தொடர்ந்து பணிக்கு வருவதில்லை.

ஆகவே, பள்ளிகளுக்கு நிரந்தர தூய்மைப் பணியாளர்கள், காவலர்கள் ஆகியோர் நியமனம் செய்யப்பட வேண்டும்.

கழிப்பறைக் கட்டட வசதிகள் மற்றும் குடிநீர் வசதியை ஒவ்வொரு பள்ளிக்கும் உறுதி செய்ய வேண்டும். ஏற்கனவே நாம் கூறியபடி, பல்வேறு இதர திட்டங்களுக்கு ஒதுக்கப்படும் கோடிக் கணக்கான நிதியை இவற்றுக்குப் பயன்படுத்தினால் மிகவும் உதவியாக இருக்கும்.

பல பள்ளிகளில் முறையான ஆய்வகங்கள் கிடையாது. அறிவியல் மற்றும் ஆங்கில மொழி ஆய்வங்களை அனைத்துப் பள்ளிகளிலும் அமைக்கவும் ஏற்பாடுகள் செய்ய வேண்டும். ஆங்கில மொழியைச் செறிவாக்க RIE (Regional Institute of English Language) பயிற்சிகள் பெங்களூரில் தரப்பட்டு வந்தன. அனைத்து ஆங்கில மொழி ஆசிரியர்களுக்கும் இப்பயிற்சியைக் கட்டாயமாக்க வேண்டும். அது மட்டுமன்றி கணித ஆய்வகங்கள், சமூக அறிவியலுக்கான ஆய்வகங் களையும் பள்ளிகளில் உருவாக்க வேண்டும். அப்போதுதான் மாணவர் திறன்களைக் கண்டறியும் வாய்ப்புகள் உருவாகும்.

14. மேல்நிலைக் கல்வியில் கூடுதல் பாடப் பிரிவுகள் உருவாக்குதல்

அரசு மேல்நிலைப் பள்ளிகள் அனைத்திலும் வேளாண்மை, அரசியல் அறிவு, செவிலியர் உள்ளிட்ட பல்வேறு பாடப் பிரிவு களையும் உருவாக்கினால் அனைத்துத் துறைகளிலும் மாணவர் களுக்கான உயர்கல்வி மற்றும் வேலை வாய்ப்புகளை ஏற்படுத்தலாம்.

15. பள்ளி நூலகங்களைச் சீரமைத்தல்

பள்ளி நூலகங்களுக்குத் தனி நூலகர் அவசியம் தேவை. மாணவர் களை வாசிப்புக்குள் கொண்டுவர வேண்டுமெனில் ஒவ்வொரு ஆசிரியரும் வாசிப்பை நேசிக்கும் ஆசிரியராக மாற வேண்டும். அதற்கு ஆசிரியர்களைக் கட்டாய வாசிப்புக்குக் கொண்டுவர கல்வித் துறை ஆவண செய்ய வேண்டும். பள்ளி நூலகங்களை முறைப் படுத்தினால் பெரும்பாலான பள்ளிகளில் ஆர்வமுள்ள மாணவர்கள் வாசிப்பை முன்னெடுப்பார்கள். அவர்கள் மட்டுமல்லாமல் ஒவ்வொரு பள்ளியில் உள்ள அனைத்து ஆசிரியர்களும் துறை சார்ந்த நூல்களையும் மற்ற விருப்பமான நூல்களையும் வாசிப்பதைக் கற்பித்தலின் ஒரு பகுதியாக நிகழ்த்த வேண்டும்.

அதுமட்டுமல்லாமல் பள்ளியில் செயல்படுத்தப்படக்கூடிய மதிப்பீட்டு முறையான CCE - தொடர் மற்றும் முழுமையான மதிப்பீட்டு முறையில், 40 மதிப்பெண்கள் சிறு தேர்வுகளாகவும் செயல்திட்டங்களாகவும் மாணவர்களைச் செய்யவைத்து அதன் அடிப்படையில் வழங்கப்படுகிறது. அந்தச் செயல்திட்ட மதிப்பெண்களில் அதிகபட்சமாகப் பத்து மதிப்பெண்களை, பாடம் சார்ந்த நூல்கள், சிறுகதைகள், கட்டுரைகள், படக்கதைகள் போன்ற மாணவர் விரும்பும் புத்தகங்களை வாசித்து, அந்த வாசிப்பு அனுபவத்தை வகுப்புகளில் நேரடி அனுபவமாகப் பகிர வைத்து, அதன் அடிப்படையில் திறன் மதிப்பீடு செய்து மதிப்பெண்கள் வழங்கலாம். இதை நடைமுறையில் நான் சில வருடங்களாகச் செய்து வருகிறேன். ஹாங்காங் கல்வித் திட்டத்திலும் இதனைப் பின்பற்றுகின்றனர்.

16. பள்ளி மேலாண்மைக் குழுக்கள் - SCHOOL MANAGEMENT COMMITTEE

இதுவரை நாம் குறிப்பிட்ட மேற்கண்ட பல தீர்வுகளை SMC வழியாகவே செய்ய இயலும். ஒவ்வொரு ஊரிலும் கல்வி குறித்து ஏராளமாக அக்கறை உள்ள பெற்றோர்களும் சமூக ஆர்வலர்களும் புரவலர்களும் உள்ளனர். அவர்களைக் கண்டடைந்து இணைத்து, செயல்பாட்டுக்குக் கொண்டு வந்தால் அரசுப் பள்ளிகள் வலுப்பெறும். ஆனால் இங்கு பெரும்பான்மையான தலைமை ஆசிரியர்கள் வெறும் பதிவேடுகளாகவே SMC கூட்டங்களை நடத்தி முடித்து விடுகின்றனர். ஆசிரியர்கள், தலைமை ஆசிரியர்களை SMC உறுப்பினர்கள் நேரடியாகச் சந்திப்பது நடப்பதில்லை. இந்த SMC அமைப்பு, கல்வி உரிமைச் சட்டத்தின் ஒரு முக்கியக் கூறாக இருந்தும் பதிவேட்டு நடைமுறையாகவே இருக்கிறது. கல்வித்துறை உயர் அதிகாரிகள், பதிவேடுகளை மட்டுமே பார்க்கின்றனர். அவர்கள் களத்தில் நேரடியாகப் பெற்றோர்களைச் சந்திக்க வேண்டும்.

17. உளவியல் ஆலோசகர் நியமனம்

உளவியல் சார்ந்த அணுகுமுறை என்பது பள்ளிகளில் அருகி வருகிறது. மேல் வகுப்புகளுக்குச் செல்லச் செல்ல, தேர்வுக்குத் தயாரிக்கும் பொருட்களைப் போல மாணவர்களைப் பார்க்கும் சூழல் உருவாகியுள்ளது. பதின்வயது பருவக் குழந்தைகளைக் கையாளும்

திறன்கள் ஆசிரியர்களுக்குக் கூடுதலாகத் தேவைப்படுகிறது. தற்காலச் சூழலில் பாடப் பொருள்களின் அதீத சுமையாலும் கற்பித்தல் சாராத எண்ணற்ற பணிகளாலும் ஆசிரியர் மாணவர் உறவே சிதைந்துள்ளது. உடல் மற்றும் மனம் சார்ந்து குழந்தைகளுக்கான பிரச்சினைகளைக் கையாள, கூடுதல் கவனம் தேவை. எனவே, பள்ளிகளில் உளவியல் ஆலோசகர்கள் நியமிக்கப்பட வேண்டும். பள்ளிகளில் மாணவர்கள் தங்கள் பிரச்சினைகளைத் தெரிவிக்க, கருத்துக் கேட்புப் பெட்டி வைக்கப்பட வேண்டும். ஆசிரியர்கள் மற்றும் தலைமை ஆசிரியர்களுக்கான கருத்துக் கூறும் பெட்டியும் இடம் பெற வேண்டும். இதனை நிதிப் பயன்பாட்டு ஊழல்கள் மற்றும் ஆசிரியர்களுக்கிடையே நிலவும் பாலினப் பாகுபாடு, சாதி மதப் பாகுபாடு, ஆதிக்க மனப்பான்மை குறித்த பிரச்சினைகளைத் துறைக்குத் தெரிவிக்கும் வழியாகவும் கொள்ளலாம்.

18. ஆசிரியர் சங்கங்களை முறைப்படுத்துதல்

பள்ளிகளில் ஆசிரியர் சங்கங்களில் பொறுப்புகள் வசிக்கும் உறுப்பினர்களின் ஆதிக்கம் கூடுதலாக உள்ளது. பள்ளித் தலைமை ஆசிரியர்கள் செயல்படுத்த நினைக்கும் திட்டங்கள், நற்செயல் களைக்கூடக் கட்டுப்படுத்தி, பிரச்சனைகளை உருவாக்கிவிடும் ஆசிரியர்கள் பள்ளிகளில் இருக்கின்றனர். மாவட்ட அளவில் கல்வி அதிகாரிகள் வழியாகத் தலைமை ஆசிரியருக்கு இக்கட்டான சூழலை உருவாக்குதல், மாணவர் நலன் சார்ந்து இயங்குபவர்களைக் கட்டுப்படுத்துதல் உள்ளிட்ட ஆதிக்கப் போக்குகள் களையப்பட வேண்டும். எனவே, சங்கங்கள் மற்றும் அவர்களின் செயல்பாடுகள் முறைப்படுத்தப்பட வேண்டும்.

19. கல்விக் குழுக்களை உருவாக்கி ஆலோசனைகளைக் கேட்டல்

அரசுப் பள்ளிகளில் மிகச் சிறப்பாக இயங்கி வரும் ஆசிரியர்கள், தலைமையாசிரியர்கள் இருக்கின்றனர். இருபது வருடங்களுக்கும் மேலாகப் பணியாற்றி, பல்வேறு ஆக்கப்பூர்வமான மாற்றங்களை நிகழ்த்தி வரும் தலைமை ஆசிரியர்கள் மற்றும் ஆசிரியர்களை அரசின் நேரடி ஆலோசகர்களாக நியமித்து அவர்களது அனுபவத்தைப் பயன்படுத்திக்கொள்ளும்போது கள நிலவரத்தின்படி உண்மையான முன்னேறறங்களைக் காண இயலும். மேலும், மாநில அளவில் கல்வி சார்ந்த செயல்பாடுகளில் ஆக்கப்பூர்வமாக ஈடுபட்டுவரும்

கல்வியாளர்கள், ஓய்வு பெற்ற ஆசிரியர்கள், பேராசிரியர்கள் உள்ளிட்டோரையும் அடையாளம் கண்டு, மாவட்டந்தோறும் கல்வி ஆலோசனைக் குழுக்களை அமைக்கலாம்.

20. உயர்க் கல்வி கண்காணிப்புக் குழு

9-ஆம் வகுப்பிலிருந்தே மாணவர்களுக்கு உயர் கல்வி வாய்ப்புகள் மற்றும் வேலை வாய்ப்புகள் குறித்த புரிதலை உருவாக்க, பள்ளிகளில் வாரம் ஒரு வகுப்பு (அ) சனிக்கிழமைகளில் வகுப்பு என ஏற்படுத்தி விழிப்புணர்வு உருவாக்க வேண்டும். ஏனென்றால் மாநில மற்றும் ஒன்றிய அரசுப் பல்கலைக் கழகங்களில் உள்ள கல்வி வாய்ப்புகள் குறித்து அரசுப்பள்ளி மாணவர்கள் பெரும்பாலும் அறிவதில்லை. ஆசிரியர்களுக்கே கூட அது பற்றிய பரவலான அறிதல் கிடையாது. இதனால், தகுதி இருந்தாலும் பல அரசுப்பள்ளி மாணவர்கள் அரசுக் கல்லூரிகளிலும் பல்கலைக்கழகங்களிலும் உள்ள கல்வி வாய்ப்பை இழக்கின்ற சூழல் உள்ளது.

அரசுப் பள்ளிகளில் படிக்கும் மாணவர்கள் வறுமை மற்றும் குடும்பச் சூழல் காரணமாக, பள்ளி இறுதி வகுப்புக்குப் பிறகு உயர்கல்விக்குச் செல்வது குறைந்து விடுகிறது. ஒரு பள்ளியின் குறிப்பிட்ட வகுப்பில் படித்து முடித்து வெளியேறும் மாணவர்கள் எங்கு செல்கின்றனர்? அவர்கள் உயர்கல்விக்குச் செல்கிறார்களா? வேலைக்குச் செல்கிறார்களா? பெண் குழந்தைகளுக்குத் திருமணம் ஆகிவிடுகிறதா? போன்ற எந்த விபரங்களும் பட்டியலும் கல்வித் துறையில் இருப்பதில்லை. ஆகவே, பள்ளிக் கல்வியை முடிக்கும் அனைவரது அடுத்த உயர் கல்வி நகர்வுகள் குறித்த உண்மைத் தகவல்கள், கல்வித்துறையில் பேணப்பட வேண்டும்.

பொதுமுடக்கத்தால் நேர்ந்த கல்விப் பின்னடைவு - களஆய்வு

[சுவடு இதழும் A3 அமைப்பும் இணைந்து, கொரோனாக் காலக் கல்விச் சூழல் மற்றும் பள்ளிகளைத் திறக்கும் சாத்தியக்கூறுகள் குறித்து ஆசிரியர்கள் மற்றும் கல்வியாளர்களை ஒருங்கிணைத்து நடத்திய கருத்தரங்கம் மற்றும் கருத்தரங்கில் முன்மொழியப்பட்ட கருத்துக்களைத் தொகுத்து அரசுக்கு வைத்த கோரிக்கைகள், 2021 செப்டம்பர்-1 அன்று பள்ளிகள் மீண்டும் திறக்கப்பட்டதில் சுவடு மற்றும் A3 அமைப்புகளின் பங்களிப்பு குறித்த விவரங்கள் அடங்கிய ஆகஸ்ட் 1, செப்டம்பர் 1, 2021 தேதிகளில் புதிய ஆசிரியன் இதழ்களில் வெளியான கட்டுரை]

2021 - 2022 ஆம் கல்வியாண்டு துவங்கிவிட்டது. இந்தியா முழுவதும் பல துறைகளிலும் கொரோனாவின் தாக்கம் இருந்தாலும், தமிழகத்தின் கல்விச் சூழலில் கொரோனா அச்சத்தால் ஓராண்டுக்கும் மேலாகப் பள்ளிகள் திறக்கப்படாமல் இருப்பது குறித்த நமக்கான கவலைகளைச் சொல்லில் அடக்கிவிட முடியாது.

குறிப்பாக, அரசுப்பள்ளிக் குழந்தைகளின் நிலை மிகப்பெரிய கேள்விக்குறியாக இருக்கிறது. அக்குழந்தைகளைக் கற்றலுக்குள் கொண்டுவர, ஒரு குறிப்பிட்ட சதவீத ஆசிரியர்கள் அன்றாடம் பல்வேறு உத்திகளைக் கையாண்டு தங்கள் சொந்த முயற்சியால் செயல்பட்டும் வருகின்றனர். அரசுப்பள்ளிகளைப் பொறுத்தவரை, அரசு வழிகாட்டும் ஒரே ஆணையைத்தான் தமிழகம் முழுவதிலிருக்கும் ஆசிரியர்கள் கடைபிடிக்க வேண்டிய சூழல் காலம் காலமாக இருந்து வருகிறது.

ஓராண்டுக்கும் மேலாகக் கல்வித் தொலைக்காட்சி வழியே கற்பித்தல் நடைபெறுவதாகக் கூறப்பட்டாலும், மாணவர்களின் கற்றலை உறுதி செய்ய இங்கு எந்த அளவுகோலும் இல்லை என்பதுதான் உண்மை நிலை. தொலைக்காட்சி வழிக்கல்வி, இணைய வழிக்கல்வி உள்ளிட்ட எந்த வாய்ப்புகளுமற்ற குழந்தைகளும் வழிகாட்டுதல் இல்லாத குழந்தைகளும் இங்கே நிறைந்துள்ளனர் என்பதுதான் உண்மை.

பாடப்புத்தகங்களை வாசிக்கவும் புத்தக அறிவுக்காகவும் மட்டுமே குழந்தைகள் பள்ளிக்குள் வருவதில்லை. சக வயது நண்பர்களுடன் மனம் திறந்து பேச, மகிழ, உணர்வுகளைப் பகிர்ந்துகொள்ள, நேசிக்க, சமூகத்தைக் கற்றுக்கொள்ள என பலப்பல காரணிகளை முன் வைக்கலாம். வீடு என்பது குழந்தைகளுக்குச் சிறையாகிவிட்டது. ஆம், அங்கு குழந்தைகளுடன் உரையாட பெற்றோர்கள் தயாராக இல்லை அல்லது அவர்களுக்கு நேரம் இல்லை. அன்றாடம் சோற்றுப் பிரச்சினைகளுக்கு வழி தேடும் பெற்றோர்கள், குழந்தைகளைக் கையாள நேரம் ஒதுக்குவார்களா? குழந்தைகள் பிரச்சினைகளுக்குச் செவி கொடுப்பார்களா? என்பதெல்லாம் மிகச் சாதாரணமாக இங்கு எழக்கூடிய கேள்விகள்.

இந்தக் கொரோனா முடக்கக் காலத்தில் கற்றலுக்கு வாய்ப்பே இல்லாத மலைப்பகுதிக் குழந்தைகள், வறுமையில் உழலும் குழந்தைகள், தொலைக்காட்சி மற்றும் இணைய வசதியற்ற குழந்தைகள், திருமணம் செய்விக்கப்பட்டுவிட்ட பெண்குழந்தைகள், குழந்தைத் தொழிலாளர்களாக மாற்றப்பட்ட குழந்தைகள், பாலியல் தொல்லைகளுக்கு உட்படும் குழந்தைகள் என, ஏராளமான பிரச்சினைகளுக்கு ஆட்பட்டு வரும் குழந்தைகள் ஒருபுறம்; ஓரளவு கற்றல் சூழலைக் கைக்கொண்டிருக்கும் குழந்தைகள் மறுபுறம். எல்லோருக்கும் ஒரே மாதிரியான தீர்வுகளை எடுத்து வைத்துவிட முடியாது என்பதால், மாற்று வழிகளைப் பல தீர்வுகளாகப் பிரித்துக்கொண்டு செயல்படுத்த நாம் தயாராக வேண்டும்.

இந்தச் சூழலை அடிப்படையாகக் கொண்டு, அவசரத் தேவையாக, சுவடு இதழும் A3 அமைப்பும் இணைந்து, *09.06.2021* அன்று ஒரு ஆசிரியர் கலந்துரையாடலை ஏற்பாடு செய்தோம். ஒரே நாளில் திட்டமிட்டு, இணையவழிச் சந்திப்புக்கு அழைக்கப்பெற்றதில் நூற்றுக்கும் மேற்பட்ட ஆசிரியர்கள் தமிழகத்தின் *30 மாவட்டங்* களிலிருந்தும் கலந்துகொண்டு, பல்வேறு கருத்துகளை முன்வைத்தனர். அதனைத் தொடர்ந்து அடுத்த படிநிலையாக *16.06.2021* அன்று ஆசிரியர்கள், பெற்றோர்கள், மாணவர்கள், கல்வியாளர்கள் மற்றும் ஊடகத்துறையினர் அனைவரையும் ஒருங்கிணைத்து, மீண்டும் ஒரு கூட்டத்தை நடத்தினோம். கூட்டத்தில் பங்கேற்றவர்கள் அனைவரும் தன்னிச்சையாக அவர்கள் பள்ளிக் குழந்தைகளுக்காகவும் ஒட்டு

மொத்தத் தமிழகப் பள்ளிக் குழந்தைகளுக்காகவும் தங்கள் பங்களிப்பை வெவ்வேறு வழிகளில் செய்து, கற்பித்தல் - கற்றல் செயல்பாடுகளில் ஈடுபட்டு வருபவர்கள். இவர்களது கருத்துகள் அனைத்திலும் பிரதானமாக அமைவது குழந்தைகளின் நலன் மட்டுமே.

மேற்குறிப்பிட்ட இரண்டு கூட்டங்களிலும் விவாதிக்கப்பட்ட கருத்துகளைப் பட்டியலிட்டு, தமிழ்நாடு முதலமைச்சர், பள்ளிக் கல்வித்துறை அமைச்சர், கல்வித்துறைச் செயலர், கல்வித்துறை அதிகாரிகள் ஆகியோரிடம் பின்வரும் கோரிக்கைகளாக முன் வைக்கப்பட்டது.

மாணவர்கள் மற்றும் பெற்றோர் எதிர்கொண்டுள்ள சிக்கல்கள்

1. மாணவர்களுக்கும் பள்ளிகள் மற்றும் ஆசிரியர்களுக்கும் இடையே மிகப்பெரிய இடைவெளி விழுந்துவருகிறது. அரசுப்பள்ளி மாணவர்களில் ஒரு பகுதியினர் கல்வியை விட்டு விலகிச்செல்லும் சூழல் உருவாகியுள்ளது.

2. உயர்நிலை மற்றும் மேல்நிலை வகுப்புகளில் பயின்றுவந்த மாணவிகள் பலருக்குத் திருமணம் முடித்து வைக்கப்பட்டுள்ளது. இதனால், அவர்கள் கல்வியைத் தொடர இயலாமல் போகும் நிலை உருவாகியுள்ளது.

3. பாலியல் பிரச்சினைகளைப் பள்ளி மாணவர்களில் இருபாலரும் இந்தக் காலத்தில் பெருமளவில் எதிர்கொண்டு வருகின்றனர்.

4. கடுமையான பொருளாதாரச் சிக்கலால், மாணவர்களின் ஒரு பகுதியினர் கிடைக்கும் வேலைக்குச் சென்று வருகின்றனர். குறிப்பாகத் தொழில் நகரங்களில், ஏராளமான மாணவர்கள் வடநாட்டுத் தொழிலாளர்களின் காலிப் பணியிடங்களை நிரப்பியுள்ளனர். இதனால் குழந்தைத் தொழிலாளர் முறை மீண்டும் நடைமுறைக்கு வந்துள்ளது. மேலும், மாணவர்களின் பொருளீட்டல் பல குடும்பங் களின் வாழ்வாதாரத்திலும் பங்களிப்பதால், அந்த மாணவர்கள் இனி கல்வியின் பக்கம் திரும்புவார்களா என்ற அச்சம் எழுந்துள்ளது.

5. இருவரும் வேலைக்குச் செல்லும் பெற்றோர்கள் மற்றும் ஒற்றைப் பெற்றோர்கள் வேலைக்குச் செல்லும் நேரத்தில் குழந்தை

களை வீட்டுக்குள் பூட்டி வைத்துச் செல்லும் அவலநிலை நிலவுகிறது. வீட்டுச்சிறை எனும் வன்முறையைச் சந்திக்கும் குழந்தைகள் மன அழுத்தத்திற்கு ஆளாகி, அவர்களின் நடவடிக்கைகள் இயல்பிலிருந்து மாறுபட்டு வருகின்றன. வேலை முடித்து வீடு திரும்பும்வரை, குழந்தைகளின் நிலை குறித்த கவலையில் பெற்றோரும் கடும் உளவியல் பிரச்சினைகளைச் சந்திக்கின்றனர்.

6. குழந்தைகள் அவர்கள் வயதொத்த குழந்தைகளுடன் பழகி, தங்கள் உணர்வுகளைப் பகிரவும் வெளிப்படுத்த இயலாமலும் உளவியல் ரீதியாகப் பாதிக்கப்பட்டுள்ளனர்.

7. மாணவர்களின் ஒரு பகுதியினர், வழிகாட்ட ஆளில்லாததால், கூடா நட்பு, நெறி பிறழ் நடத்தைகளுக்கு ஆளாகி மதுப்பழக்கம், புகைப்பிடித்தல், திருடுதல், போதைப் பழக்கவழக்கங்கள், சமூக விரோதச் செயல்பாடுகள் என, தீய வழிகளை நோக்கித் திரும்பி யுள்ளனர்.

8. இடைநிற்றல் எண்ணிக்கை நாம் நினைத்துப் பார்க்க இயலாத அளவில் அதிகரித்துள்ளது. கடந்த ஒன்றரை ஆண்டு காலமாக மாணவர்கள் கல்வியை விட்டு வெகுதொலைவில் சென்று விட்டனர். அவர்களை மீண்டும் பள்ளிக்குள் அழைத்து வருவது பெரும் பிரச்சினையாக இருக்கப்போகிறது.

9. கல்விச் சூழலில் மாபெரும் ஏற்றத்தாழ்வுகள் உருவாகி யுள்ளன. இந்தச் சூழல் மலைப்பகுதி மாணவர்கள், கிராமப்புற மாணவர்கள் மற்றும் நகர்ப்புறங்களில் பொருளாதாரத்திலும் சமூக நிலையிலும் பின்தங்கியுள்ள மாணவர்களின் எதிர்காலத்தைக் கேள்விக் குறியாக்கியுள்ளது.

10. கல்வி, வகுப்பறை, தேர்வு என எதுவுமே இல்லாமல் எதிர்காலத்தில் 'கொரோனா பேட்ச்' என முத்திரை குத்தப்படுவோம் என்ற அச்சமும் கவலையும் மாணவர்களிடமும் அவர்களின் பெற்றோர்களிடமும் நிலவுகிறது.

இத்தகைய சூழல்கள் அனைத்தையும் கருத்தில்கொண்டு, பின்வரும் கோரிக்கைகளை முன்வைக்கிறோம்.

கோரிக்கைகள்:

1. ஒவ்வொரு ஊரிலும், ஒவ்வொரு பகுதியிலும் நிலவும் நோய்த் தொற்றுப் பரவல் சூழலைக் கருத்தில்கொண்டு, ஒவ்வொரு பள்ளியிலும் பெற்றோர்கள், மாணவர்கள், ஆசிரியர்கள், கல்வித்துறை மற்றும் சுகாதாரத் துறையினர், உள்ளாட்சிப் பிரதிநிதிகள் ஆகியோ ரிடம் வெளிப்படையான முறையில் உரையாடல் நடத்தி, பள்ளிகளைத் திறப்பதற்கான வாய்ப்புகளை ஆய்வு செய்ய வேண்டும்.

2. பள்ளிகளைத் திறக்கும் சூழல் இருக்கும் இடங்களில், சுழற்சி முறையில் ஒவ்வொரு வகுப்பு மாணவர்களையும் வாரத்தில் இரண்டு நாட்கள் வரவழைத்து கற்பித்தல் - கற்றல் செயலை நடைமுறைப்படுத் தலாம். அல்லது காலை, பிற்பகல் என ஷிப்ட் முறையில் மாணவர் களை வரவழைத்து, பள்ளியுடனான அவர்களின் தொடர்பை வலுப் படுத்தலாம்.

3. சுழற்சி முறையில் பள்ளிகளைத் திறக்க முற்படும்போது, தொடக்கப் பள்ளிகளில் 5 ஆம் வகுப்பு, நடுநிலைப் பள்ளிகளில் 5 மற்றும் 8ஆம் வகுப்புகள், உயர்நிலைப் பள்ளிகளில் 8, 10 வகுப்புகள், மேல்நிலைப் பள்ளிகளில் 8, 10, 12ஆம் வகுப்புக் குழந்தைகளை முதலில் வரவழைத்து, பிறகு சிறிது சிறிதாக மற்ற வகுப்பு மாணவர் களையும் வரவழைக்கலாம்.

4. ஒரே வகுப்புக் குழந்தைகளை, மாணவர் எண்ணிக்கைக்கு ஏற்றவாறு மூன்று பகுதிகளாகப் பிரித்து, ஒவ்வொரு பிரிவையும் வாரத்தில் இரு நாட்கள் வரவழைத்து வகுப்பு நடத்தலாம். மேற் குறிப்பிட்ட வழிமுறைகளால் மாணவர்களிடையே சமூக இடை வெளியை முழுமையாகப் பின்பற்ற வைக்க இயலும்.

5. பள்ளிகளில் சுகாதாரக் கட்டமைப்புகளை மேம்படுத்த வேண்டும். சாநிடைசர், முகக்கவசம், சோப்பு போன்றவற்றை இலவசமாக மாணவர்களுக்கு வழங்க வேண்டும். மாணவர்களின் உடல் வெப்பநிலையைப் பரிசோதிக்கும் கருவி ஒவ்வொரு வகுப்புக்கும் இருக்க வேண்டும்.

6. மாணவர்கள் எண்ணிக்கைக்கு ஏற்ப, கழிப்பறை வசதிகள் முழுமையான தண்ணீர் வசதியுடன் ஏற்படுத்தப்பட வேண்டும். ஒவ்வொரு பள்ளிக்கும் தனிப்பட்ட முறையில் அரசே தூய்மைப்

பணியாளர்களை நியமிக்க வேண்டும்.

7. பள்ளிகள் திறக்கப்பட்டவுடன் பாடங்களை நோக்கித் திரும்பாமல், மாணவர்கள் பள்ளிச் சூழலுக்குத் திரும்பும்வகையில் அவர்களுடன் உரையாடல், விளையாட்டு, வாசிப்பு உள்ளிட்ட இதர நடவடிக்கைகள் மூலம் பள்ளி மற்றும் கல்வியுடனான மாணவர்களின் பிணைப்பை உருவாக்க வேண்டியது மிக அவசியம். மேலும், பள்ளிகளில் உளவியல் ஆலோசகர்கள் நியமனத்தையும் உறுதி செய்ய வேண்டும்.

8. பள்ளிகளைத் திறக்க வாய்ப்பில்லாத இடங்களில், மாணவரின் இருப்பிடத்திற்கே சென்று கற்பித்தலில் ஈடுபடக் கூறலாம். ஆசிரியர்கள் தாங்கள் வசிக்கும் ஊர்களில் சில தெருக்களை அல்லது பகுதிகளைப் பிரித்துக்கொண்டு மாணவர்களுடன் நேரடிச் சந்திப்பில் ஈடுபடலாம்.

9. வீதி வகுப்பறைகள் அல்லது நுண் வகுப்பறைகளை அந்தந்தப் பகுதியில் உருவாக்கி மாணவர்களைக் கற்றலில் ஈடுபடுத்தலாம். இவ்வாறு நடத்தும்போது வகுப்பு மற்றும் வயது வாரியாக மொழிப் பாடம், கணக்கு சார்ந்த திறன்களை மட்டும்கூட அவர்களுக்குக் கொடுத்தால் சிறப்பாக இருக்கும்.

10. பள்ளி அல்லது பொது நூலகங்களிலிருந்து புத்தகங்களை மாணவர்களுக்குக் கொடுத்து வாசிப்புப் பழக்கத்தை மீட்டெடுக் கலாம்.

மேற்குறிப்பிட்ட வழிமுறைகள் அனைத்தும் மாணவர்களுக்கும் பள்ளிகளுக்கும் இடையே குறைந்தபட்சத் தொடர்பை உருவாக்க மட்டுமே உதவும். பள்ளிகள் முழுமையாகச் செயல்படத் துவங்கும் வரை மாணவர்களிடமும் முழுமையான கற்றல் செயல்பாடு நிகழாது என்பதால், இணையவழிக் கல்விச் செயல்பாட்டையும் சீர்திருத்தி நடைமுறைப்படுத்த வேண்டியுள்ளது.

அது தொடர்பான கோரிக்கைகள்:

11. இணையவழிக் கல்வி அனைத்து மாணவர்களுக்கும் சமமாகச் சென்று சேர, அதற்கான கருவிகளையும் இணைய வசதிகளையும் அரசுப்பள்ளி மாணவர்களுக்கு அரசே முழுமையாக ஏற்படுத்தித் தரவேண்டும்.

12. ஒன்று முதல் எட்டாம் வகுப்பு வரையிலான மாணவர்களுக்கு முன்பே பாடங்கள் பதிவேற்றம் செய்யப்பட்ட பெரிய திரை கொண்ட TAB கருவி வழங்க வேண்டும். அந்தக் கருவிகளில் பாடங்கள் மற்றும் ஆசிரியர்களுடனான தொடர்பு தவிர்த்து மற்ற வகையில் மாணவர்கள் பயன்படுத்த முடியாதபடி கட்டுப்பாடுகள் இருக்க வேண்டும்.

13. ஒன்பது முதல் பன்னிரண்டாம் வகுப்பு வரையிலான மாணவர்களுக்கு மடிக்கணினி வழங்க வேண்டும். அனைத்து மாணவர்களுக்கும் தடையற்ற இணைய வசதியை அரசே ஏற்பாடு செய்து தரவேண்டும்.

14. இணையவழிக் கல்வியைப் பாதுகாப்பான முறையில் வழங்கு வதை உறுதி செய்யும் வழிகாட்டு நெறிமுறைகள் உருவாக்கப்பட வேண்டும்.

15. கல்வித் தொலைக்காட்சி வகுப்புகளை மேம்படுத்திட வேண்டும். மேலும் ஆன்லைன் கல்வி ரேடியோ முறையையும் கூடுதலாக அறிமுகப்படுத்தலாம். இணையவழிக் கல்வியில் இது பாதுகாப்பான முறையாக அமையும்.

16. பள்ளிகளில் இணையவழிக் கல்விக்காக உயர் தொழில் நுட்ப ஆய்வகங்களைப் (High Tech Lab) பயன்படுத்திக் கொள்ளும் வகையில் கட்டமைப்புகளை மேம்படுத்தி, தேவையான உபகரணங்கள் நிறைந்த பணியிடங்களை (Work station) அமைத்துத்தர வேண்டும்.

17. கல்வி அதிகாரத்தைப் பரவலாக்கிட வேண்டும். நமது கல்விக் கட்டமைப்பில் மாவட்டங்கள், ஒன்றியங்கள் வாரியாகக் கல்வி அதிகாரிகள், அலுவலர்கள் இருப்பதால், அந்தந்தப் பகுதிக்கு ஏற்றபடி மேற்கூறிய வழிமுறைகளில் வாய்ப்பு உள்ளவற்றை நடைமுறைப்படுத் தலாம். ஊராட்சி ஒன்றிய அளவில் நமது பள்ளிகள் இருப்பதாலும் அந்தந்த வரம்புக்கு உட்பட்ட அதிகாரிகள், அவரவர் பகுதிப் பள்ளிக ளுக்கான பொறுப்பு எடுத்துக்கொண்டு, மேற்கண்ட வழிமுறைகளுள் ஏதாவது ஒன்றைப் பயன்படுத்தி, மாணவர்களின் கல்வியை உறுதிப் படுத்த அரசு ஆவன செய்ய வேண்டும். அதற்கேற்ற வழிகாட்டு நெறிமுறைகளை அரசு உருவாக்க வேண்டும்.

18. வழிகாட்டு நெறிமுறைகள் உருவாக்கும் குழுவில், அதிகாரிகள் மட்டுமின்றி ஆசிரியர்கள், பெற்றோர்கள், கல்வியாளர்கள், சமூக செயற்பாட்டாளர்கள் உள்ளிட்டோரும் இடம்பெறச் செய்ய வேண்டும்.

19. ஒவ்வொரு மாணவனும் கல்வி பெறுவதை உறுதிசெய்யும் நடைமுறைகளை அரசு மேற்கொள்வதுடன், இடைநிற்றல் நிகழா வண்ணம் தடுத்து மாணவர்களை மீண்டும் பள்ளிகளுக்குத் திரும்பச் செய்யும் நடவடிக்கைகளில் ஆசிரியர்களுக்கு முழு ஒத்துழைப்பு வழங்க வேண்டும்.

20. நெருக்கடி மிகுந்த இந்தச் சூழலில், கல்வித்துறைக்குத் தேவையான கூடுதல் நிதியை ஒதுக்கி அனைவருக்கும் சமமான கல்வி கிடைக்க உரிய நடவடிக்கைகளை அரசு மேற்கொள்ள வேண்டும்.

தரமான கல்வியே ஒரு சமூக வளர்ச்சிக்கான அடிப்படை என்பதால், அரசு மாணவர்கள் நலனில் தீவிர கவனம் செலுத்தி, அனைத்து மாணவர்களுக்கும் உரிய கல்வி கிடைப்பதை உறுதி செய்யுமாறு கேட்டுக்கொள்கிறோம்.

இங்ஙனம்,

1. நல்லு இரா.லிங்கம்,
   பதிப்பாசிரியர், சுவடு இதழ் & பதிப்பகம்.

2. சு. உமா மகேஸ்வரி,
   ஒருங்கிணைப்பாளர், A3 ஆசிரியர்கள் அமைப்பு.

3. பேரா. ச. மாடசாமி, கல்வியாளர்

4. சீ. ஹோசிமின் திலகர்,
   பேராசிரியர், அண்ணா பல்கலைக் கழகம்,
   ஒருங்கிணைப்பாளர், அகில இந்திய கல்விப் பாதுகாப்புக் கமிட்டி, தமிழ்நாடு.

5. க. யோகராஜன்,
   அகில இந்திய கல்விப் பாதுகாப்பு கமிட்டி, தமிழ்நாடு.

6. அ. விஜய், தலைவர்,
   Nordic Forum for Science and Technology, ஸ்வீடன்.

சவால்களைச் சந்திக்கும் பள்ளிக்கல்வி

அரசுப் பள்ளிகள்தான் மக்கள் பள்ளிகள்

[அக்டோபர் 4, 2021 அன்று எழுதப்பட்ட கட்டுரை]

கடந்த ஒன்றரை வருட காலமாக கொரோனா நோய்த் தொற்றின் காரணமாகப் பள்ளிகள் மூடப்பட்டு இருப்பதை எல்லோரும் அறிவோம். 9 - 12 வகுப்புகளுக்கு 2021 செப்டம்பர் ஒன்று முதல் பள்ளிகள் திறக்கப்பட்டு மாணவர்கள் பள்ளிக்கு வருகை தருகின்றனர். நேரடி வகுப்புகள் நடைபெற்று வருகின்றன. கடந்த கல்வியாண்டிலும் 9 முதல் 12 வரையிலான வகுப்புகளுக்கு 3 மாதங்கள் பள்ளிகள் இயங்கின. ஆனால் ஒன்று முதல் எட்டு வகுப்புகளுக்கு கடந்த 2020 மார்ச் மாதம் முதல் இன்று வரை (கட்டுரை வெளியான தேதி வரை) நேரடி வகுப்புகள் எதுவும் நடைபெறவில்லை.

கற்றல் இடைவெளி

தனியார் பள்ளிகளைப் பொறுத்தவரை, மழலையர் வகுப்பு முதல் பள்ளி இறுதி வகுப்பு வரை இணைய வழி வகுப்புகள் நடைபெற்று வருகின்றன. ஆனால், அரசுப்பள்ளி மாணவர்களுக்கோ கல்வித் தொலைக்காட்சி வகுப்புகளைப் பார்ப்பதை மட்டுமே அரசின் வழிகாட்டுதலுடன் ஆசிரியர்கள் நடைமுறைப்படுத்தி வருகின்றனர். தாங்கள் சார்ந்திருக்கும் கிராமப் பகுதிகளில் பள்ளி மாணவர்களை நேரடியாகச் சந்தித்துக் கற்றலில் ஈடுபடுத்துவது, எந்தப் பள்ளி மாணவர்களாக இருந்தாலும், தாங்கள் வசிக்கும் ஊர்ப் பகுதி மாணவர்களுக்குக் கற்றலை நேரடியாகக் கொண்டு சேர்ப்பது, வாட்ஸ் அப், ஜூம் செயலி, கூகுள் மீட், யூ டியூப், இணைய வானொலிக் கல்வி போன்ற உத்திகளில் இணைய வழிக் கல்வியை எடுத்துச் செல்வது உள்ளிட்ட பல்வேறு முயற்சிகளை அரசுப்பள்ளி ஆசிரியர்கள் தொடர்ந்து தன்னார்வமாகச் செய்து வருகின்றனர்.

தமிழகம் முழுவதும் பரவலாகவே இப்படியான பணிகளை

அரசுப்பள்ளி ஆசிரியர்கள் செய்து வருவதைத் தினந்தோறும் ஊடகங்களும் காட்சிப்படுத்துகின்றன. ஆனால், இந்த வாய்ப்புகள் எதுவுமே கிடைக்கப்பெறாத குழந்தைகளும் குறிப்பிட்ட சதவீதத்தினர் இருக்கத்தான் செய்கின்றனர். கடந்த ஓரிரு மாதங்களாகப் பல தனியார் அமைப்புகள் இவற்றை ஆய்வு செய்து, கல்வியின் பாதிப்புகளைப் பட்டியலிட்டு வருகின்றன.

பள்ளிகள் திறப்பு

இச்சூழலில் தமிழகத்தில் ஒன்று முதல் 8-ஆம் வகுப்பு வரையிலான மாணவர்களுக்கு நவம்பர் மாதம் முதல் தேதி பள்ளிகள் திறக்கப்படும் என்ற அறிவிப்பு வந்துள்ளது மகிழ்ச்சி அளிக்கிறது. ஆசிரியர்களும் பெற்றோர்களும் மட்டுமல்லாது ஒன்றரை ஆண்டுகள் பள்ளிக்குச் செல்ல முடியாத குழந்தைகளும் ஆவலுடன் பள்ளிகள் திறப்பை எதிர்பார்த்துக் காத்திருக்கின்றனர்.

புதிய திட்டம்

இந்நிலையில் தற்போது, தமிழக அரசு புதிய திட்டம் ஒன்றை வெளியிட்டுள்ளது குறித்து ஊடகங்களில் செய்திகள் வெளி வந்துள்ளன. அக்டோபர் இரண்டாம் தேதி, காந்தி ஜெயந்தி அன்று நடந்த கிராமசபைக் கூட்டங்களில் 'மக்கள் பள்ளித் திட்டம்' என்ற திட்டத்தைக் குறித்து ஆலோசனைகள் பெறும் முயற்சி நடைபெற் றுள்ளது. தமிழகத்தில் அக்டோபர் 18-இல் இத்திட்டம் துவங்கும் என்றும், முதல் கட்டமாக கிருஷ்ணகிரி, நீலகிரி, திண்டுக்கல், காஞ்சிபுரம், விழுப்புரம், கடலூர், திருச்சி, தஞ்சாவூர் ஆகிய 8 மாவட்டங்களில் இது நடைமுறைப்படுத்தப்படும் என்றும், அனைத்து மாவட்டங்களுக்கும் இது விரைவில் செயலுக்குக் கொண்டு வரப்படும் என்றும் செய்திகள் வெளியாகி உள்ளன.

மக்கள் பள்ளித் திட்டம்

ஒன்று முதல் எட்டு வகுப்பு வரையிலான மாணவரது கற்றல் இடைவெளியைக் குறைக்கும் பொருட்டு இத்திட்டத்தைக் கொண்டு வருவதாகவும், இதில் கிராமப் பள்ளி மாணவர்களுக்குக் கற்பிக்கும் பொருட்டு தன்னார்வலர்களை இணையக் கோரி, முகநூல் முதலான சமூக ஊடகங்களில் கூகுள் ஷீட்டில் இத்திட்டத்திற்கான தன்னார்வலர்களை சில தனியார் அமைப்புகள் திரட்டி வருகின்றன.

ஆசிரியர்கள் என்ன நினைக்கின்றனர்?

இந்தச் செய்திகளை மையமாக வைத்து, பரவலாக ஆசிரியர்களிடம் உரையாடினோம். அவர்கள் கருத்துக்களை இங்கே தொகுத்துத் தருகிறோம்.

திருப்பூர் மாவட்டம், காங்கேயம் பகுதி, ஆசிரியர் க.மூர்த்தி

ஏற்கனவே 50 ஆயிரத்திற்கும் அதிகமான அரசுப் பள்ளிகள் உள்ளன. இவை எல்லாமே மக்கள் பள்ளிகள்தான். குழந்தைகளிடையே ஏற்பட்டுள்ள கற்றல் பின்னடைவுகளைச் சரி செய்ய அரசுப்பள்ளிகளில் உள்ள குறைகளைச் சரி செய்ய வேண்டும். இது குறித்து, கொள்கை வகுப்பவர்களும் புதிய திட்டங்களை உருவாக்குபவர்களும் ஏன் அக்கறை காட்டவில்லை? அரசுப்பள்ளிகளை மேலும் நலிவடையச் செய்துவிடுவார்களோ என்று அச்சப்படுகிறேன்.

நாகப்பட்டினம் மாவட்ட ஆசிரியர் பாலாஜி

பள்ளிகளுடன் நேரடியாகத் தொடர்பில்லாமல், கல்வியாளர்கள் என்ற பெயரில் இருக்கும் சிலர், அரசுடன் நேரடியாகத் தொடர்பு கொண்டு, இது போன்ற திட்டங்களைச் செயலாக்க முனைகின்றனர். பள்ளிகள் குறித்தும் மாணவர்களின் நிலை குறித்தும் அறிந்த ஆசிரியர்களிடம் இது குறித்து எந்தக் கருத்தும் கேட்கப்படவே இல்லை. முறைசார்க் கல்விமுறை அழிந்துவிடும் என பயப்படுகிறேன்.

வாலாஜாபேட்டை ஆசிரியர் தனா

புதிய பார்வை கொண்டு வரும் இத்தகைய முன்னெடுப்புகளில், நிகழ்கால ஆசிரியர்களுக்கு அபாயம் இருப்பதை மறுக்க இயலாது. எதிர்கால நிரந்தர ஆசிரியர்களையும் பணியேற்க விடாதுகூட செய்திடும். இது ஒருவகை பணிக்குறைப்பிற்கான செயலாக அமைய வாய்ப்புண்டு. அதேபோன்று கற்பித்தல் என்பது உளவியல் சார்ந்த நிகழ்வு. நாம் ஊடகங்களில் காண்பது போல, யார் யாரோ திடீர் ஆசிரியராக மாறியெல்லாம் அதிசயம் நிகழ்த்திட இயலாது.

முதற்கண் பொதுவெளியில் கட்டமைக்கப்பட்டுள்ள ஆசிரியர்கள் மீதான கேவலமான சமூகப்பார்வை நிச்சயம் மாற வேண்டும். இதனைச் செய்ய வேண்டிய கட்டாயக் கடமை அரசிற்குண்டு. ஆசிரியர்களை இழிவாய் நோக்க இம்மாதிரியான திட்டங்கள்

வாய்ப்பு நல்கும். ஆசிரியர்களை இன்னும் செம்மைப் படுத்தி அவர்களையே இப்பணிக்கும் பணிக்கலாம். மக்கள் அதனை ஆய்வு செய்யலாம். முற்றாகக் கல்வியில் தனியார்மயம் தவிர்த்தலும் ஆரோக்கியமான சமூகக் கல்விக்கு வழிகோலும். சமவாய்ப்பு பலப்படும்.

விழுப்புரம் மாவட்ட ஆசிரியர் சரவணன்

இரண்டு ஆண்டுகள் கொரோனா தொற்று காரணமாக பள்ளிகள் திறக்காமல் இருந்தன. இந்த இரண்டு ஆண்டுகள் எந்தவித நடவடிக்கையும் மேற்கொள்ளாமல், பள்ளி திறக்கும் இச்சமயத்தில் தன்னார்வலர்களைக் கொண்டுவருவது என்பது புரியாத புதிராக உள்ளது.

புதுக்கோட்டை ஆசிரியர் மு.சீனிவாசன்

மக்கள் பள்ளி நடைமுறைக்குச் சாத்தியமில்லை. இதனால் ஆசிரியர்களும் அதிக மன உளைச்சலுக்கு ஆளாவார்கள். மாணவர்களைத் தேடிச் செல்லும்போது அவர்களது குடும்பச் சூழ்நிலை, நாம் பணி செய்யத் தடை ஏற்படுத்தும். பொதுமக்களிடையே அலட்சிய உணர்வு ஏற்படும். பொதுவாக மாணவர்களைத் தக்க வைக்கவும் இடைநிற்றலைத் தவிர்க்கவும் எடுக்கப்படும் முயற்சியாக இருந்தாலும், இது சாத்தியமில்லை.

ஏற்கனவே, 'கற்போம் எழுதுவோம்' திட்டமும் அப்படித்தான். சராசரியாக ஒரு ஒன்றியத்திற்கு 100 பள்ளிகள் என வைத்துக் கொண்டால், ஒரு மாவட்டத்திற்கு 1,500 முதல் 2,000 தன்னார்வலர்கள் பணிபுரிய வேண்டும். அவர்களுக்கு ஊதியம் வழங்க வேண்டும். ஆகவே, எல்லா இடங்களிலும் எல்லா மாவட்டங்களிலும் இது சாத்தியமில்லை.

சென்னையைச் சேர்ந்த ஆசிரியர் வெங்கடேசன்

மாணவனின் கற்றல் வகுப்பறையில் மட்டுமல்ல, பள்ளிக்குத் தன்னைத் தயார்படுத்தி வரும் சூழலும் கற்றலே. எனவே, வகுப்பறைக் கற்றலே எக்காலத்திற்கும் ஏற்றது. அது வெறும் தகவல்களை மட்டும் பெறும் நிலையமல்ல. சக மாணவர்களிடம் பழகுதல், உதவுதல், ஒழுக்கம், நேரம் தவறாமை, மதிப்பளித்தல், மனங்களைச் சீர்படுத்துதல், வாழ்வியல் நோக்கங்களைத் தீர்மானித்தல் போன்ற நிகழ்வுகளும் பூ மலர்வது போல் நடக்கும் இடம் வகுப்பறையே.

எனவே, எத்தனை அறிவியல் சாதனங்களைக் கையாண்டாலும், மாணவர் மனநிலைகளைக் கையாண்டு நல்வழிப் படுத்துவது, ஆகச் சிறந்த ஆசிரியர்களால் மட்டுமே முடியும். நோய்த் தொற்றுக் காலமானாலும். நோய்பரவாப் பள்ளி / பணி சீரமைப்பை மேலும் மேம்படுத்த வேண்டுமே ஒழிய, புதுமை என்ற பெயரில் விளம்பரம் தேவையற்றது.

மதுரை மாவட்ட ஆசிரியர் செந்தில் குமார்

அக்டோபர் 18 இத்திட்டம் தொடக்கம், நவம்பர் ஒன்றாம் தேதி முதல் பள்ளிகள் தொடக்கம். நவம்பர் 1 முதல் ஆசிரியர்களே பள்ளியில் இருக்கும் மாணவர்களைப் பார்த்துக் கொள்ளலாமே! தன்னார்வலர்கள் எதற்கு?

கிருஷ்ணகிரி மாவட்ட ஆசிரியர் ருக்மணி

கற்போம் எழுதுவோம் திட்டத்திற்காக, ஒரு தன்னார்வலரைக் கூடக் கண்டடைய முடியவில்லை. மாதம் 3000 ஊதியம் கொடுத்துதான் நியமித்தோம். பதினைந்து இருபது குழந்தைகளுக்கு ஒருவர் எனில் , பள்ளியில் உள்ள குழந்தைகளின் எண்ணிக்கைக்கேற்ப எத்தனை பேரைப் பிடிப்பது? திட்டமெல்லாம் சரிதான். குறைந்த ஊதியமாவது கொடுத்தால்தான் திட்டம் வெற்றி பெறும்.

சேலம் ஆசிரியர் ராம் கிருஷ்ணன்

மக்கள் பள்ளி என்பதை விட, வீதிப் பள்ளிகள் எனக் கூறலாம். கற்றல் இடைவெளியைக் குறைக்கும் இந்த முன்னேற்பாடு, பள்ளி திறக்கும் சமயத்தில் திடீரென வைப்பது ஏற்புடையதா? என்பது சந்தேகம். இது பள்ளி திறக்கும் தேதி குறித்து சந்தேகம் எழுப்புகிறது.

ஓமலூர் பகுதி ஆசிரியர் வே.சங்கர்

பள்ளியில் பதிவேடுகளைப் பராமரிக்கும் பயனற்ற வேலையை விடுத்து, கற்றல் கற்பித்தலில் அதிக கவனம் செலுத்த விட்டாலே போதும். எல்லாம் சரியாகிவிடும்.

ஆசிரியர் கௌரி

கற்பித்தல் பணியை மட்டுமே ஆசிரியர்களுக்குக் கொடுத்தாலே போதும், வேறு எந்தத் திட்டமும் தேவையில்லை.

ஆசிரியர் மதினி

கல்வி கற்பித்தலில் பொதுமக்களின் இடையூறு அதிகரிக்கவும், ஆசிரியர்களின் தரத்தைக் குறைத்து மதிப்பிடவும் ஒரு வாய்ப்பாக இது அமையும். இதற்கு மாறாக, புதிய தொழில்நுட்ப முறையினைப் பயன்படுத்தி, ஆசிரியர்கள் நன்முறையில் மாணவர்களுக்குக் கல்வி கற்பிக்கும் வழிமுறைகளை அரசு ஏற்படுத்திக் கொடுக்கலாம்.

இப்படி ஏராளமான ஆசிரியர்கள் இத்திட்டம் குறித்துப் பல்வேறு கருத்துகளை முன்வைக்கின்றனர். இத்திட்டம் சாத்தியமா இல்லையா என்பதை எல்லாம் கடந்து, இத்திட்டம் தேவையா இல்லையா என்பதை நாம் ஆய்வு செய்ய வேண்டிய கட்டாயத்தில் இருக்கிறோம்.

தேசிய கல்விக் கொள்கையின் ஒரு கூறுதான் மக்கள் பள்ளித் திட்டம்

கடந்த 2019-ஆம் ஆண்டு, ஒன்றிய அரசு தேசியக் கல்விக் கொள்கையின் வரைவு வெளியிட்டபோதே, அதில் தன்னார்வலர் களைக் கொண்டுவந்தது குறித்து அப்போதைய எதிர்க்கட்சிகள், முற்போக்கு அமைப்புகள் உள்ளிட்ட பலரும் எதிர்ப்புகளைத் தெரிவித்தனர். ஆனால் 2020 தேசிய கல்விக் கொள்கைக் கொஞ்சம் கொஞ்சமாக ஒரு புறம் அமலுக்கு வந்து கொண்டுதான் இருக்கிறது.

தற்போதைய தமிழக அரசு, கல்வியை மாநிலப் பட்டியலுக்குக் கொண்டு வருவோம் என்ற உறுதியையும், தேசிய கல்விக் கொள்கையை ஏற்பதில்லை என்ற உறுதியையும் முன்வைத்தனர் என்பதையும் அறிவோம். ஆனால், தேசிய கல்விக் கொள்கையின் 2.7-இல் குறிப்பிட்டுள்ளவை மற்றும் 3.7-இல் குறிப்பிட்டுள்ளவற்றை அப்படியே பிரதிபலிப்பதுதான் மக்கள் பள்ளித் திட்டம்.

தேசிய கல்விக் கொள்கையில் கொடுக்கப்பட்டுள்ளவற்றை ஆங்கில மூலம், தமிழ் மொழிபெயர்ப்பு இரண்டிலும் காண்போம்.

பக்கம் 66

NEP document, para 2.7 and 3.7

2.7. Due to the scale of the current learning crisis, all viable methods will be explored to support teachers in the mission of attaining universal foundational literacy and numeracy. Studies around the world show one-on-one peer tutoring to be extremely effective for learning not just for the learner, but also for the tutor.

Thus, peer tutoring can be taken up as a voluntary and joyful activity for fellow students under the supervision of trained teachers and by taking due care of safety aspects.

Additionally, it will also be made far easier for trained volunteers - from both the local community and beyond - to participate in this large-scale mission. Every literate member of the community could commit to teaching one student / person how to read, it would change the country's landscape very quickly. States may consider establishing innovative models to foster such peer-tutoring and volunteer activities, as well as launch other programmes to support learners, in this nationwide mission to promote foundational literacy and numeracy.

2.7. தற்போதைய கற்றல் நெருக்கடி அளவீட்டில், அனைவருக்குமான அடிப்படை எழுத்தறிவு மற்றும் எண்ணறிவு இயக்கத்தில் ஆசிரியர்களுக்குத் துணைபுரியும் அனைத்து சாத்தியமான கற்பித்தல் முறைகளும் கண்டுபிடிக்கப்படும். ஒருவருக்கு ஒருவர் என்ற சக மாணவர்கள் கற்றலானது, கற்பவருக்கு மட்டுமல்லாது கற்பிப்பவருக்கும் சிறந்த அணுகுமுறையாக உள்ளது என உலகெங்கிலும் உள்ள ஆய்வுகள் தெரிவிக்கின்றன. எனவே, உரிய பாதுகாப்பு அம்சங்களுடன் பயிற்சி பெற்ற ஆசிரியர்களின் மேற்பார்வையில், சக மாணவர், கற்பித்தலை தன்னார்வம் மற்றும் மகிழ்ச்சியான செயல்பாடாக மேற்கொள்ளலாம். கூடுதலாக, இந்தப் பெரிய அளவிலான இயக்கத்தில் உள்ளூர் சமூகம் மற்றும் பிறரும் பயிற்சி பெற்ற தன்னார்வலர்களும் பங்கேற்க நடைமுறைப்படுத்தப்படும். சமூகத்தின் ஒவ்வொரு உறுப்பினரும் ஒரு மாணவர் அல்லது நபருக்கு 'எவ்வாறு படிப்பது?' என சொல்லிக் கொடுக்க ஒப்புக்கொள்வார் எனில், அது மிக விரைவாக நாட்டின் அமைப்பை மாற்றிவிடும். இவ்வாறாக, தேசிய அளவிலான அடிப்படை எழுத்தறிவு மற்றும் எண்ணறிவு இயக்கத்தை ஊக்குவிக்க, சக மாணவர் பயிற்றுவித்தல் மற்றும் தன்னார்வலர் செயல்பாடுகளோடு கற்பவர்களுக்குத் துணைபுரியும் இதர திட்டங்களை, புதிய மாதிரிகளை உருவாக்க மாநிலங்கள் கருத்தில் கொள்ளலாம்.

3.7. Efforts will be made to involve community and alumni in volunteer efforts for enhancing learning by providing at schools:

one-on-one tutoring; the teaching of literacy and holding of extra-help sessions; teaching support and guidance for educators; career guidance and mentoring to students; etc. In this regard, the support of active and healthy senior citizens, school alumni and local community members will be suitably garnered. Databases of literate volunteers, retired scientists / government /semi government employees, alumni, and educators will be created for this purpose.

3.7. கற்றல் என்பது முழுமையான, ஒருங்கிணைந்த, மகிழ்வான, ஈடுபாட்டுடன் அமைவதாக இருக்க வேண்டும். கற்றலை மேம்படுத்துவதற்கான முயற்சிகளில் தன்னார்வச் சமூகம் மற்றும் முன்னாள் மாணவர்களைப் பள்ளிகளில் ஈடுபடுத்த முயற்சிகள் மேற்கொள்ளப்படும். ஒருவருக்கொருவர் கற்பித்துக் கொள்ளுதல், இலக்கியம் கற்பித்தலில் கூடுதல் அமர்வுகளை நடத்துதல், பயிற்றுநர்களுக்குப் பயிற்றுவித்தலில் ஆதரவு மற்றும் வழிகாட்டுதல், மாணவர்களுக்குத் துறை ரீதியான வழிகாட்டுதல். இதற்காக, ஆரோக்கியமான பழைய மாணவர்கள், உள்ளூர் சமூக உறுப்பினர்கள் போன்றவர்கள் தகுந்த முறையில் ஒன்றிணைக்கப்படுவார்கள். படித்த தன்னார்வலர்கள், ஓய்வுபெற்ற விஞ்ஞானிகள், அரசு மற்றும் அரசு சார்ந்த ஊழியர்கள், முன்னாள் மாணவர்கள் மற்றும் பயிற்றுநர்களின் தரவுத்தளம் இந்த நோக்கத்தை நிறைவு செய்ய உருவாக்கப்படும்.

மேற்கண்ட தேசிய கல்விக் கொள்கையின் பகுதிகள், மக்கள் பள்ளித் திட்டத்தை எண்ணி அச்சமுறச் செய்கிறது என்றால் அது மிகையாகாது.

முரண்பாடான முடிவுகள்

ஒன்றிய அரசு கல்விக்கொள்கையை வெளியிட்ட போது, தன்னார்வ அமைப்புகள் வந்தால், இந்துத்துவ மதச்சார்பு அமைப்புகள் பள்ளிகளுக்குள் வந்து விடுவார்கள் என்று முற்போக்கு அமைப்புகள், அரசியல் ஆர்வலர்கள் மேடைதோறும் முழங்கினர். ஆனால், தற்போது இதே கொள்கையை வரவேற்பதோடு தன்னார்வலர்களைத் தாங்களே உள் நுழைப்பது குறித்து முரண்பாடாக எண்ண முடிகிறது.

பொதுவான பார்வை

தன்னார்வ அமைப்புகளை, தன்னார்வலர்களை உள்ளே கொண்டு வருவது ஆசிரியர்களுக்கு வேலையில்லாமல் போகும் சூழலை

உருவாக்கிவிடும். பெரும்பாலான தன்னார்வ அமைப்புகள் வெளிநாடுகளிலிருந்து நிதி திரட்டி, கல்விச்சேவை செய்வதாகக் காட்டி வருகின்றன. அந்த அமைப்புகளும் தன்னார்வலர்களை இந்தத் திட்டத்தில் உள்நுழைக்க வாய்ப்புகள் இருக்கின்றன. காலப்போக்கில் பகுதி நேர ஆசிரியர்களைப்போன்று, தன்னார்வலர்களை மட்டுமே வைத்துக்கொண்டு, புதிய வேலை வாய்ப்புகளை அரசு உருவாக்காமல் போகலாம். அப்படி ஒரு சூழல் தமிழகப் பள்ளிக் குழந்தைகளுக்கு நேர்ந்து விடக்கூடாது.

என்ன செய்யலாம்?

கல்வியாளர்களில் ஒரு பிரிவினர், இத்திட்டத்தை 30 வருடங்களுக்கு முன்பிருந்த அறிவொளி இயக்கத்துடன் ஒப்பிட்டுப் பார்க்கின்றனர். அந்தச் சூழல் தற்போது இல்லை. தமிழக அரசுப் பள்ளிகள் இந்திய அளவில் முன்னணியில் உயர்ந்து இருக்கும் சூழல் உருவாகி உள்ளது. தொழில்நுட்ப வகுப்பறைகளும் பெருகியுள்ளன. ஆகவே, இவற்றைப் பயன்படுத்தி பள்ளிச் சூழலில் தரமான கல்வியை நம் குழந்தைகளுக்கு வழங்க அரசும் கல்வித் துறையும் கல்வி அலுவலர்களும் சிந்திக்க வேண்டும். மாவட்டம்தோறும் சிறந்த ஆசிரியர்களைத் தேர்ந்தெடுத்து, அவர்களுடன் உரையாடி முடிவுகளை எடுக்க வேண்டும். ஆசிரியர்களைத் தவிர்த்து வேறு யாரும் குழந்தைகளின் கற்றல் இடைவெளியை நிரப்பிட இயலாது. ஆசிரியர்களுக்கும் கடமையும் பொறுப்பும் உள்ளது. அதற்குத் தேவையானவற்றை முன்னெடுத்தல் சாலச் சிறந்தது.

கற்றல் இடைவெளிகளைக் குறைத்து, பள்ளி மாணவர்கள் இயல்பு நிலைக்கு வர வேண்டுமெனில், பள்ளிகள் திறக்கப்பட்டு ஆசிரியர் - மாணவர் சந்திப்பு நிகழ வேண்டும் என்பதில் மாற்றுக் கருத்து இல்லை. ஆனால் நமது பள்ளிகளில் கட்டமைப்பு மற்றும் கற்றல் - கற்பித்தல் சூழலைக் குழந்தைகள் நலன் சார்ந்து சீரமைக்க வேண்டும். தமிழகத்தில் பல ஆயிரக்கணக்கான ஓராசிரியர் தொடக்கப் பள்ளிகள் இயங்கி வருவதை மாற்றி, வகுப்புக்கு ஒரு ஆசிரியரை நியமித்து, கற்பித்தல் அல்லாத பணியிலிருந்து ஆசிரியர்களை விடுவித்து, கற்பித்தல் பணியை ஒழுங்குபடுத்தினாலே கற்றல் இடைவெளி முழுமையாக நீங்கும். இதற்கெல்லாம் அரசு ஆவண செய்ய வேண்டும்.

அரசுப்பள்ளிகளை பலவீனப்படுத்தவா 'இல்லம் தேடிக் கல்வி' திட்டம்?

[அக்டோபர் 26, 2021, அறம் இணைய இதழில் வெளியான கட்டுரை]

தமிழக பள்ளிக்கல்வித் துறையில் பல்லாயிரக்கணக்கான ஆசிரியர் பணியிடங்கள் நிரப்பப்படாததால் அரசுப்பள்ளிகள் தள்ளாடுகின்றன. இந்தச் சூழலில் லட்சக்கணக்கான தன்னார்வலர்களைக் கொண்டு 'இல்லம் தேடிக் கல்வி' திட்டமாம்! அதற்கு 200 கோடி ரூபாய் செலவாம்! ஒன்றிய அரசின் புதிய கல்விக் கொள்கையின் ஒரு அம்சமே இத்திட்டம். காலப் போக்கில் அரசுப்பள்ளிகளைக் காலாவதியாக்கும் ஆபத்துகள் இதில் புதைந்துள்ளன.

2021, நவம்பர் ஒன்றாம் தேதி, ஒன்று முதல் எட்டாம் வகுப்பு வரை பயிலும் குழந்தைகளுக்கு ஏறக்குறைய 19 மாதங்களுக்குப் பிறகு பள்ளிகள் திறக்கப்படும் என்ற அறிவிப்பு வந்தது. ஒன்றரை ஆண்டுக்கும் மேலாக நேரடியாக பள்ளிக்கு வராமல் போன குழந்தைகள் மீண்டும் பள்ளி வளாகத்துக்குள் வரப் போகின்றனர். இதற்கான ஏற்பாடுகள் ஒருபுறம் மிக விரைவாக நடந்து வருகின்றன. ஆசிரியர்கள், குழந்தைகள், பெற்றோர்கள் என அனைத்துத் தரப்பினரும் மகிழ்ச்சியான எதிர்பார்ப்பினூடே அந்த நாளை எதிர்பார்த்துள்ள சூழல் ஒரு புறம்.

அதே வேளையில், மாநிலமெங்கும் அரசுப்பள்ளிக் குழந்தைகளுக்கான கற்றல் இடைவெளியை நிரப்புவதன் பொருட்டு, 'இல்லம் தேடிக் கல்வி' திட்டத்தைச் செயல்படுத்த தமிழக அரசு துரித நடவடிக்கை எடுத்து வருகிறது. பள்ளிகளின் வழியே கற்பிக்கும் முறைசார் கல்வி முறையும் (Formal education system) வீட்டிற்கே சென்று கற்பிக்கும் முறைசாராக் கல்வி முறையும் (Non- Formal education system) ஒரே நேரத்தில் செயல்பாட்டிற்கு வருகின்றன.

இதுவரை வயது வந்தோர் கல்வித் திட்டங்களே முறைசாராக்

கல்வியின் வடிவங்களாக இருந்து வந்துள்ளன. பள்ளி வயதுக் குழந்தைகளின் கற்றலை முறைசார் கல்வி வழியே மட்டுமே கொடுக்க வேண்டும் என்பதுதான் அறம். அது அரசின் பொறுப்பும்கூட.

தேசிய கல்விக் கொள்கை 2020 இன் ஒரு பகுதியே இல்லம் தேடிக் கல்வி. நமது பள்ளிக் கல்வித்துறை அமைச்சர், 'இல்லம் தேடிக் கல்வி' திட்டம் குறித்த ஊடகப் பேட்டியில், "இது தேசியக் கல்விக் கொள்கையா?" என்ற கேள்விக்கு, "இல்லை, இது முற்றிலும் தமிழகக் கல்வித் திட்டம்" என்றார்.

நல்லது, அப்படியானால் மகிழ்ச்சிதான்! ஆனால், இந்தத் திட்டத்தின் முழு வடிவமும் புதிய தேசிய கல்விக் கொள்கையில் பள்ளிக்கல்வி என்ற தலைப்பில் இருக்கிறதே!

NEP 2020 - Vs இல்லம் தேடிக் கல்வி

புதிய கல்விக் கொள்கை 2020, பகுதி 1 - பள்ளிக் கல்வி, பிரிவு 2 - அடிப்படை எழுத்தறிவும் எண்ணறிவும்: கற்றலுக்குத் தேவையான அவசர மற்றும் அவசியமான முன்நிபந்தனைகள் என்ற தலைப்பில் 2.7 ஆவது உட்பிரிவு கீழ்க்கண்ட வாக்கியங்களைக் கொண்டுள்ளது.

தற்போதைய கற்றல் நெருக்கடி அளவீட்டில் அனைவருக்குமான அடிப்படை எழுத்தறிவு மற்றும் எண்ணறிவு இயக்கத்தில், உள்ளூர் சமூகம் மற்றும் பயிற்சி பெற்ற தன்னார்வலர்களும் பங்கேற்க நடைமுறைகள் எளிமைப்படுத்தப்படும். சமூகத்தின் ஒவ்வொரு படித்த உறுப்பினரும் ஒரு மாணவர் அல்லது நபரை எவ்வாறு படிப்பது என சொல்லிக் கொடுக்க ஒப்புக்கொள்வார் எனில், அது மிக விரைவாக நாட்டின் அமைப்பை மாற்றிவிடும்.

அதேபோன்று, பிரிவு 3. இடைநிற்றல் விகிதத்தைக் குறைத்தல் மற்றும் அனைவருக்குமான கல்வியை உறுதி செய்தல் என்ற தலைப்பின் கீழ் உட்பிரிவு 3.5 கீழ்க்கண்டவாறு சொல்கிறது.

அனைத்து மாணவர்களுக்கும் கற்றலை எளிதாக்குதலும், சமூக, பொருளாதார ரீதியாகப் பின்தங்கிய குழந்தைகளுக்கு முக்கியத்துவம் அளிக்க முறைசார் மற்றும் முறைசாராக் கல்வி முறைகள் எனப் பல வழிகளில் கற்றலை எளிதாக்கும் வகையில் பள்ளிக்கல்வியை விரிவாக்குவது அவசியம்.

உட்பிரிவு 3.7 சொல்லும் செய்தி, கற்றல் என்பது முழுமையான, ஒருங்கிணைந்த, மகிழ்வான, ஈடுபாட்டுடன் அமைவதாக இருக்கவேண்டும் கற்றலை மேம்படுத்துவதற்கான முயற்சிகளில் தன்னார்வ, சமூக மற்றும் முன்னாள் மாணவர்களைப் பள்ளிகளில் ஈடுபடுத்த முயற்சிகள் மேற்கொள் ளப்படும்.

மேற்கண்டவற்றின் ஒருங்கிணைந்த திட்டம்தான், ‘இல்லம் தேடிக் கல்வி’ திட்டம் என்பதே உண்மை.

திட்டத்தின் போக்கு

நம் தமிழக அரசுப்பள்ளிகளில் 1 முதல் 8-ஆம் வகுப்பு வரை பயிலும் குழந்தைகளின் எண்ணிக்கை தோராயமாக 34 லட்சங்கள். இத்தனைக் குழந்தைகளின் வீடுகளுக்கும் செல்ல வேண்டுமென்றால், லட்சக்கணக்கில் தன்னார்வலர்கள் தேவைப்படுவர். முறையான ஆசிரியர் பயிற்சி பெறாத, 12 ஆம் வகுப்பு படித்த, 17 வயது பூர்த்தியடைந்த, போதுமான கல்வித் தகுதியற்ற தன்னார்வலர்கள் கற்பிக்கிறார்கள். மாலை வேளையில் பள்ளி முடிந்த பிறகு, ஓரிரு மணி நேரம் என வரையறுத்து வாரத்திற்கு 6 மணி நேரம் தமிழ், ஆங்கிலம், கணக்கு கற்பிக்கும்படி கூறப்பட்டுள்ளது.

நம் முன் நிற்கும் கேள்விகள்

தன்னார்வலர்கள் யாராக இருப்பர்? இவர்கள் எந்த விதத் தகுதி உடையவர்களாக இருப்பார்கள்? குழந்தைகளுக்குப் பாதுகாப்பு கிடைக்குமா? குறிப்பாகப் பெண் குழந்தைகள் பாதுகாப்புக்கு யார் பொறுப்பேற்பார்கள் ?

இருபது குழந்தைகளுக்கு ஒரு தன்னார்வலர் எனில், இதை நல் வாய்ப்பாகக் கருதி சேவை செய்ய நினைப்பவர்களும் இருக்கக்கூடும். ஆனால், ஒரு மணி நேரத்தில் என்னதான் கற்றுக் கொடுக்க முடியும்?

அரசுப்பள்ளிக் குழந்தைகளது கற்றல் இடைவெளியைச் சரி செய்யும் திட்டம் என்றால், அரசுப் பள்ளிகள் சரியில்லையா? சரியில்லை எனில், அதன் போதாமைகளைச் சீரமைக்க என்ன முயற்சி மேற்கொள்ளப்பட்டுள்ளது? தனியார் பள்ளிக் குழந்தைகளை இதில் ஈடுபடுத்தவில்லை எனில், அரசுப்பள்ளிகளை பலவீனப்படுத்தவே இந்தத் திட்டமா?

கொரோனா இடைவெளியில் பள்ளிக்கூடம் வராமல், வேலைக்குச் செல்ல நேர்ந்த இளம் சிறார்களை, இந்தத் திட்டத்தில் படித்தால் கூடப் போதுமானது என உணர்த்தும் முயற்சியா? பள்ளிக்கூடம் வர இயலாத சிறார்களைப் பள்ளிக்கு அழைப்பது எப்படி என அரசுப்பள்ளி ஆசிரியர்கள் விழிபிதுங்கி நிற்கையில், இல்லம் தேடிக் கல்வித் திட்டம் சிறார்களை வீட்டோடு முடக்காதா?

மேற்சொன்ன தேசிய கல்விக் கொள்கையின் சரத்துகளை தமிழக அரசு நடைமுறைப்படுத்துகிறதா? மற்றும் இது கொரோனா காலத்திற்கான திட்டம் என்றும் 6 மாத காலம் மட்டுமே செயல்படும் என்றும் பள்ளிக் கல்வித்துறை அமைச்சர் கூறுகிறார். ஆனால், இத்திட்டம் முழுக்க தேசிய கல்விக் கொள்கையின் வடிவம் எனில், 6 மாத காலத்துடன் முடிந்துவிடக் கூடியதல்லவே? என்ற ஐயம் ஏற்படுகிறது.

இதன் விளைவுகள் என்னவாக இருக்கும்?

நூறு நாள் வேலைத் திட்டத்தின் குழறுபடிகள் போல, ஆயிரம் ரூபாய் கிடைப்பது லாபம் என சில தன்னார்வலர்கள் ஒப்பேற்றிச் செல்ல வாய்ப்புள்ளது.

பள்ளிகளில் ஆசிரியர் பணியிடங்கள் நியமனம் செய்யப்படாமல் போகலாம். ஏனெனில், கற்றல் இடைவெளி எவ்வளவு பெரியதாக இருந்தாலும், தன்னார்வலர்களை வைத்து சரி செய்ய முடிவெடுக்கப் படலாம்.

பள்ளிக் கல்வியில் 1 - 8 வகுப்பு மாணவர்கள் 100% எண்ணறிவு, எழுத்தறிவில் அடைவு உள்ளதாகப் பதிவேடுகள் உருவாக்கி ஆவணப் படுத்தலாம்.

பாலியல் துன்புறுத்தல்கள், பாலியல் சீண்டல்கள் உள்ளிட்ட பல பிரச்சினைகளை குழந்தைகள் எதிர்கொள்ள நேரலாம்.

'காலையில் வேலைக்கு வா சம்பாதிக்கலாம், சாயங்காலம் தன்னார்வலர்களிடம் படிச்சுக்கலாம்' என, பெற்றோர்கள் குழந்தை களை வற்புறுத்தலாம்.

ஒரு கட்டத்தில் அரசுப் பள்ளிகளில் மாணவர் சேர்க்கை குறைவு என்று பள்ளிகள் மூடப்படலாம்.

தற்போதைய தேவை என்ன?

பள்ளிக்கல்வி தரமான கல்வியாக உருவாக வேண்டுமெனில், அனைத்து அரசுப் பள்ளிகளிலும் குறிப்பாக, ஊராட்சி ஒன்றிய தொடக்கப் பள்ளிகளில், ஒவ்வொரு வகுப்புக்கும் ஒரு ஆசிரியரை நியமிக்க வேண்டும். ஏனெனில், தொடக்கப் பள்ளிகள் பெரும்பாலும் ஓராசிரியர், ஈராசிரியர் பள்ளிகளாகவே இருக்கின்றன.

நவம்பரில் மாணவர்கள் பள்ளிக்கு வரும்போது சமூக இடைவெளியுடன் அவர்களை அமர வைத்து, பாதுகாப்புடன் கற்பிக்க, வகுப்புக்கு ஓர் ஆசிரியர் கட்டாயம் வேண்டும். பள்ளிகளில் ஆசிரியர் இருந்தாலே பெருமளவு கற்றல் இடைவெளி நீங்கும். அந்த வகையில் ஒவ்வொரு ஆசிரியரும் கற்பித்தல் செயல்பாட்டில் ஈடுபட, அரசுப் பள்ளிகளை வலுப்படுத்த வேண்டியது அரசின் கடமை.

முறைசார் கல்வி முறையின் அடிப்படைக் கட்டமைப்பான அரசுப்பள்ளிகளைத் தரப்படுத்த முயற்சிகள் வேண்டும். அதுதான் அரசின் கடமை. கட்டமைப்பு, ஆசிரியர் நியமனம், கற்பித்தல் திறன்களை மேம்படுத்துதல், கற்றல் சூழலை உருவாக்குதல் போன்றவற்றில் கவனம் செலுத்துதல் மிக அவசியம்.

ஒரு மனிதன் சமூகத்தைக் கற்றுக் கொள்ளும் இடமும், சமூகத்திற்கானவனாக வார்த்தெடுக்கப்படும் இடமும் பள்ளிகள்தான். பள்ளிகளை நோக்கிக் குழந்தைகள் வர வேண்டுமேயன்றி, வீட்டை நோக்கிப் பள்ளிகள் செல்வது ஆரோக்கியமாகாது.

முற்போக்கு பிம்பத்தைக் கொண்டதாகத் தெரிந்தாலும், சில நல்ல நோக்கங்கள் இருந்தாலும், இந்த இல்லம் தேடிக் கல்வித் திட்டத்தின் விளைவு ஆபத்தாகலாம். ஆகவே, அரசு இதற்குச் செலவழிக்கும் 200 கோடி ரூபாய் நிதியை, அரசுப் பள்ளிகளை மேம்படுத்தச் செலவிடுவதே சிறந்த முதலீடு. நமது நோக்கம் அரசைக் குறை சொல்வதல்ல. நியாயமான அச்சங்களையே வெளிப்படுத்தி உள்ளோம். நல்லதே நடக்கட்டும்.

பரவசத்தில் மாணவர்கள், பற்றாக்குறையில் பள்ளிகள்

[நவம்பர் 2, 2021, அறம் இணைய இதழில் வெளியான கட்டுரை]

19 மாதங்களுக்குப் பிறகு ஒன்றாம் வகுப்பு முதல் எட்டாம் வகுப்பு வரையுள்ள மாணவர்களுக்குப் பள்ளிகள் திறக்கப்படுகின்றன. பள்ளிகள் திறப்பையொட்டி அதற்கான ஆயத்தப் பணிகள் நடந்தன. தலைமை ஆசிரியர்களும் ஆசிரியர்களும் மிகவும் கவனமாகத் திட்டமிட்டனர். ஆயினும், அடிப்படை வசதிகளற்ற நிலையிலும் ஆசிரியர் பற்றாக்குறைகளிலும் விதவிதமான சவால்களைச் சந்திக்கின்றனர்.

ஆசிரியர்கள் தங்கள் பள்ளி மாணவர்களுக்காக எவ்வாறெல்லாம் திட்டமிட்டனர்? கள எதார்த்தம் மற்றும் அவர்கள் சந்திக்கும் சவால்கள் என்னென்ன? என்பன குறித்துத் தமிழகம் முழுவதும் பல மாவட்டங்களைச் சேர்ந்த அரசுப்பள்ளி ஆசிரியர்களுடன் பேசினோம். அவர்கள் பகிர்ந்ததை அப்படியே பதிவு செய்கிறோம்.

ஆசி. மோகன், தலைமையாசிரியர், சில்வார்பட்டி மாதிரிப்பள்ளி, தேனி மாவட்டம்

"இருப்பதோ 21 வகுப்பறைகள். தேவையோ 44 வகுப்பறைகள். இருப்பதோ 27 ஆசிரியர்கள், தேவையோ 52 ஆசிரியர்கள். மற்ற இடங்களில் உபரியாக உள்ள ஆசிரியர்களைக்கூட மாற்றுப் பணிக்கு அனுப்ப மறுக்கின்றன நிர்வாகத் தலைமைகள். உபரியாக இருந்தாலும் தேவையான இடம் சென்று பணியாற்ற மறுக்கிறார்கள் ஆசிரியர்கள்.

அரசுப்பள்ளிகளை மேம்படுத்தி, மக்கள் பள்ளியாக மாற்றுவதற் காகத் தொடர்ந்து நம்பிக்கையோடு உழைக்கிறோம். இருப்பதை வைத்துக்கொண்டு இருக்கும்வரை சிறப்பாகச் செய்து நம்பிக்கையின் துணையோடு இயங்குகிறோம். இதில் அரசுப்பள்ளியை

மேம்படுத்துவோம் என வெற்றாகப் பேசும் வாய்ச்சொல் வீரர்களையும் கடந்துதான் செல்கிறோம்" என்றார்.

இவர், மிகக் குறுகிய காலத்தில் 500-க்கும் குறைவாக இருந்த தனது பள்ளி மாணவர்களது எண்ணிக்கையை இரண்டாயிரத்துக்கும் அதிகமாக உயர்த்தியுள்ளார். ஆசிரியர்கள் நியமனம் இல்லாததால் தொடர்ந்து கல்வி அலுவலரிடம் கோரிக்கை வைத்துக் கடிதம் எழுதியுள்ளார். இதனால், நிதி உதவி பெறும் பள்ளியில் இருக்கும் உபரி ஆசிரியர்கள் 20 பேருக்கு மாற்றுப் பணிக்கான ஆணை பிறப் பிக்கப்பட்டது. அவர்களில் ஒருவர்கூட இப்பள்ளிக்கு வரவில்லை. ஆதலால், மாற்றுப்பணி ஆணை ரத்து செய்யப்பட்டுவிட்டது. அதனைத் தொடர்ந்து மீண்டும் இவர் அலுவலர்களிடம் மன்றாட, தொடக்கப் பள்ளிகளிலிருந்து 20 பேருக்கு ஆணை பிறப்பிக்கப் பட்டுள்ளது. "அவர்களையும் பணியிலிருந்து விடுவிக்காமல் தடுக்க, சங்கங்கள் தீவிரமாகக் களத்தில் உள்ளன" என்கிறார்.

"அதிகாரிகளின் அலட்சியப் பேச்சு மனதைக் கனமாக்குகிறது. நம்மை நம்பிய பெற்றோரையும் குழந்தைகளையும் காக்க முடியாத நிலையை நினைத்தால், ஒட்டுமொத்தக் கல்வித்துறை மீதும் ரௌத்திர மாய் வருகிறது. இந்தத் தகவல் கல்வித்துறை சார்ந்த அனைத்து அதிகாரிகளுக்கும் அதிகாரத்தில் உள்ளவர்களுக்கும் தெரிவிக்கப்பட் டுவிட்டது. என் குழந்தைகள் எங்கே செல்வார்கள்? இடமும் இல்லை, ஆசிரியர்களும் இல்லை" என்று உண்மையாகவே கண்ணீர் சிந்துகிறார் மோகன்.

கருப்பம்புலம் பாலாஜி, பட்டதாரி ஆசிரியர், நாகப்பட்டினம்

"எங்கள் பள்ளியில் போதுமான வகுப்பறைகள் இல்லை. இது மழைக்காலம். மழை பெய்தால் ஒழுகும் வகுப்பறைகள், கழிவறை யைப் பராமரிக்கவோ நிதி இல்லை. மேல்நிலைப் பள்ளியானபடியால் ஆசிரியர்கள் நியமனமே இல்லை. ஆசிரியர்கள் பற்றாக்குறை ஒரு சவாலாக உள்ளது. என்ன செய்வதென்றே தெரியவில்லை. 20 மாணவர்களுக்கு ஒரு வகுப்பறை எனும்போது, வகுப்பறைகள் போதவில்லை. அதனால் 6,7,8 மாணவர்களை ஒரே நாளில் வர வைக்க இயலவில்லை. 6,7,8 மாணவர்களுக்கு எப்படி இட வசதி செய்வதென்றே தெரியவில்லை. மழைக்காலம் என்பதால் சில வகுப்பறைகளை நம்பி மாணவர்களை அமர வைக்க இயலவில்லை.

சுழற்சி முறையில் வருவதால் பாடவேளை அதிகரித்துவிட்டது.

தொடர்ந்து பள்ளிக்கு வராமல், இடைவெளி விட்டு வருவதால் பாடங்களை முடிப்பதும் சிரமமாக உள்ளது. 10, 12 தவிர மற்ற வகுப்பு களுக்குப் பாடம் முடிப்பது சிரமம். ஒரு மாணவரோ அல்லது அவரது குடும்பத்தைச் சார்ந்தவரோ கொரோனாவால் பாதிக்கப்பட்டால் என்ன செய்வது என்பதற்குப் போதிய வழிகாட்டு நெறிமுறைகள் இல்லை. எனக்குத் தெரிந்த ஒரு அரசுப்பள்ளி, மேல் நிலைப்பள்ளியாகத் தரம் உயர்த்தப்பட்டு மூன்று ஆண்டுகள் ஆகிவிட்டது. ஆனால், ஒரு முதுகலை ஆசிரியர்கூட இல்லை. ஒரே ஒருவர் பதவி உயர்வில் வந்தார். அவர்தான் பொறுப்புத் தலைமை ஆசிரியர். 11, 12 ஆம் வகுப்பில் 100 மாணவர்களுக்கு மேல் உள்ளனர். என்ன செய்வது?" என்கிறார்.

ஜான் பௌலா, ஆசிரியர், கொடைக்கானல்

"எங்கள் பள்ளி நடுநிலைப்பள்ளி. ஆனால், துவக்கப்பள்ளி மாணவர்களுக்கு மட்டுமே இடவசதி உள்ளது. எப்படி வகுப்புகள் பிரித்துப் பாடங்கள் எடுப்பது? ஏன் ஒருநாள் விட்டு ஒருநாள் குழந்தைகளைப் பள்ளிக்கு வரச் சொல்கிறீர்கள் என்று பெற்றோர்கள் சண்டைக்கு வந்துவிடுவார்கள்" என்கிறார்

இராமு தா, பட்டதாரி ஆசிரியர், அரசு உயர்நிலைப்பள்ளி, பீ நாயக்கனூர், திருப்பத்தூர்

"எங்கள் பள்ளி 2017-ஆம் கல்வி ஆண்டில் உயர்நிலைப் பள்ளி யாகத் தரம் உயரத்தப்பட்டும், இன்று வரை தொடக்கப்பள்ளி வளா கத்தில்தான் செயல்பட்டுவருகிறது. 2 ஏக்கர் நிலம் அரசின் பெயரில் உள்ளது. ஆனால், வகுப்பறைகள் இன்னும் கட்டப்படவில்லை. தலைமை ஆசிரியர் மற்றும் ஆசிரியர்கள் உதவியோடு தற்காலி கமாக ஒரு வகுப்பறை கட்டி, அதில் பாடம் கற்பித்து வருகிறோம். கழிவறை நிலையோ சொல்லவே தேவையில்லை. இருப்பினும் தேவையான ஏற்பாடுகள் செய்து வருகிறோம்" என்கிறார்.

பொன்னுதுரை, தலைமை ஆசிரியர், ஊராட்சி ஒன்றிய தொடக்கப் பள்ளி, பெருங்காட்டூர், ஜவ்வாதுமலை, திருவண்ணாமலை

எங்கள் பள்ளியில் மொத்தம் 223 மாணவர்கள் உள்ளனர்.

ஆனால் ஆசிரியர்கள் இரண்டு பேர் மட்டுமே உள்ளோம். ஒவ்வொரு வகுப்பிலும் 40 முதல் 50 மாணவர்கள் உள்ளனர். ஒரு நாளைக்கு ஒரு வகுப்பு மட்டுமே கையாள முடியும். மூன்று வகுப்பறை மட்டுமே உள்ளது.

ஆசிரியர் ருக்மணி, கிருஷ்ணகிரி மாவட்டம்

'இல்லம் தேடிக் கல்வி'யில் அந்தந்தப் பள்ளியின் தலைமை ஆசிரியர்களே கருத்தாளர்களாகச் செயல்பட வேண்டுமாம். தினமும் யாராவது ஒருவர், மாலை 7 மணி வரை இருக்கவேண்டுமாம். தன்னார்வலர்களுக்குப் பயிற்சி அளிக்க வேண்டுமாம். இதெல்லாம் CEO கூட்டத்தில் கூறிய தகவல்கள். இவற்றோடு பள்ளியிலும் பதிவேடுகள் பராமரித்து, கற்பித்தலிலும் ஈடுபட வேண்டும். எங்கள் பள்ளியோ ஈராசிரியர் பள்ளி. அதனால், பணிச்சுமை அழுத்தத்தை எப்படிச் சமாளிப்பது எனப் புரியவில்லை.

ஆசிரியர் வருணனி, நாகப்பட்டினம் மாவட்டம்

எங்கள் பள்ளியில் கஜா புயலின்போதே முழுமையாகப் பழுதடைந்த கழிவறைகளை அப்புறப்படுத்தித் தரக் கோரி 10-க்கும் மேற்பட்ட மனுக்கள் நகராட்சிக்கு அனுப்பப்பட்டுள்ளன. இதுவரை எந்த மாற்றமும் நடக்கவில்லை. இந்த முறையும் மேம்போக்காகப் பழுது நீக்கம் மட்டுமே பார்க்கப்படுகிறது.

சாந்தி, தலைமையாசிரியர், ஊ. ஒ. நடுநிலைப் பள்ளி, இடங்கன சாலை, சேலம்

"ஏற்கனவே இடப்பற்றாக்குறையில் திணறுகிறோம், மழை பெய்வதால் வகுப்பறைகள் ஒழுகுகின்றன. இடிந்து விழத் துடிக்கும் கட்டிடம் வேறு பயமுறுத்துகிறது. சுற்றுச் சுவர் இல்லாத மைதானம் என்பதால் குப்பைகள் வந்து விழுந்துள்ளன. சலிக்காமல் கழிவுகள் அள்ளிப் போட்டு ஆசிரியர்கள் சோர்ந்து போனோம்.

ஊராட்சி ஒன்றியப் பள்ளிகளைப் பொறுத்தவரை, வட்டார வளர்ச்சி அலுவலர் (BDO)தான் கட்டிடத்திற்குப் பொறுப்பு. அவர் எனது கடிதத்தைப் பார்த்துவிட்டு பள்ளிக்கு வந்தார். "நீங்களே பராமரிப்பு மானியத்தில் சரிசெய்து கொள்ளுங்கள்" என்று சொன்னார். மேற்கூரையோ மழையில் சேதமடைந்து, கொஞ்சம் கொஞ்சமாகப் பெயர்ந்து விழுகிறது. கம்பிகள் மழை நீரில் நனைந்து

இத்துப்போய் விட்டன.

பராமரிப்பு மானியத்தில் சரிசெய்ய இயலாது என்று நாங்களும் நிலைமையை விளக்கினோம். அதன் பின்னர் எந்த பதிலும் இல்லை, நடவடிக்கையும் எடுக்கவில்லை. தற்போது ஒரு பெற்றோர், தானே முன்வந்து முதலமைச்சர் தனிப்பிரிவுக்குப் புகார் அளித்துள்ளார். அதன்பின்னர் BEO வந்து பார்த்துவிட்டுச் சென்றார். 184 மாணவர்கள், 7 ஆசிரியர்கள் உள்ள பள்ளியின் நிலைமை இது" என வேதனைப் படுகிறார்.

ஆசிரியர் ஹம்சவல்லி, ஈரோடு மாவட்டம்

6 முதல் 12 வகுப்புகளுக்கு 9 வகுப்பறைகளே உள்ளன. ஆனால் மாணவர் எண்ணிக்கை 275-ஆக உள்ளதால் இடைவெளிவிட்டு உட்கார வைப்பது பெரும் சவால்.

ஆசிரியர் அழகு சுந்தரம், தேனி மாவட்டம்

எங்கள் பள்ளியில் ஒரே கட்டிடம்தான் உள்ளது. இடப் பற்றாக் குறை இல்லை. தினமும் மாணவர்கள் வரலாம். இது ஈராசிரியர் பள்ளி.

ஆசிரியர் லதா, நாமக்கல் மாவட்டம்

எங்கள் பள்ளிக்கு இடப் பற்றாக்குறை இல்லை. தினமும் மாணவர்கள் வரலாம். ஈராசிரியர் பள்ளி.

மேலே உள்ள கருத்துக்களைக் காணும்போது, மிகச் சில பள்ளிகளில் மட்டுமே, அதிலும் மாணவர் எண்ணிக்கை குறைவாக உள்ள பள்ளிகளில் மட்டுமே போதிய வகுப்பறைகள் உள்ளன. பெரும்பாலான பள்ளிகளில் ஆசிரியர் பற்றாக்குறை, இடப் பற்றாக் குறை இரண்டும் நிலவுவதைக் காண முடிகிறது.

ஒவ்வொரு ஆசிரியரிடமும் 15 பதிவேடுகள் இருக்க வேண்டுமாம் !

1. கல்வித் தொலைக்காட்சிப் பதிவேடு
2. ஒப்படைப்புப் பதிவேடு
3. வாராந்திர மதிப்பீட்டுப் பதிவேடு
4. கல்வித் தொலைக்காட்சி தினசரிப் பார்வைப் பராமரிப்புப் பதிவேடு

5. மாணவர்களின் ஒப்படைப்புகள்
6. Reduced syllabus & monthly cue sheets
7. மாணவர்களின் தினசரி வெப்பநிலை பராமரிப்பு விவரப் பதிவேடு
8. பணிமுடிப்புப் பதிவேடு (Workdone Register)
9. பாடக்குறிப்பு
10. பாட ஆசிரியர் மதிப்பீட்டுப் பதிவேடு
11. வகுப்பாசிரியர் பதிவேடு
12. மாணவர் திரள் பதிவேடு
13. புத்தகப் பூங்கொத்துப் பதிவேடு
14. Maths kitbox usage பதிவேடு
15. வாசித்தல் திறன் பதிவேடு

'குழந்தைகளைப் பள்ளிக்குள் வரவழைத்து, மகிழ்ச்சியாக அவர்களை வழி நடத்துங்கள். கற்றல் - கற்பித்தல் கூட வேண்டாம்' எனக் கூறிவிட்டு, பின்னாலேயே பதிவேடுகளுக்கான அழுத்தங்கள் தரப்பட்டுள்ளன.

பள்ளி திறந்தவுடன் மாணவர்களை வரவழைக்கவும், அவர்களிடையே தொடர்ந்து பள்ளிக்குள் கற்றல் கற்பித்தலை எடுத்துச் செல்லவும் உள்ள சிக்கல்களை, ஒருசில மாவட்ட ஆசிரியர்கள் இங்கே பகிர்ந்துள்ளனர். தமிழகம் முழுக்க இதுபோன்று ஆயிரக்கணக்கான பள்ளிகளில் கட்டமைப்பு சார்ந்தும், ஆசிரியர் பற்றாக்குறை, இட நெருக்கடிகள் தொடர்பாகவும் பல்வேறு சிக்கல்கள் உள்ளன. இவற்றையெல்லாம் கவனத்தில் கொள்ளாமல், ஏராளமான தேவைகள் இருக்கும்போது, அவற்றை நிராகரித்துவிட்டு, இல்லம் தேடிக் கல்வி என்ற திட்டத்திற்கு முழுக் கவனத்தையும் கல்வி அலுவலர்கள் தருவதையும் பார்க்க முடிகிறது.

இதுபோன்ற பிரச்சினைகள் எல்லாம் நமது தமிழகத்தின் பள்ளிக் கல்வித்துறை அமைச்சர், முதல்வர் போன்றோரின் கவனத்திற்குச் சென்றதா? என்று தெரியவில்லை. இவை குறித்தெல்லாம் கவனமெடுத்து, சரி செய்யப்பட்டாலே கற்றல் இடைவெளிகள் பெரும்பாலும் நிறைவடைந்துவிடும். ஆகவே, இன்றைய அவசியத் தேவையாக, அரசுப்பள்ளிகளில் நிலவும் பற்றாக்குறைகள் களையப்பட வேண்டும்.

மழலையர் பள்ளிகள் மீது மனம் வைக்குமா அரசு?

[நவம்பர் 9, 2021, அறம் இணைய இதழில் வெளியான கட்டுரை]

மழலையர் பள்ளிகள் உருவாக்கத்தில் இதுவரை, அரசுக்கு ஏனோ போதிய ஆர்வம் இருப்பதாகத் தெரியவில்லை. ஆனால், மழலையர் பள்ளிகளை முறையாகக் கட்டமைக்காவிட்டால், இனி அரசுப் பள்ளிகளே இல்லாமலே போய்விடும் என்று கள நிலவரங்கள் சொல்கின்றன. தற்போதைய அரசுப் பள்ளிகளின் மழலையர் வகுப்புகளில் ஏராளமான சிக்கல்கள் உள்ளன. குழந்தைகளையும் பெற்றோர்களையும் ஈர்க்கும் வகையில், அவற்றை மாநிலம் முழுவதும் முறைப்படுத்த வேண்டியது மிக அவசியம் மட்டுமல்ல, அவசரமானதும் கூட.

தனியார் மயக் கல்வி

தமிழகப் பள்ளிக்கல்வி சந்தித்து வரும் பல சவால்களில் மிக முக்கியமானது, தற்போதைய தனியார்மயக் கல்விச் சூழலை எதிர் கொள்வதே. தனியார்கள் நடத்தும் பிளே ஸ்கூல் மற்றும் கிண்டர் கார்டன் போன்ற முன்மழலையர் வகுப்புகள், அடித்தட்டு மக்களைக்கூட வெகுவாக ஈர்க்கின்றன.

ஆம், இரண்டு வயது நிரம்பிய உடனே ஏதேனும் ஓர் ஆங்கில வழி, பிளே ஸ்கூல் அல்லது கிண்டர் கார்டன் பள்ளியில் சேர்த்துவிட எண்ணுகின்றனர் பெற்றோர்கள். அவர்கள் வேலைக்குச் செல்ல வசதியாகவும் பள்ளிகள் குழந்தைகளை சுவீகரித்துக் கொள்கின்றன. இரண்டு மூன்று வருடங்களில், குழந்தைகள் முதலாம் வகுப்பு வந்து விடுவர். நாட்கள் ஆக ஆக, பெற்றோர்கள் அந்தப் பள்ளிகளை விட்டு வெளியேறாமல், அரசுப் பள்ளிகளில் தங்கள் குழந்தை களைச் சேர்க்கத் தயக்கம் கொள்வதோடு, அங்கு சேர்க்கும் மனப் பான்மையையே கைவிட்டு விடுகின்றனர் என்பதும் இதனால் அரசு ஆரம்ப பள்ளிகளில் சேரும் மாணவர்கள் எண்ணிக்கை வெகுவாகச்

சரிந்து கொண்டிருப்பதும் கவனத்திற்கு உரியது.

அரசுப் பள்ளிகளில் மழலையர் வகுப்புகள்

ஏன் சாதாரண விளிம்புநிலை மக்களும் அடித்தட்டு மக்களும் தனியார் பள்ளியை நாடிச் செல்கின்றனர் என்று யோசித்தால், அரசுப் பள்ளிகளில் மழலையர் வகுப்புகளுக்கான கல்வி முறை கடந்த 3 ஆண்டுகளுக்கு முன்பு வரை கிடையாது. முதல் வகுப்பிலிருந்துதான் அரசுப் பள்ளிகள் இயங்கி வந்தன.

தேசிய கல்விக் கொள்கை வரைவு 2019 வந்தபோது, நம் தமிழ்நாட்டில் அவசரமாகச் செயல்படுத்திய, அதன் மிக முக்கியக் கூறுதான் ECCE (Early Child Center Education) எனப்படும் இந்த முன் மழலையர் கல்வி வகுப்புகள் உருவாக்கம். அரசுப் பள்ளிகளில் மாணவர் எண்ணிக்கை வெகுவாகக் குறைந்து வருவதைச் சரிப் படுத்தும் செயல்பாடாக இதைப் பார்க்கலாம்.

தமிழகத்தில் ஒரே வளாகத்தில் இயங்கும் அங்கன்வாடிப் பள்ளிகள் கொண்ட 2,382 அரசு நடுநிலைப் பள்ளிகளில் மட்டும் மழலையர் வகுப்புகளைத் துவங்கக் கூறி அரசு ஆணை பிறப்பித்ததைத் தொடர்ந்து, 2019 இல் திடீரென மழலையர் வகுப்புகளைப் பள்ளிகள் திறந்தன. ஆனால் எல்லா அரசு தொடக்க, நடுநிலைப் பள்ளிகளிலும் மழலையர் வகுப்புகள் ஆரம்பிக்கப்படவில்லை.

அனுமதி அளிக்காத மற்ற இடங்களிலும், ஆர்வமாக இயங்கும் தலைமை ஆசிரியர்கள் தாங்களாகவே முன்வந்து, மழலையர் வகுப்பு களைத் தங்கள் பள்ளிகளில் பெற்றோர், பொதுமக்கள் உதவியுடன் ஆரம்பித்துள்ளனர். ஏனென்றால், மழலையர் வகுப்புகள் இல்லாமல் இனி ஒன்றாம் வகுப்பில் பிள்ளைகளைத் நேரடியாகச் சேர்ப்பது என்பது நினைத்துப் பார்க்க முடியாததாக மாறிவருகிறது.

இப்படியான சூழலில் அவர்கள் சந்திக்கும் பிரச்சினை என்ன எனக் கேட்டறிந்தோம். மிகச் சிறப்பாக இயங்கும் 5 தலைமை ஆசிரி யர்களின் கள எதார்த்த சவால்களையும், மழலையர் வகுப்புக்குக் கற்பிக்கும் சில ஆசிரியர்களின் கருத்துகளையும் இங்கு பதிவு செய் கிறோம். இவை, ஒட்டுமொத்தத் தமிழகத்தின் நிகழ்கால மழலையர் கல்விச் சூழல்களுக்கான சில உதாரணங்களாகும்.

திரு. வீரமணி, தலைமையாசிரியர், (மாநில நல்லாசிரிய விருதாளர்) ஊ. ஒ. தொடக்கப்பள்ளி, கெரிகேப்பள்ளி, ஊற்றங்கரை, கிருஷ்ணகிரி

எங்கள் பள்ளி தொடக்கப் பள்ளி. இங்கு மழலையர் வகுப்பு தொடங்க அரசு அனுமதி வழங்கவில்லை. என் சொந்த முயற்சியில், விருப்பத்தின் பேரில் மழலையர் வகுப்புகளைத் துவக்கினேன். 2018-இல் 28 என்று இருந்த மாணவர் எண்ணிக்கை, இன்று 150 ஆகியுள்ளது. தேவையான அனைத்து நிதி மற்றும் கற்பித்தல் வசதிகளையும் அரசின் உதவியின்றி நாங்களே செய்து கொள்கிறோம். அங்கன்வாடிகள் சமூக நலத்துறையின் கட்டுப்பாட்டில் உள்ளன. ஆனால், செயல்படுவதேயில்லை. அதை நீக்கிவிட்டு, பள்ளிக்கல்வித் துறையில் முறையாக மழலையர் வகுப்புகளை ஆரம்பிக்க வேண்டும். பள்ளிகளில் நிலவும் சிக்கல்களில் மற்ற அரசுத் துறைகளின் அதிகாரிகளுக்கும் பங்குண்டு. ஆனால், சம்மந்தப்பட்ட கல்வி அலுவலர்களே பிரச்சினைகளுக்குக்காது கொடுப்பதில்லை. மாவட்ட ஆட்சியர் காதுகளுக்குப் பள்ளியின் பிரச்சினை குறித்து எவ்விதச் செய்தியும் சென்று சேர்வதில்லை.

திரு. செல்வக் கண்ணன், தலைமை ஆசிரியர், (தேசிய நல்லாசிரிய விருதாளர்) ஊராட்சி ஒன்றிய தொடக்கப்பள்ளி, பரமத்தி, கரூர்.

எங்கள் பள்ளிக்கும், அங்கன்வாடிக்கும் இடையே ஒரே ஒரு குறுக்குச் சுவர் இருப்பதால் மழலையர் வகுப்புக்கு அரசு அனுமதி தரவில்லை. எங்கள் ஒன்றியத்தில் 88 தொடக்கப் பள்ளிகளும் 18 நடுநிலைப் பள்ளிகளும் இயங்கி வருகின்றன. இவற்றில் பயிலும் குழந்தைகளின் எண்ணிக்கை 2600. இது கடந்த கல்வியாண்டின் படியான நிலவரம். தற்போது சற்றுக் கூடியிருக்கலாம். ஆனால், எங்கள் மாவட்டத்தில் இயங்கும் ஒரே ஒரு தனியார் பள்ளியின் மொத்த மாணவர் எண்ணிக்கைக்கு இது இணையாகும். 35 பள்ளிகளில் 10க்கும் குறைவாகவே மாணவர்கள் இருக்கின்றனர். கரூர் மாவட்டத்தில் உள்ள 4 ஒன்றியங்களிலும் இதே நிலைதான்.

எங்கள் பள்ளியில் பயிலும் மாணவர்கள் 260. அதாவது ஒன்றியத்தின் மொத்த மாணவர்களில் 10 சதவீதத்தினர் இங்குதான் பயில்கின்றனர். காரணம், அரசு அனுமதி தரவில்லை என்றாலும். எங்கள் சொந்த விருப்பத்தின் பேரில் மழலையர் வகுப்புகளை ஆரம்பித்து, நிதி ஆதாரம் தேடி, ஆசிரியர்களை நியமித்து செயல்

பட்டு வருகிறோம். எங்கள் வேலையைப் பாதுகாத்துக் கொள்ளவும், எதிர்கால சந்ததியினர் அரசுப் பள்ளிகளில் வேலை வாய்ப்பு பெறவும் இப்படியான முயற்சிகளை அரசை எதிர்பார்க்காமல் நாங்களே செய்கிறோம்.

நரசிம்மன், தலைமை ஆசிரியர், (தேசிய நல்லாசிரிய விருதாளர்) ஊ. ஒ. நடுநிலைப்பள்ளி, உம்மியம்பட்டி, தர்மபுரி மாவட்டம்

எங்கள் நடுநிலைப் பள்ளியை ஒட்டியவாறு, மிக அருகாமையில் அங்கன்வாடி இருப்பதால் மழலையர் வகுப்புக்கு அரசு அனுமதி தரவில்லை. அங்கன்வாடி மழலையர் பள்ளியாகாது. அதனால், நான் எடுத்த முயற்சிகளால் - பள்ளி மீதும் என் மீதும் நம்பிக்கை வைத்துப் பெற்றோர்கள் கேட்டுக் கொண்டதால் - எங்கள் விருப்பத்தின் அடிப்படையில் மழலையர் வகுப்புகளுக்கான அறிவிப்பை 2019-இல் வெளியிட்டோம். இரண்டு மணி நேரத்தில் வரிசை கட்டி நின்ற பெற்றோர்களிடம், முதல் 50 பேருக்கு மட்டும் டோக்கன் கொடுத்து மழலையர் வகுப்புக்கு மாணவர்களைச் சேர்த்துக் கொண்டோம். அரசுத் தரப்பிலிருந்து எந்த உதவியும் கிடைக்காது - எதிர்பார்க்கக் கூடாது என்று கல்வி அதிகாரிகள் கூறி விட்டனர்.

ஆனால் எங்கள் ஆசிரியர்கள் மற்றும் பெற்றோர் உதவியோடு மிகச் சிறப்பாக மழலையர் வகுப்புகளை நடத்தி வருகிறோம். தற்போது மாணவர் எண்ணிக்கை வெகுவாக உயர்ந்துள்ளது. தமிழகம் முழுவதும் ஒரே மாதிரியான வழிகாட்டு முறைகளை அரசு வழங்கி, மழலையர் வகுப்புகளை நடத்த வழிகாட்ட வேண்டும்.

திரு மூசா ராஜா ஜுனைதி, தலைமையாசிரியர், ஈ.கே.எம்.எம். அப்துல் கனி மதரசா தொடக்கப்பள்ளி, ஈரோடு

எங்கள் பள்ளியோ அரசு உதவி பெறும் பள்ளி. எங்களுக்கும் மழலையர் வகுப்பிற்கு அனுமதி வழங்கவில்லை. ஆனால், பள்ளித் தாளாளர் உதவியுடன் பெற்றோர்களின் விருப்பத்திற்கு ஏற்ப 3 வருடங்களுக்கு முன்பு மழலையர் வகுப்பைத் துவக்கினோம். துவங்குவதற்கு முன்பு எங்கள் பள்ளியின் மாணவர் எண்ணிக்கை 540. ஆரம்பித்து 3 வருடங்களில் தற்போது 750 ஐத் தாண்டி, மாணவர் எண்ணிக்கையில் மிகப் பெரிய மாற்றம் நிகழ்ந்துள்ளது.

திரு குணசேகரன், தலைமை ஆசிரியர், அரசு தொடக்கப் பள்ளி, மாயனூர், கரூர்

எங்கள் பள்ளியிலும் மழலையர் வகுப்பு ஆரம்பிக்க விரும்பி அரசு அதிகாரிகளிடம் அனுமதி கேட்டால், எந்த பதிலும் இல்லை. அரசு மழலையர் பள்ளிகளுக்குத் தங்கள் குழந்தைகளை அனுப்ப, பெற்றோர்கள் விருப்பமுடன் இருக்கின்றனர். எல்லா ஏற்பாடு களையும் நாங்களே செய்து கொள்கிறோம். அனுமதி மட்டும் தாருங்கள் என்றால், சட்ட விதிகள் இல்லை என்கின்றனர். அது மட்டுமல்ல, குழந்தைகளுக்கு ஏதாவது பிரச்சினை என்றால் நீங்கள்தான் பொறுப்பு என்றும் அச்சமூட்டுகின்றனர். ஆயினும் ஆரம்பித்துவிட்டோம். மழலையர் வகுப்பு ஆரம்பித்த பிறகுதான் பள்ளியில் மாணவர் எண்ணிக்கை பெருமளவு உயர்ந்துள்ளது. குறைந்தபட்சம் அனுமதி மட்டுமாவது வழங்கவே இவ்வளவு தயக்கம் காட்டினால், அரசுப் பள்ளிகளில் மாணவர்களை எப்படித் தக்க வைக்க முடியும்?

மேற்சொன்ன தலைமையாசிரியர்கள் அரசின் அனுமதி இல்லாமல் தாங்களாகவே மழலையர் வகுப்புகளை நடத்தி வருவது ஒரு புறம். ஆனால் அரசின் அனுமதி பெற்று மழலையர் வகுப்புகளை ஆரம்பித்துள்ள பள்ளிகளில் பணியாற்றும் சில ஆசிரியர்கள் சந்திக்கும் சவால்கள் ஆரம்பக் கல்வித்துறையின் மற்றொரு புறத்தையும் காட்டுகின்றன.

திருமதி தமிழ்ச்செல்வி, ஆசிரியர், கள்ளக்குறிச்சி

இடைநிலை ஆசிரியராக இருந்த என்னைப் பணி இறக்கம் செய்து, மழலையர் வகுப்புக்கு ஆசிரியராக்கினர். வகுப்புகள் தொடங்கவே 6 மாதம் தாமதித்தனர். அங்கன்வாடிகள் வட்டார வளர்ச்சி அலுவலரது (BDO) கட்டுப்பாட்டிலும், மழலையர் வகுப்புகள் ஒன்றியக் கல்வி அலுவலர் (BEO) கட்டுப்பாட்டிலும் இருப்பது சிக்கலாக உள்ளது. கற்பித்தல் உபகரணங்கள், வகுப்பறை என எந்த அடிப்படைத் தேவைகளும் கிடைக்கவில்லை.

திருமதி ராஜேஸ்வரி, ஆசிரியர், மேச்சேரி, சேலம்

இடைநிலை ஆசிரியர் பதவியிலிருந்து பணி இறக்கம் செய்யப் பட்டு, மழலையர் வகுப்பு ஆசிரியரானேன். நிர்வாகத்தில் முறையான வழிகாட்டு நெறிமுறைகளே கிடையாது. குழந்தைகளை ஈர்க்கும்

வகையில் தனித்துவமான வகுப்பறை வசதிகளுடன், மழலையர் பள்ளிகள் முறைப்படுத்தப்பட வேண்டும்.

திரு ராஜேஸ், ஆசிரியர், தாளக்கரை, குண்டடம் ஒன்றியம், திருப்பூர்

எங்கள் பள்ளியில் கணிசமாக மாணவர் எண்ணிக்கை உயர்ந்துள்ள நிலையில் LKG, UKG வகுப்புகளுக்கு ஆசிரியர் இல்லாத சூழ்நிலை. சமூக நலத்துறை மூலமாகத்தான் புத்தகங்கள் வழங்கப்படுகின்றன. ஆனால், அவை சரியான எண்ணிக்கையிலோ, சரியான நேரத்திலோ வழங்கப்படுவதில்லை. கற்பித்தல் கருவிகளும் அங்கிருந்தே தரப்படுகின்றன. கல்வித்துறை மூலமாக வழங்குவது போல முறையாக இல்லை. இடைநிலை ஆசிரியர்களை வலுக் கட்டாயமாக நியமிப்பதற்கு மாற்றாக, ஆசிரியர்களின் விருப்பத்தின் அடிப்படையில் நியமித்தால் மட்டுமே கற்பித்தல் சிறக்கும்.

சீர் செய்யப்பட வேண்டிய சிக்கல்கள்

போதுமான மழலையர் பள்ளிகள் இல்லாதது, தேவைப்படும் இடங்களில் ஆர்வம் காட்டாதது, ஆர்வம் காட்டும் பள்ளிகளுக்கு அனுமதி தரத் தயங்குவது, அரசு அனுமதி அளித்த மழலையர் பள்ளி களிலும் இவ்வளவு சிக்கல்கள் இருப்பது போன்றவை, மக்களுக்கு அரசுப் பள்ளிகளின் மீதான நம்பிக்கையைச் சிதைத்து விடும். தரமான கல்வி அரசுப் பள்ளிகளில் தர வேண்டும் எனில், அரசு மழலையர் வகுப்புக்கான பிரத்யேக ஆசிரியர்களை நியமிக்க வேண்டும். DPTT (Diploma in Pre Primary Teacher Training) போன்ற பயிற்சி முடித்தவர் களை நியமிக்கலாம் என பல ஆசிரியர்கள் கருத்து சொன்னார்கள்.

இது மட்டுமின்றி, குழந்தைகள் விரும்பக்கூடிய அழகான வகுப் பறைக் கட்டமைப்புகள், ஆசிரியர்களுக்கான பயிற்சி என, அனைத் துக் கோணங்களிலும் கவனம் கொள்ள வேண்டும். அங்கன்வாடி மையங் களையே மழலையர் பள்ளிகளாக்கி விடக்கூடாது. அதோடு, எல்லா அரசு தொடக்க, நடுநிலைப் பள்ளிகளிலும் மழலையர் வகுப்புகள் கட்டாயம் துவங்கப்பட வேண்டும். அப்போதுதான் அரசுப்பள்ளிகள் எதிர்காலத்தில் காப்பாற்றப்படும். இது மிகவும் அவசியமானதும் அவசரமானதும் என்பதைக் கல்வித்துறையும் அரசும் கவனத்தில் கொள்ள வேண்டும்.

குறிப்பு; இக்கட்டுரை சுவடு பதிப்பகமும் A3 அமைப்பு இணைந்து நடத்திய இணைய வழிக் கருத்தரங்கில் ஆசிரியர்கள் கலந்துகொண்டு பகிர்ந்த உண்மைகளை அடிப்படையாகக் கொண்டு எழுதப்பட்டது.

பள்ளிகளில் பாலியல் சீண்டல்கள்: தடுக்க என்ன வழி?

[நவம்பர் 16, 2021, அறம் இணைய இதழில் வெளியான கட்டுரை]

தமிழகத்தின் தனியார் பள்ளிகளில் சமீப காலமாக நடந்து வரும் மிக மோசமான பாலியல் சீண்டல் சம்பவங்கள் பல வழிகளில் நம்பிக்கை இழக்கச் செய்கின்றன. கல்வித்துறையின் மீதும் சமூகத்தின் மீதும் சற்றே கூடுதலான கோபம்கூட எழுகிறது.

உலகம் முழுவதுமே பெண்கள் மீதான பாலியல் சீண்டல் பிரச்சினைகள் இருந்து வந்தாலும், சமீப காலமாக தமிழகத்தின் பள்ளிகளுக்குள் நடக்கும் பெண் குழந்தைகள் மீதான அத்துமீறல்களைக் களைய வேண்டிய சவாலான சூழல் எழுந்துள்ளதைக் கவனிக்க வேண்டிய தருணம் இது.

தனியார் பள்ளிகளின் அராஜகம்

2021, நவம்பரில் கோவையில் சின்மயா பள்ளியின் மாணவிக்கு இயற்பியல் ஆசிரியர் மிதுன் சக்ரவர்த்தி தந்த, தொடர் பாலியல் பிரச்சினையால் அந்த மாணவி தற்கொலை செய்து கொண்ட செய்தி நம்மை அதிர வைக்கிறது. காவல்துறைக்கு விஷயம் தெரிந்து, பள்ளி நிர்வாகத்தையும் அந்த ஆசிரியரையும் அணுகவே சில தினங்களாயிற்று. அதற்கும் ஒரு போராட்டம் தேவைப்பட்டது. பொதுவாக தனியார் பள்ளி ஆசிரியரையோ, பள்ளியையோ கேள்வி கேட்க எவருமில்லை என்ற சூழல்தான் தற்போதைய நிலைமையாகும்.

2021, ஜூன் மாதம் சென்னையின் பத்ம சேஷாத்திரி (PSBB) பள்ளியின் ஆசிரியர் ராஜகோபாலன், இணையவழி வகுப்புகளில் பெண் மாணவிகளிடம் பாலியல் சீண்டல்கள் செய்வதாகப் புகார் வெளிவர, தமிழகமே கொந்தளித்தது. பள்ளி நிர்வாகம் மீது விசாரணை, ஆசிரியரைக் காவலில் வைத்தல் என ஒருபுறம் நடந்தன.

ஆனால், இதுபோன்ற பாலியல் சீண்டல் புகார்கள் மீது நடவடிக்கை எடுக்க மறுத்த அந்தப் பள்ளி நிர்வாகத்தின் மீது எந்த நடவடிக்கையும் எடுக்கப்படவே இல்லை.

அதன் பிறகு ஏராளமான புகார்கள் மகரிஷி வித்யா மந்திர், சுஷில் ஹரி சர்வதேசப் பள்ளி, செட்டி நாடு வித்தியாஷ்ரம் உள்ளிட்ட பல தனியார் பள்ளிகளின் நிர்வாகம் மற்றும் ஆசிரியர்கள் மீது புகார்கள் பதிவாகியதை ஊடகங்கள் அறிவித்துக்கொண்டே இருந்தன. போக்சோ சட்டப் பிரிவுகளின்படி விசாரணை நடப்பது, தண்டனை என்று தொடர்ந்தாலும் கூட, எவ்வித அச்சமுமின்றி ஒரு மாணவியின் தற்கொலை வரை சென்றுள்ள கோவை சின்மயா பள்ளியின் நிர்வாகம், ஆசிரியர் ஆகியோரை எந்த அளவுகோலைக் கொண்டு அளவிடுவது? இவர்களுக்கெல்லாம் இவ்வளவு தைரியத்தை யார் கொடுத்தது? சில தனியார் கல்வி நிர்வாகங்கள் அரசுத் தரப்பில் கோலோச்சும் அதிகாரத்தை இது நமக்குத் தெளிவாக விளக்குகிறது.

கற்பித்தல் பணியில் இருக்கும் ஆசிரியர்கள், பெண் மாணவிகளிடம் அத்து மீறும் இத்தகைய கீழ்மையான செயல்களைத் தடுக்கத் தவறிய கோழைகளாக தனியார் பள்ளிகள் உள்ளன. இதில் உறுதியான நடவடிக்கை இல்லாமல் மெத்தனப் போக்கில் அரசு இருப்பதால், சில தனியார் பள்ளிகளில் இந்த அராஜகம் தொடர்கிறது.

பாதுகாப்பான இடமே பள்ளிகள்தான்

பெற்றோர்கள் தங்கள் குழந்தைகளை, அவர்களின் மீதான கனவுகளுடன் கொண்டு சேர்க்கும் பாதுகாப்பான இடமாகவே பள்ளிகள் காலம் காலமாக இருக்கின்றன. அங்குள்ள ஆசிரியர்களை, தெய்வமாகவே மதித்து நம்பும் போக்கு இயல்பாகவே பெற்றோர் களிடம் ஆழமாகப் பதிந்துள்ளது. ஆனால் அவற்றை எல்லாம் சுக்கு நூறாகத் தகர்ப்பதுபோல் இன்று பள்ளிச் சூழல்கள் அமைந்து வருவதுதான் மிகப் பெரிய சாபக்கேடு.

பள்ளியில் பயிலும் பெண் மாணவிகளிடம் ஆண் ஆசிரியர்கள் தவறான வழியில் நடந்து கொள்வதும், ஒரு கட்டத்தில் மாணவிகள் பயப்பட்டு பள்ளித் தலைமையிடம் சென்று பிரச்சினைக்குத் தீர்வைத் தேட, ஆனால் அதை அனுசரித்துப் போகக் கூறிய தலைமை, பெற்றோருக்கே தெரியாமல் மறைத்து கவுன்சிலிங்

அழைத்துச் சென்றதும், இறுதியில் மாணவி மரணத்தைத் தழுவியதும், பள்ளியைப் பாதுகாப்பாக நாம் எப்படி அணுகுவது என்ற கேள்வியை நம்முள் எழுப்புகிறது.

அரசுப் பள்ளிகளில் நடக்குமா?

அரசுப்பள்ளிகளில் ஆசிரியர் - மாணவர் உறவு முறை என்பது, பெற்றோர்கள் - குழந்தைகள் உறவு முறையைப் போன்றது. ஆசிரியர்கள் குழந்தைகளின் பிரச்சினைகளை அறிந்து தீர்வு காணவே வழிகாட்டுவர். அங்கு ஓர் ஆண் ஆசிரியர் பெண் குழந்தையிடம் பாலியல் சீண்டல் மேற்கொண்டால், அது தலைமை ஆசிரியருக்குத் தெரியவரும் முன்பே ஆசிரியர்கள், நண்பர்கள் என அறியப்படலாம். அதோடு இங்கு தலைமை ஆசிரியர்கள், மாவட்டக் கல்வி அலுவலர், முதன்மைக் கல்வி அலுவலர், பெற்றோர் ஆசிரியர் அமைப்பு, பள்ளி மேலாண்மைக் குழுக்கள் என அனைத்துத் தரப்பிலும் உடனடியாக நடவடிக்கை எடுக்கும் சூழல் இருப்பதால் தற்கொலை வரை சென்றிருக்காது.

குழந்தைகள் அரசுப்பள்ளி ஆசிரியர்களை அணுகுவது எளிது. பயமின்றித் தங்கள் பிரச்சினைகளை வெளிப்படுத்துவர். குடும்பப் பிரச்சினைகள், தனியாள் வேறுபாடுகள், உளவியல் சார்ந்த பிரச்சினைகள் என அனைத்திற்கும் வழிகாட்டுதல், ஆதரவுடன் குழந்தைகளை தைரியமூட்டுதல் போன்ற முயற்சிகளை ஆசிரியர்கள் தங்கள் கல்வியின் வழியாகவும் அனுபவத்தின் வழியாகவும் செய்து வருகின்றனர். மதிப்பெண்களுக்கான இடத்தைக் காட்டிலும் குழந்தைகளின் மனம் மற்றும் உடல் நலம் சார்ந்தவற்றிற்குதான் அரசுப் பள்ளிகளில் முக்கியத்துவம் தரப்படுகிறது.

ஆனால், மதிப்பெண்களுக்காகக் குழந்தைகளை அச்சுறுத்தி வைத்திருக்கும் தனியார் பள்ளிகளின் நுழைவாயிலோ அரண்மனைக் கோட்டைகள் போல, பெற்றோரோ கல்வி அலுவலர்களோ எளிதில் அணுக முடியாத இடத்தில் இருப்பவை. பள்ளி நிர்வாகங்கள், பள்ளியின் பெயரைக் காக்கும் விதமாக, எப்பேர்ப்பட்ட தவறையும் மறைக்கும் செயலைக் கைக்கொள்கின்றன. இதைத் தடுக்கவோ, முற்றாக மாற்றவோ வழிகள் இல்லை.

இச்சம்பவத்தை எப்படித் தவிர்த்திருக்கலாம்?

தற்போது நிகழ்ந்திருக்கும் கோவை மாணவியின் இந்தக் குறிப்பிட்ட தற்கொலைச் சம்பவம் குறித்து நாம் யோசிக்கும்போது, அந்த மாணவி பெற்றோர்களைவிட, பள்ளியையே பாதுகாப்பாகக் கருதித்தான் பள்ளித் தலைமை ஆசிரியர் மீரா ஜாக்சனிடம் நடந்ததைக் கூறியிருக்கிறார். மாணவியின் இப்பிரச்சினையைக் கவனமாகக் கையாண்டிருக்க வேண்டிய பொறுப்பு தலைமை ஆசிரியருக்கு உண்டு. தலைமை ஆசிரியர் அந்த ஆசிரியரிடம் விசாரணை மேற்கொண்டு அவர்மீது உரிய நடவடிக்கை எடுத்து, மாணவிக்கு தைரியமும் நம்பிக்கையும் கொடுத்திருக்கலாம். அம்மாணவியின் பெற்றோர்களை வரவழைத்துப் பேசியிருக்கலாம்.

இந்தச் சமூகம் பெண்களின் மீது வைக்கும் குற்றச்சாட்டுகள், மானம், கௌரவம் உள்ளிட்ட சமூக அழுத்தங்களால் பெற்றோர்களும்கூட குழந்தைகள் சந்திக்கும் இத்தகு பிரச்சினைகளை முறையான புரிதலுடன் கையாளத் தவறிவிடுகின்றனர். இப்பிரச்சினைகளுக்கு இது கூடக் காரணமாக இருக்கலாம். நம்மால் எதையும் அறுதியிட்டுக் கூற இயலாது. ஆனால், பள்ளி நிர்வாகம் இப்பிரச்சினையை முறையாகக் கையாண்டிருந்தால் ஒரு உயிர் போயிருக்காது.

சக ஆசிரியர்கள் ஒருவரேனும் இச்சம்பவம் குறித்து அறியாமல் இருக்க வாய்ப்பில்லை. பள்ளி நிர்வாகத்தைக் காப்பாற்றவோ அல்லது அவர்களது அச்சுறுத்தலுக்குப் பயந்து தங்களைக் காப்பாற்றிக் கொள்ளவோ இப்பிரச்சினையைக் கண்டும் காணாமல் இருந்திருக்கின்றனர். ஆசிரியர்கள் மனது வைத்திருந்தால் அப்பெண் குழந்தையைக் காப்பாற்றியிருக்கலாம். ஏற்கனவே பள்ளிக்கல்வித் துறையின் பாலியல் பிரச்சினை குறித்த வழிகாட்டு நெறிமுறைகள் உறுதி செய்யப்பட்டிருந்தால் இம் மரணத்தைத் தவிர்த்திருக்கலாம்.

ஆகவே, இந்த சம்பவத்தைப் பொறுத்தவரை பள்ளி நிர்வாகம், தலைமையாசிரியர், ஆசிரியர்கள், கல்வித்துறை இவர்களின் கடமை தவறுதலே விபரீதமாகியுள்ளது. மேற்படி சம்பவத்தில் கோவை மக்கள் தங்கள் தார்மீகக் கோபத்தைத் தொடர்ந்து வெளிப்படுத்தியதன் விளைவே அந்தக் கைது நடவடிக்கைகள்.

அவசரமான மற்றும் அவசியமான நடவடிக்கை

21-ஆம் நூற்றாண்டில் வாழ்கிறோம். கற்பித்தல் முறைகளும் கல்வி முறைகளும் பள்ளி மற்றும் சமுதாயச் சூழல்களும் மாறியுள்ளன. ஆசிரியர்களைப் பின்னுக்குத் தள்ளி, தொழில்நுட்ப சாதனங்களே முன்னணியில் நிற்கின்றன. அரசும் கல்வித்துறையும் செய்தாக வேண்டிய காலத்திற்கேற்ற மாற்றங்கள் ஏராளம். பாலியல் சீண்டல் மட்டுமல்ல; திரைப்படங்கள், மது, போதை மருந்துகள், திறன்பேசிகள் பயன்பாடு என மாணவர் சமுதாயம் தடம்மாறும் வழிகள் ஏராளமாகப் பெருகியுள்ளன. அவர்களது நடத்தை மாற்றங்களைச் சீர்படுத்தவும் உயிரைப் பாதுகாக்கவும் எதிர்கால மாணவர் சமுதாயம் நல்வழிப்படவும் அவசரமான சில நடவடிக்கைகளை எடுக்க வேண்டிய கட்டாயத்தில் இருக்கிறோம்.

உளவியல் ஆலோசகர் நியமனம் - ஆசிரியருக்கான பயிற்சிகள்

ஒவ்வொரு பள்ளியிலும் மன நல ஆலோசகர் நியமனம் செய்யப் பட்டு பதின் பருவ வயதில் இருக்கும் மாணவர்களுக்குத் தொடர்ந்து ஆலோசனைகளும், மேற்சொன்ன பிரச்சினைகள் குறித்த விழிப்பு ணர்வும் உடனடியாக வழங்க வேண்டும். அத்து மீறும் ஆசிரியர்களை அடையாளப்படுத்தும் தைரியத்தையும் ஒரு பயிற்சியாக வழங்க வேண்டும். குழந்தைகளின் மன அழுத்தங்களைக் குறைக்க, சரி செய்ய தொடர் முயற்சிகள் தேவை. குழந்தைகளுக்கு மட்டுமன்றி ஆசிரியர் களுக்கும் இப்பிரச்சினைகளை அணுகவும் இதற்கான சட்டங்கள் குறித்து மாணவர்களிடம் உரையாடவும் பயிற்சிகள் வழங்கப்பட வேண்டும்.

பெற்றோர்களுக்கு விழிப்புணர்வு

குழந்தைகளைப் பள்ளிக்கு அனுப்பும் பெற்றோர்கள், அங்கு என்ன நடக்கிறது என்றே அறியாமல் இருக்கின்றனர். பள்ளிகளில் நடப்பவை குறித்துக் குழந்தைகளிடம் அன்றாடம் பேசவும், அவர் களுக்கான மன அழுத்தங்களைப் புரிந்துகொண்டு பள்ளி ஆசிரியர் களுடன் இணைந்து தீர்க்கவும் பெற்றோர்களுக்கு விழிப்புணர்வு வர வேண்டும். ஒவ்வொரு தனியார் பள்ளியிலும் பெற்றோர் - ஆசிரியர் சங்கங்கள் கட்டமைக்கப்படுவது மிகவும் பயனுள்ளதாக இருக்கும்.

தனியார் பள்ளிகளைப் புறக்கணியுங்கள் / அரசே ஏற்று நடத்த வேண்டும்

இப்படியான குற்றங்கள் நிகழும் தனியார் பள்ளிகளைப் பெற்றோர்கள் புறக்கணிக்க வேண்டும். இப்பள்ளிகளும் அரசின் கல்வித்துறைக் கட்டுப்பாட்டின் கீழ்தான் வருகின்றன என்ற நிலையில், ஏற்கனவே வழங்கப்பட்டிருக்கும் வழிகாட்டு நெறிமுறைகளைப் பின்பற்றாமல் இருக்கும் பள்ளிகள் மீது என்ன நடவடிக்கைகள் எடுத்தனர் என்று தெரியவில்லை. இதுபோன்று அசட்டையாக, குழந்தைகள் நலனை எண்ணாது, ஆசிரியர்களைக் காப்பாற்றும் பள்ளிகளை அரசாங்கமே கைப்பற்றிப் பள்ளியை நடத்த வேண்டும்.

சிறப்பாசிரியர்களை சிறுமைப்படுத்தாதீர்

[நவம்பர் 23 2021, அறம் இணைய இதழில் வெளியான கட்டுரை]

வழக்கமான பாடங்கள், படிப்புக்கு இடையே ஓவியம், பாடல், விளையாட்டு, தையல் உள்ளிட்ட கலை மற்றும் கைத் தொழில்கள், தோட்டப் பராமரிப்பு போன்ற வகுப்புகள் வரும்போது மாணவர்கள் அளவிலா மகிழ்ச்சி அடைகிறார்கள். இதைத்தான் வாழ்க்கைக் கல்வி என்பார்கள். நமது தேசத் தந்தை மகாத்மா காந்தி, இதைத்தான் ஆதாரக் கல்வி என்றும் அவசியமான செயல்பாடு என்றும் சொல்கிறார். ஆனால், இந்த தொழிற்கல்விக்கான ஆசிரியர்கள் நியமனம், சம்பளம், தொடர்ச்சியான வகுப்புகள் ஆகியவற்றில் தமிழக அரசுக்குப் போதுமான புரிதல் இல்லாத நிலையே தொடர்ந்து உள்ளது.

அரசுப் பள்ளிகள் என்றாலே, மதிப்பெண்களுக்கு மட்டும் முக்கியத்துவம் தராமல், ஒரு குழுந்தையின் முழு ஆளுமைத் திறனை வெளிக்கொண்டுவரும் இடமாக, வாழ்வியல் கூடமாகவே அதை நாம் புரிந்துகொள்ள முடியும். அந்த வகையில் முப்பது ஆண்டு காலம் முன்னோக்கிப் பார்த்தால், பெரும்பாலான உயர்நிலை மற்றும் மேல்நிலைப்பள்ளிகளில் பல் திறன்களை வளர்க்கும் விதமாக ஆசிரியர்கள் பணியாற்றி வந்தனர்

குறிப்பாக ஓவிய ஆசிரியர், பாடல் ஆசிரியர், விளையாட்டு ஆசிரியர், கைத்தொழில் ஆசிரியர், விவசாய ஆசிரியர் என தொழிற் கல்வியை கற்றுத் தரக்கூடிய - மாணவர்களின் திறன்களை மேம் படுத்தக்கூடிய - பல பிரிவுகளில் பள்ளிகளில் ஆசிரியர்கள் நியமிக்கப் பட்டார்கள். அவர்களை சிறப்பாசிரியர்கள் என்று குறிப்பிடுவார்கள்.

பாட வகுப்புகளை விரும்பாத மாணவர்களும்கூட, விளையாட்டை, ஓவியத்தை, நெசவை, தோட்டப் பராமரிப்பை,

தையல் வேலைப்பாடுகளை நேசித்து, அந்த வகுப்புகளுக்காகக் காத்திருப்பர். கணக்கு, அறிவியல் உள்ளிட்ட பாடப் பகுதிகளில் 90 மதிப்பெண் எடுக்கும் மாணவர்களுக்கு மேற்சொன்ன சிறப்புத் திறன்களில் ஈடுபாடு இருக்கும் என்று சொல்ல முடியாது. ஆனால், 35 மதிப்பெண் எடுக்க முடியாமல் ஃபெயில் என்று முத்திரை குத்தப்படும் மாணவர்களின் திறமைகள் இந்த வகுப்புகளில் வாழ்வியல் திறன்களாக, சிறப்பாக வெளிப்படும்.

இந்த மாணவர்கள் மாவட்ட அளவிலும் மாநில அளவிலும் பரிசுகள் குவிக்கும் விளையாட்டு வீரர்களாகவும், ஓவியத் திறன்களில் ஆசிரியர்களையே மிஞ்சும் மாணவர்களாகவும், பள்ளிகளை அழகான பசுந்தோட்டங்களாக மாற்றும் திறமையாளர்களாகவும், விழாக்கால மேடைகளை அலங்கரிக்கும் கைத்தொழில் தயாரிப்புகளைத் தரும் இளம் திறனாளர்களாவும், தையல் பழகி தனக்கான ஆடைகளை வடிவமைக்கும் இளங் கலைஞர்களாகவும் மிளிர்ந்த காலம் ஒன்று உண்டு.

ஆனால், கடந்த 10 ஆண்டுகளுக்கும் மேலாக அரசுப்பள்ளிகளில் பணியாற்றும் சிறப்பாசிரியர்கள் பணி ஓய்வு பெறும்போது, அவர் களின் பணியிடங்கள் நிரப்பப்படுவதே இல்லை. அந்தப் பணியிடங் களுக்குப் பகுதி நேர ஆசிரியர்களை மட்டுமே அரசு நியமிக்கிறது.

கல்வி உரிமைச் சட்டம் - பகுதி நேர ஆசிரியர்கள்

2009, கட்டாயக் கல்வி உரிமைச் சட்டத்தின் விதி 35-இன் கீழ் (Central Act. No 35 of 2009) உருவானதுதான் இந்தப் பகுதி நேர ஆசிரியர்கள் என்ற பிரிவு.

அது தமிழகத்தில், 08.11.2011 தேதியிட்ட அரசாணை எண்: 173 ஆக வெளிவந்து, அனைவருக்கும் கல்வி இயக்கத்தின் (Sarva Shiksha Abhiyan) கீழ் 11.11.2011 இல் 177-ஆம் எண் அரசாணையாக வெளியிடப்பட்டது. அதன்படி 16,549 பகுதி நேர ஆசிரியர்கள் தமிழகம் முழுவதும் உள்ள மாவட்டங்களின் பள்ளிகளில் பணிய மர்த்த ஆணைகள் பிறப்பிக்கப்பட்டன. 5,392 பணியிடங்கள் உடற் கல்வி ஆசிரியர்களுக்கும், 5253 பணியிடங்கள் கலை ஆசிரியர் களுக்கும் (Art Education - ஓவியம், இசை, பாட்டு) 5904 பணி யிடங்கள் தொழிற்கல்வி (Work Education - கை வேலை, கணினி)

ஆசிரியர்களுக்கும் ஒதுக்கப்பட்டன.

செய்தித்தாள் விளம்பரத்தின் வழியாக மாவட்ட முதன்மைக் கல்வி அலுவலகங்களுக்கு விண்ணப்பித்த ஆசிரியர்கள் நேர்காணலுக்கு அழைக்கப்பட்டு, வாய்மொழி மற்றும் எழுத்துத்தேர்வு என அந்தந்த மாவட்டங்களில் தேர்வு செய்யப்பட்டு 2012, மார்ச் மாதம் பணியில் சேர்ந்துள்ளனர். எண்ணிக்கையில் 100 குழந்தைகளுக்கும் அதிகமாகப் பயிலும் அரசு நடுநிலை, உயர்நிலை மற்றும் மேல்நிலைப் பள்ளிகளில்தான் இந்தப் பகுதி நேர ஆசிரியர்கள் பணியமர்த்தப்பட்டுள்ளனர். ரூ. 5000 ஊதியத்துடன் 11 மாதங்களுக்கு மட்டுமே வேலை என்றுதான் ஆரம்பத்தில் ஆணையில் குறிப்பிடப்பட்டிருந்துள்ளது. ஆசிரியர்களும் அடுத்த ஆண்டே தாங்கள் காலமுறை ஊதியத்தில் நிரந்தரப் பணியிடத்திற்கு வந்து விடுவோம் என நம்பி இருக்கின்றனர். ஆனால் நடந்தது என்ன? 10 ஆண்டுகளை நெருங்கியும் அவர்கள் பகுதி நேர ஆசிரியர்களாகவே பணியாற்றி வருவதுதான் மிகப் பெரிய துயரம்.

இதுகுறித்து சில சிறப்பாசிரியர்களிடம் பேசும்போது அவர்கள் தெரிவித்த கருத்துக்களைக் காண்போம்.

பழ.கௌதமன், சிறப்பாசிரியர், அரசு உயர்நிலைப் பள்ளி, குமரானந்தபுரம், திருப்பூர்

வாரத்தில் 3 அரை நாள்கள் மட்டுமே பள்ளிக்கு வருகிறோம். இதனால் மாணவர்களை முழுமையாக கவனிக்க நேரமோ வாய்ப்போ இல்லை. ஒன்பதாண்டுகளுக்கும் மேலாகப் பகுதி நேர ஆசிரியராகப் பணிபுரிகிறோம். எங்களுக்குக் காலமுறை ஊதியம் வழங்க அரசு ஆவண செய்ய வேண்டும். கேரளா, திரிபுரா, மணிப்பூர் உள்ளிட்ட சில மாநிலங்களில் பகுதி நேர ஆசிரியர்களுக்குக் காலமுறை ஊதியம் வழங்கப்பட்டுள்ளது.

தமிழகத்தில் முதலில் ரூ.5000 மாத ஊதியத்தில் பணி நியமனம் செய்யப்பட்டோம். அடுத்து 2014-2015 கல்வி ஆண்டின் வரவு செலவுப் பணித் திட்டத்தின் கீழ் (Annual Work Plan & Budget) 2014 ஏப்ரல் முதல் மாத ஊதியமாக ரூ.7000 வழங்கப்பட்டது. அதே ஆண்டு ஆகஸ்டு முதல் ரூ.7700 மாத ஊதியமாகப் பெற்றோம். தற்போது 2021 பிப்ரவரி மாதம் முதல் ரூ.10000 ஆக உயர்த்தப்பட்டுள்ளது.

பணி நியமனம் செய்யும்போது இட ஒதுக்கீட்டின் அடிப்படையில் முறையாகப் பணி நியமனம் செய்யப்பட்டோம். கல்வி உரிமைச் சட்டம் ஒப்பந்த அடிப்படையிலான ஆசிரியர்கள் நியமனத்தை வலியுறுத்தவில்லை; பணி நிரந்தரம் செய்யவே வலியுறுத்துகிறது. பொருளாதார ரீதியாகவும் சமூகப் பார்வையிலும் பகுதிநேர ஆசிரியர்கள் மிகவும் நலிவுற்றவர்களாக இருக்கிறோம்.

கமலக்கண்ணன், உடற்கல்வி ஆசிரியர், அரசு மேல்நிலைப்பள்ளி, புஞ்சை புளியம்பட்டி

மிகவும் குறைந்த ஊதியத்தில், அன்றாடம் 80 கி.மீ. தொலைவு பயணித்துதான் பள்ளிக்குச் செல்கிறேன். M.P.Ed., M.Phil. கல்வித்தகுதி பெற்றுள்ள நான், தனியார் பள்ளி அல்லது கல்லூரியில் பணிக்குச் சேர்ந்திருந்தால்கூட இந்தப் பத்தாண்டுகளில் நல்ல ஊதியம் பெற்றிருப்பேன். ஆனால் இங்கு கிடைக்கும் மிகக் குறைந்த ஊதியத்தால் வாழ்வாதாரத்திற்கே போராட வேண்டியுள்ளது. மனதளவில் முழு ஈடுபாட்டுடன் செயல்படவும் இயலவில்லை. மேலும், விளையாட்டுப் பயிற்சி அன்றாடம் தரப்பட வேண்டிய பயிற்சி. அப்போதுதான் மாணவர்கள் திறன் மேம்பாடு பெறும். ஆனால் வாரத்தில் மூன்று அரை நாட்கள் மட்டுமே பள்ளிக்குச் செல்வதால் மாணவர்களுக்குப் போதிய பயிற்சி தர இயலவில்லை.

பி. கருணாநிதி, ஓவிய ஆசிரியர், அரசு உயர்நிலைப் பள்ளி, கட்டிகானப்பள்ளி, கிருஷ்ணகிரி

10-வது ஆண்டாக சிறப்பாசிரியர் பணியில் இருக்கிறேன். இந்தச் சம்பளத்தில் குடும்பம் நடத்துவது மிகவும் சிக்கலாக உள்ளது. பலமுறை அரசுக்குக் கோரிக்கை வைத்தோம். DPI வளாகத்தில் பல நாட்கள் போராடினோம். குழு அமைத்து விசாரணை செய்வதாகக் கூறிக் கிடப்பில் போட்டு விட்டனர். கலைஞர் இருக்கும்போதே தேர்தல் அறிக்கையில் எங்களை நிரந்தரப் பணியாளர்களாக்கப் போவதாகக் கூறியிருந்தார். ஆனால், அப்போது திமுக வெற்றி பெறவில்லை. தற்போதைய முதல்வரும் தேர்தல் அறிக்கையில் அதையே குறிப்பிட்டிருந்தார். நல்லதொரு அறிவிப்புக்காகக் காத்திருக்கிறோம்.

லதா, தையல் ஆசிரியர், அரசு உயர்நிலைப் பள்ளி செல்லக் குட்டியூர், திண்டுக்கல்.

வாரத்தில் 3 அரை நாட்களில் குழந்தைகளுக்குத் தேவையான எதையும் முழுமையாகக் கற்றுத் தரமுடியவில்லை. வீட்டிற்குத் தேவையான கலைப் பொருட்கள், தலையணை உறை, லஞ்ச் பேக், கதவு தோரணம், எம்ராய்டரி, பெட்டிக்கோட், பிளவுஸ் என கடந்த வருடம் நிறைய கற்றுக் கொடுத்தேன். பை தயாரித்தும் ஃபிராக் தைத்தும் கொரோனாக் கால ஊரடங்கின்போது மாதம் ரூ.3000 சம்பாதித்ததாக ஒரு மாணவி கூறினார். அது எங்கள் குடும்பத்தை வறுமை யிலிருந்து காப்பாற்றியது என்று அவர் குறிப்பிட்டபோது நெகிழ்ந்து போனேன். 'கைத்தொழில் ஒன்றைக் கற்றுக்கொள், கவலை உனக்கில்லை ஒத்துக் கொள்' என்பார்கள். அதனடிப்படையில் மற்ற ஆசிரியர்கள் போலவே எங்களையும் முழுநேர ஆசிரியர்களாக்கினால் மகிழ்ச்சியாகப் பணியாற்றுவோம்.

பத்மா, பகுதி நேர ஆசிரியர், லேடி வெலிங்டன் மேல்நிலைப்பள்ளி, திருவல்லிக்கேணி

எனக்கு கடந்த ஜூன் மாதம் 58 வயது ஆனது. எங்களுக்கும் மாநில அரசின் 60 வயதே ஓய்வுக்கான வயது என்ற சட்ட விதிகள் பொருந்தும். ஆனால், தலைமை ஆசிரியர் என்னைப் பள்ளிக்குள் அனுமதிக்கவே இல்லை. கட்டாயமாக எழுதி வாங்கிக்கொண்டு வெளியேற்றிவிட்டார். மிகுந்த மன உளைச்சலுக்கு ஆளானேன். தமிழகம் முழுவதும் உள்ள பகுதிநேர ஆசிரியர்களுக்கு ஒரே மாதிரியான வழிகாட்டுதல் இல்லை. பல மாவட்டங்களில் ஓய்வு வயது 60 எனக்கூறிப் பணியாற்றி வருகின்றனர். கடந்த 6 மாதமாக பொருளாதாரத்தை இழந்து துன்பப்படுகிறேன்.

பகுதி நேர ஆசிரியர்களின் பிரச்சினைகள் இவ்வாறு இருக்க, பள்ளி மாணவர்களுக்கு முழுநேர சிறப்பாசிரியர்கள் தேவைப்படு கின்றனர் என்பதே உண்மை நிலை. வாழ்க்கைக் கல்வி எனப்படும் தொழிற்கல்வி, மாணவர்களிடையே மிகுந்த உற்சாகத்தையும் தன்னம்பிக்கையையும் தருவது கண்கூடாகத் தெரிகிறது. மாணவப் பருவத்தில், ஏதேனும் ஒரு செயல்பாட்டில் தன் திறமையை வெளிப் படுத்த உள்ளுக்குள் ஆசை கனன்று கொண்டிருக்கும். அதற்கான வாய்ப்பை மறுக்கக் கூடாது. தற்போதைய கல்வி அமைச்சர்

சமீபமாக ஒரு நேர்காணலில், பகுதி நேர ஆசிரியர்கள் பணி நிரந்தரம் குறித்துப் பேசியுள்ளார். தொழிற்கல்வி ஆசிரியர்களை நிரந்தரமானவர்களாக மாற்றுவது அவசரத் தேவையாகும். அரசுப் பள்ளிகளில் தரமான கல்வி என்பது ஆசிரியர்களை நிரந்தரப்படுத் துவது உள்ளிட்ட செயல்களால்தான் சாத்தியப்படும். ஆகவே, ஏற்கனவே நியமிக்கப்பட்டு 10 ஆண்டுகளாகப் பணியாற்றும் சிறப்பாசிரியர்களை முழு நேர ஆசிரியர்களாக மாற்றினால் நமது அரசுப்பள்ளிகள் பொலிவு பெறும்.

ஆசிரியர் பற்றாக்குறையால் அல்லாடும் அரசுப் பள்ளிகள்!

[நவம்பர் 30, 2021, அறம் இணைய இதழில் வெளியான கட்டுரை]

தமிழக அரசுப் பள்ளிகளில் பல்லாயிரக்கணக்கில் ஆசிரியர்கள் பற்றாகுறை நிலவுகிறது. இன்னும் ஓராசிரியர், ஈராசிரியர் பள்ளிகளா? ஆசிரியர் பணியிடங்களை நிரப்ப அரசுக்கு ஆர்வமில்லையா? இது காலப் போக்கில் அரசுப் பள்ளிகளைக் காலாவதியாக்கும் சூழ்ச்சியா?

அரசு ஆரம்பப் பள்ளிகளில் 1997-ஆம் ஆண்டு வரை, இருபது மாணவர்களுக்கு ஒரு ஆசிரியர் என்ற அரசாணையே பின்பற்றப்பட்டு வந்தது. ஆனால், 1997 முதல் இந்த விகிதாச்சாரம் 40 : 1 என்று மாறியது. மாணவர் எண்ணிக்கை உயர்த்தப்பட்டு, ஆசிரியர் பணியிடங்கள் குறைக்கப்பட்டன. கல்வி உரிமைச் சட்டம் வந்த பிறகு 30 : 1 என்ற எண்ணிக்கையில் மாணவர் ஆசிரியர் விகிதம் மாறியது. அதுவே 6,7,8 வகுப்புகளுக்கு 35 : 1 என்றானது. அதனைத் தொடர்ந்து அரசுப் பள்ளிகளில் பல்வேறு பிரச்சினைகள் உருவாகின. அரசுப்பள்ளிகளில் மாணவர் எண்ணிக்கை குறைய ஆரம்பித்தது. இருக்கும் ஆசிரியர்களைப் பற்றாகுறையான வேறு பள்ளிகளுக்கு நியமித்த அரசு, பள்ளிகளில் புதிய ஆசிரியர் நியமனத்திற்கே இடமில்லாத சூழலை உருவாக்கியது.

ஆசிரியர் மாணவர் விகிதத்தில் நிலவும் குழப்பங்கள்

தொடக்கப் பள்ளிகளைப் பொறுத்தவரை 60 குழந்தைகள் இருந்தால்தான் 2 ஆசிரியர்கள் பணியில் இருப்பர். இதற்குக் காரணம், கல்வி உரிமைச் சட்டம் கூறிய 30 : 1 விகிதாச்சாரம் பின்பற்றப்படுவதுதான்.

ஆனால், வருடங்கள் செல்லச் செல்ல, ஆசிரியர்களுக்கு அளவில்லாத பணிச் சுமைகளும் கற்பித்தல் அல்லாத பல்வேறு [மக்கள் தொகைக் கணக்கெடுப்பு, புள்ளிவிவரங்கள் சேகரிப்பு என

வேறு பணிகள்] பணிகள் தருவது, ஆசிரியர்கள் பற்றாகுறையைச் சமாளிக்க வேறு பள்ளிகளுக்கு அனுப்புவது எனத் தொடர்ந்தது.

ஒவ்வொரு கல்வி ஆண்டிலும் ஜூன் மாதம் மாணவர் சேர்க்கை நடைபெறும். ஆகஸ்ட் மாதத்தின் முதல் தேதிக்கு முன்பு ஓரளவு மாணவர்கள் சேர்க்கை முடிந்திருக்கும். ஆகையால் ஆகஸ்ட் -1 தேதியை வைத்து ஆசிரியர் பணியிட நிர்ணயம் மேற்கொள்ளப்படும்.

கொரானா காலச் சூழலில் கடந்த இரு வருடங்களாக அரசுப் பள்ளிகளில் மாணவர் சேர்க்கை 5.80 லட்சம் என்ற அளவில் உயர்ந் துள்ளது என்று கல்வி அமைச்சரே குறிப்பிடுகிறார். இது மிகப்பெரிய வரவேற்கத் தகுந்த மாற்றம். ஆனால், தேவையான ஆசிரியர் நிய மனங்கள் இன்னும் செய்யப்படவில்லை. தற்போது [நவம்பர் மாதம் முடியும் சூழலில்] ஆசிரியர் - மாணவர் விகிதம் கணக்கெடுப்புப் பணி, தமிழ்நாடு முழுவதும் உள்ள பள்ளிகளில் நடைபெற்று வருகிறது.

இன்னும்கூட தமிழ் நாட்டில் பரவலாக ஓராசிரியர், ஈராசிரி யரைக் கொண்டு செயல்படும் பள்ளிகள் உள்ளன. இப்படிப்பட்ட பள்ளிகளில், எந்த நம்பிக்கையில் பெற்றோர்கள் பிள்ளைகளைச் சேர்ப்பார்கள்? இதனால் மாணவர் சேர்க்கை அதிரடியாகக் குறைவதும், அதைக் காரணம் காட்டி அரசுப் பள்ளிகள் மூடப்படுவதும் நடக்கிறது.

பெருங்காட்டூர், ஜவ்வாதுமலை ஒன்றிய தொடக்கப் பள்ளியில் 238 மாணவர்களுக்கு இரண்டு ஆசிரியர்கள் மட்டுமே பணிபுரிகின்ற நிலை. கிருஷ்ணகிரி மாவட்டத்தில் ஒரு ஒன்றியத்தில் மட்டுமே தோராயமாக 170 காலிப் பணியிடங்கள் உள்ளன. அதேபோல தர்மபுரி மாவட்டத்தில் தொடக்க வகுப்புகளில் ஆசிரியர்களே இல்லாத நடுநிலைப் பள்ளிகள் உள்ளன. இவ்வாறாக ஆசிரியர்கள் நியமிக்கப்படாததால், ஏராளமான பிரச்சினைகள் அரசுப் பள்ளிகளை ஆட்கொண்டுள்ளன.

திருநெல்வேலி மாவட்டம், நாங்குநேரி ஒன்றியம், மூலைக்கரைப் பட்டி ஊராட்சி ஒன்றியப் பள்ளியில், கடந்த மூன்று ஆண்டுகளாக மூன்று ஆசிரியர் காலிப் பணியிடங்கள் நிரப்பப்படவில்லை. இந்த ஆண்டும் 470 குழந்தைகளுக்கு 7 ஆசிரியர்கள் மட்டுமே பணியில்

உள்ளனர். போதிய ஆசிரியர்கள் இல்லை என்று ஊர் மக்கள் வருந்துகின்றனர்.

இப்படியான சூழலில், 2,774 முதுகலை ஆசிரியப் பணியிடங்கள் கடந்த ஆண்டு கணக்குப்படி காலிப் பணியிடங்களாக இருக்கின்றன. அவற்றையும் பெற்றோர் ஆசிரியர் கழகம் வழியாக நியமித்துக் கொள்ள ஆணை பிறப்பித்துள்ளது அரசு. அதாவது, மிகக் குறைந்த ஊதியத்திற்கு ஆசிரியர்களைத் தற்காலிகமாக நியமித்து சமாளித்துக் கொள்ள வேண்டுமாம்.

இந்தப் பிரச்சினை குறித்து ஆசிரியர்கள் என்ன சொல்கிறார்கள்?

11,12 வகுப்புகளுக்கு ஆசிரியர்களே இல்லை - பாலாஜி, பட்டதாரி ஆசிரியர், கருப்பம்புலம், நாகப்பட்டினம் மாவட்டம்

ஆசிரியர்- மாணவர் விகிதப்படி கணிசமான ஆசிரியர் பணியிடங்கள் குறைக்கப்படுகின்றன. நாம் வகுப்புக்கு ஒரு ஆசிரியர் கேட்கிற நிலையில் மாணவர் எண்ணிக்கைக் கணக்கைக் கொண்டு, இருக்கிற ஆசிரியர்களையும் குறைக்கிறார்கள். அதிலும் கிராமப்புற உயர்நிலை, மேல்நிலைப்பள்ளிகளில் பாடத்திற்கு ஒரு ஆசிரியர்கூட இல்லை. இருக்கிற பட்டதாரி ஆசிரியர்களை டெபுடேஷன் என்ற பெயரில் அலைக்கழிக்கப் போகிறார்கள்.

போன ஆண்டு தரம் உயர்த்தப்பட்ட மேல்நிலைப்பள்ளிகளுக்கு இன்னும் முதுகலை ஆசிரியர்களே நியமிக்கவில்லை. அதனால் அங்கெல்லாம் 11,12 வகுப்பு மாணவர்கள், இதுவரை ஆசிரியர்களே இல்லாமல் இருக்கிறார்கள்.

ஆசிரியர் எண்ணிக்கையை அதிரடியாய்க் குறைப்பார்கள் - அருணாச்சலம், பட்டதாரி ஆசிரியர், திருவண்ணாமலை மாவட்டம்

எங்கள் மாவட்டத்தில் ஒரே பஞ்சாயத்தில் இரண்டு உயர்நிலைப் பள்ளிகளை அரசு திறந்துள்ளது. இதனால் மாணவர்கள் எண்ணிக்கை கணிசமாகக் குறைந்துள்ளது. மேலும், மூன்று கிலோமீட்டர் தூரத்தில் ஒரு உயர்நிலைப் பள்ளியும் இரண்டு கிலோமீட்டர் தூரத்தில் இரண்டு உயர்நிலைப் பள்ளிகளும் ஒரே பஞ்சாயத்தில் இரண்டு உயர்நிலைப் பள்ளிகளும் எங்களுடைய சுற்றுப் பகுதியில் அமைந்துள்ளதை நினைத்து சந்தோஷப்பட முடியவில்லை.

காரணம், இப்படியான சூழலில் ஆசிரியர் எண்ணிக்கையை இன்னும் அதிரடியாகக் குறைப்பார்கள். மாணவர்கள் - ஆசிரியர்கள் விகிதாச் சாரம் குறைவதுதான் சிக்கலே.

ஆசிரியர் பற்றாக்குறை அயற்சியே தருகிறது - பிரசாத், பட்டதாரி ஆசிரியர், ஊராட்சி ஒன்றிய நடுநிலைப்பள்ளி, பெருந்துறை கிழக்கு, ஈரோடு மாவட்டம்

30 மாணவர்களுக்கு ஒரு ஆசிரியர் வீதம் 120 அல்லது 130 மாணவர்கள் பயிலும் பள்ளிகளில் ஐந்து ஆசிரியர்கள் பணிபுரி கிறார்கள். அதே ஒன்றியத்தில் 258 மாணவர்களைக் கொண்டுள்ள எங்கள் பள்ளியிலும் அதே ஐந்து ஆசிரியர்கள்தான் பணி புரிகிறார்கள். மாணவர்கள் எண்ணிக்கை இரு மடங்கானாலும் அதே ஆசிரியர் எண்ணிக்கைதான். தற்போது 1/8/2021 கணக்கீட்டின்படி ஒரு ஆசிரியர் மட்டுமே எங்கள் பள்ளிக்குக் கூடுதல் பணியிடமாக உருவாக்க உள்ளதாகத் தகவல் வருகிறது. எதற்காக இத்தனை கஷ்டப்பட்டு முயற்சி எடுத்து, கூடுதல் மாணவர்களைப் பள்ளியில் சேர்த்தோம் என்ற சோர்வே ஏற்படுகிறது.

தேவை 27, இருப்பதோ 19 - மூஸா ராஜா ஜூனைதி, தலைமை ஆசிரியர், ஈ.கே.எம்.எம். அப்துல் கனி மதரசா, அரசு உதவி பெறும் தொடக்கப்பள்ளி, ஈரோடு மாவட்டம்

30 : 1 என்றால் 600 குழந்தைகளுக்கு 20 ஆசிரியர்கள் கொடுக்க வேண்டும். ஆனால், 599 மாணவர்கள் பள்ளியில் இருக்கும் பட்சத்தில் அவர்களுக்கு 16 ஆசிரியர்கள் மட்டுமே வழங்கப்படும். இது எப்படி 30 : 1 ஆகும்? 200 மாணவர்கள் இருக்கக்கூடிய பள்ளி களுக்கு மட்டும் தான் 30 : 1.

200க்கு மேல் மாணவர்கள் இருந்தால், 40 மாணவர்களுக்கு ஒரு ஆசிரியர் என்றே கணக்குப் போடுகிறார்கள். ஆரம்பப் பள்ளியில் ஒரு வகுப்பில் 40 குழந்தைகள் இருப்பின், அவர்களுக்கு எப்படி எழுத்துக்களை, கணக்குகளைக் கற்றுக்கொடுப்பது? இதை மேலே உள்ள எந்த புத்திசாலியும் புரிந்து கொள்வதில்லை. எங்கள் பள்ளியில் 816 மாணவர்களுக்கு 19 ஆசிரியர் பணியிடங்கள் மட்டுமே கொடுக்கப்பட்டுள்ளது.

மேலே கொடுக்கப்பட்டுள்ள அட்டவணையின் படி பார்த்தால் இருபத்தி இரண்டு ஆசிரியர்கள் இருக்க வேண்டும். அல்லது *30 : 1* என்று பார்த்தால் *27* ஆசிரியர்கள் தரவேண்டும்.

ஒரே ஆசிரியர் எப்படி சமாளிப்பது? - கமலவல்லி, இடைநிலை ஆசிரியர், வேதாரண்யம், நாகப்பட்டினம் மாவட்டம்

தொடக்கப்பள்ளிகளில் ஈராசிரியர்கள் மட்டுமே இருக்கும் வரை கல்வித்தரம் உயராது. அதிலும் ஒரு ஆசிரியருக்கு நிர்வாக வேலைகளே சரியாக இருக்கும். ஆக, கிட்டதட்ட அது ஓராசிரியர் பள்ளியாகிவிடும். அடிப்படையைப் போதிக்கும் துவக்க நிலையில், குறைந்தபட்சம் மூன்று ஆசிரியர்கள் வேண்டும். தொடக்கப் பள்ளிக்கு நிரந்தர, முழுநேரத் துப்புரவுப் பணியாளர் அவசியம் தேவை. இப்போது மழலையர் பள்ளி பரவலாக்கப்படவில்லை. அங்கன் வாடி செயல்படவில்லை. ஆக, மூன்று முதல் ஐந்து வயதுக்குட்டபட்ட குழந்தைகள் அரசுப்பள்ளிக்கே வருகிறார்கள். ஐந்து வயது வரை *35* குழந்தைகள், அங்கன்வாடியில் *8* முதல் *10* வரையிலான குழந்தைகள், இத்தனை குழந்தைகளுக்கும் ஒரே ஆசிரியர் என்பது பொருந்துமா?

ஒன்றாம் வகுப்பு டீச்சரை விட்டுவிடுங்கள் - முருகன், இடைநிலை ஆசிரியர், கள்ளர் சீரமைப்புத் துறை ஆரம்பப்பள்ளி, மதுரை மாவட்டம்

அரசு, நமது மாணவர்களின் கல்வியைக் கணக்கில் கொள்ளவில்லை. மாறாக அவர்களது எண்ணிக்கையை மட்டும் கணக்கு எடுக்கிறது. ஆசிரியர் பணியிடங்களைக் குறைப்பதை உடனே செய்கிறது. ஆனால், தேவைப்படும் இடங்களில் புதுப் பணியிடம் உருவாக்க சவ்வு போல இழுக்கிறது. கல்வித்துறையில் மிகப்பெரிய விளையாட்டை அரசு விளையாடுகிறது.

ஒன்றாம் வகுப்பு ஆசிரியருக்கு, கல்வித்துறையல்லாத வேறு பிற பணிகளைத் தரக்கூடாது. அவரது கவனம் கல்வியில் முழுமையாக இருக்குமாயின், பெற்றோர்கள் மாணவர்களைத் தொடர்ந்து விடுப்பு எடுக்காமல் பள்ளிக்கு அனுப்புவார்கள் எனில், தற்போது உள்ள பாடத்திட்டப்படி ஒன்றாம் வகுப்பு மாணவர்கள் சிறந்த கல்வி அறிவு பெறுவார்கள்.

**அரசுப்பள்ளிகளின் வளர்ச்சியை அரசே விரும்பவில்லை -
நரசிம்மன், தலைமை ஆசிரியர், ஊராட்சி ஒன்றிய நடுநிலைப்
பள்ளி, தர்மபுரி மாவட்டம்**

தொடக்கக் கல்வித் துறையில் மாணவர்கள் எண்ணிக்கைக்கு ஏற்ப ஆசிரியர்கள் நிர்ணயம் செய்வதில் அதிகப்படியான முரண்பாடு உள்ளது.

1 முதல் 5 வகுப்புகளில் மாணவர் எண்ணிக்கை 91-120 இருப்பின் 4 ஆசிரியர்கள் தரப்படுகின்றனர். அதே போல,

121- 150 மாணவர்களுக்கு 5 ஆசிரியர்கள்,

151- 200 மாணவர்களுக்கு 6 ஆசிரியர்கள்,

201 - 240 மாணவர்களுக்கு 7 ஆசிரியர்கள் நியமிக்கிறார்கள்.

ஆனால், அதே எண்ணிக்கையிலான மாணவர்களைக் கொண்ட நடுநிலைப் பள்ளிகளுக்கு,

91 - 120 மாணவர்களுக்கு 4 ஆசிரியர்கள்,

121- 200 மாணவர்களுக்கு 5 ஆசிரியர்கள்,

201 - 240 மாணவர்களுக்கு 6 ஆசிரியர்கள் மட்டுமே நியமிக்கப் படுகிறார்கள்.

ஏன் இந்தப் பாகுபாடு?

இது குறித்துக் கேள்வி கேட்டால் அரசாணையின்படி பணியிடம் நிர்ணயிக்கப்படுகிறது என்ற பதிலே தரப்படுகிறது. அரசாணையே தவறாக உள்ளதே! அதை யார் கேள்வி கேட்பது?

நடுநிலைப்பள்ளியில் 6 முதல் எட்டு வகுப்புகளில் தமிழ் வழி மற்றும் ஆங்கில வழியிலும் படிப்பவர்களை தனித்தனியாகக் கணக்கிடக்கூடாது என்று கூறி, இரு வழியினும் படிப்பவர்களை ஒன்றாகச் சேர்த்துக் கணக்கிடும்போது ஆசிரியர் பணியிடம் பறிக்கப்படுகிறது. ஆனால், இதே வகுப்புகளுக்கு உயர்நிலை மற்றும் மேல்நிலைப் பள்ளிகளில் தமிழ் வழியில் பயிலும் மாணவர்கள் எண்ணிக்கையைத் தனியாகவும் ஆங்கில வழியில் பயிலும் மாணவர்களைத் தனியாகவும் கணக்கிட்டு, 15 மாணவர்களுக்குக்

குறையாமல் இருந்தால் கூடுதல் ஆசிரியர் பணியிடங்கள் நிர்ணயம் செய்யப்படுகிறது.

இவற்றையும் தாண்டி ஒரு சில ஆசிரியர்கள், தன்னலம் பார்க்காமல் சிறப்பான செயல்பாடுகளால் பல்வேறு எதிர்ப்புகளையும் சமாளித்து மாணவர் எண்ணிக்கையை அதிகப்படுத்தினால், ஆசிரியர் பணியிடங்கள் நிர்ணயம் செய்வதில் தொடக்கப் பள்ளிகளைக் காட்டிலும், நடுநிலைப் பள்ளிகளுக்குக் குறைவான ஆசிரியர்கள், உயர்நிலை மற்றும் மேல்நிலைப் பள்ளியைக் காரணம் காட்டி நடுநிலைப்பள்ளிகளில் குறைவான ஆசிரியர் பணியிடங்கள் என்றால், அரசுப் பள்ளிகள் வளர்ச்சி அடைவதை அரசு விரும்புவதில்லை என்று எண்ணலாமா?

இரண்டே ஆசிரியர்கள்தான் - ஜான் பௌலா, ஊராட்சி ஒன்றிய நடுநிலைப்பள்ளி, கொடைக்கானல், திண்டுக்கல் மாவட்டம்

எங்கள் பள்ளியில் தொடக்க நிலையில் 119 மாணவர்கள் பயில்கின்றனர். இடைநிலை ஆசிரியர்கள் இரண்டு பேர் மட்டுமே உள்ளனர். 6-8 வகுப்புகளில் மொத்தமே 56 மாணவர்கள்தான். ஐந்தாம் வகுப்புக்கு ஆசிரியர் இல்லை.

திருப்பூர் மாவட்டம், பத்மாவதிபுரம் நகரவை மேல்நிலைப் பள்ளியில் 770 மாணவர்களுக்கு 13 ஆசிரியர்கள் மட்டுமே பணியாற்றுவதாக வருந்துகிறார் ஆசிரியர் முத்துவேல்.

திருப்பூர் வடக்கு, பூலுவபட்டி ஊராட்சி ஒன்றியத் துவக்கப் பள்ளியின் ஆசிரியர் மணிகண்டப் பிரபு சொல்வது அதனினும் கொடுமை. 900 மாணவர்களுக்கு 10 ஆசிரியர்கள் மட்டுமே இருக்கிறார்களாம்.

அடிப்படைத் தேவை என்ன ?

மேற்சொன்ன ஆசிரியர்களின் பகிர்வுகளிலிருந்து நாம் அறிந்து கொள்வது, அரசுப்பள்ளி மாணவர்களுக்கு ஆசிரியரை முறையாக நியமித்து உதவுங்கள் என்பதே. முரண்பாடுகளைக் களைந்து, அனைத்துப் பள்ளிகளுக்கும் சரியான முறையில் ஆசிரியர் நியமனம் செயற்படுத்தப்பட வேண்டும்.

தொடக்கப் பள்ளிகளைப் பொறுத்தவரை 5 வகுப்புகளுக்குக் கற்பிக்க 5 ஆசிரியர்கள் வேண்டும். சட்டம் என்பது மக்களுக்காகத்தான் எனில், மாணவர்களின் நலன் கருதி வகுப்புக்கு ஒரு ஆசிரியரை நியமிக்க வேண்டும். மக்கள் ஏன் தனியார் பள்ளிகளை நோக்கிச் செல்கின்றனர் என்றால், அங்கு வகுப்புக்கு ஒரு ஆசிரியர் உண்டு. அதுபோல இருந்தால்தான் நம் அரசுப் பள்ளிகள் தரமான கல்வியை வழங்க முடியும். அதேபோல் நடுநிலைப் பள்ளி, உயர்நிலைப் பள்ளி, மேல்நிலைப் பள்ளி என எல்லாவற்றிலும் மாணவர் எண்ணிக்கைக்கு ஏற்ப பாட ஆசிரியர்கள் நியமிக்கப்பட வேண்டும். அப்போதுதான் மாணவர்களாலும் ஆர்வத்துடன் கற்றுக் கொள்ள இயலும். அதேபோல மருத்துவ விடுப்பு, நீண்ட விடுப்பு, மகப்பேறு விடுப்பு என ஆசிரியர்கள் விடுப்பில் செல்லும்போது, மாற்று ஆசிரியர்கள் கட்டாயமாக நியமிக்கப்பட வேண்டும். அதுமட்டுமன்றி, அலுவலகப் பணியாளர், ஆய்வகப் பணியாளர், இரவுக் காவலர், சுகாதாரப் பணியாளர் என அனைத்து வகையிலும் ஒவ்வொரு பள்ளியும் தன்னிறைவு பெறுதல் அவசியம்.

ஏற்கனவே, இந்தக் கல்வியாண்டில் 6 மாதங்கள் கடந்துவிட்ட நிலையில், மாணவர் எண்ணிக்கைக்கு ஏற்ப ஆசிரியர் பணியிடங்கள் நிரப்பப்படுவது மிகவும் அவசர மற்றும் அவசியத் தேவையாகும். பள்ளிக்கல்வி சந்திக்கும் சவால்களில் மிக முக்கியமானது கற்பித்தல் செயல்பாடுகளுக்கான ஆசிரியர்கள் பற்றாகுறை. எனவே, குழப்பம் இல்லாத வகையில் மாணவர் எண்ணிக்கைக்கு ஏற்ப ஆசிரியர்களைப் பணியமர்த்த அரசு நடவடிக்கை எடுத்தால் மட்டுமே அரசுப் பள்ளிகளை வீழ்ச்சியிலிருந்து காப்பாற்ற முடியும்.

ஆசிரியர்களா? டேட்டா என்ட்ரி ஆபரேட்டர்களா?

[டிசம்பர் 8, 2021, அறம் இணைய இதழில் வெளியான கட்டுரை]

பள்ளிக் கூடம் சென்றோமா, மாணவர்களுக்குப் பாடம் நடத்தினோமா என்ற அளவோடு அரசுப் பள்ளி ஆசிரியர்களின் வேலை நிற்பதில்லை. சதாசர்வ காலமும் கற்பித்தல் அல்லாத பணிகள் ஏராளமாகத் தரப்படுகின்றன. இதில் EMIS பதிவேற்றம் என்ற டேட்டா என்ட்ரி பணி, ஆசிரியர்களைக் கடும் மன உளைச்சலுக்கு ஆட்படுத்துகிறது.

கல்வியியல் மேலாண்மைத் தகவல் மையம் - EMIS
(Educational Management Information System)

தலைப்பே சொல்கிறது, இது கற்பித்தல் பணி அல்ல; மேலாண்மைப் பணி என்பதை பள்ளியில் ஒரு மாணவர் சேரும்போதே அவருக்கு ஒரு தனிப்பட்ட இலக்க எண் அளிக்கப் பட்டுவிடுகிறது. கல்வித்துறையைப் பொறுத்தவரை ஒரு மாணவனுக்கு அடையாளச் சான்று அந்த எண்தான். அதேபோல, பள்ளிகளுக்கும் UDISE என்ற எண் தரப்பட்டிருக்கும். அது மட்டுமல்ல, ஆசிரியர் களுக்கும் 8 இலக்கம் கொண்ட EMIS எண் தரப்படுகிறது. இவை அனைத்தையும் ஒருங்கிணைத்து, இந்தியா முழுவதும் பள்ளிக்கல்வித் துறையை ஒற்றை மையத்தில் குவித்துள்ளார்கள். பள்ளிகளில் இந்த எண்கள் கொடுக்கும் முறை தொடங்கி, ஏறக்குறைய 9 வருடங்கள் ஆயிற்று.

Ref: https://udiseplus.gov.in/

இது குறித்து நாம் விவாதித்தால் கட்டுரையின் போக்கு மாறக் கூடும். ஆகவே நமது கட்டுரையின் மையத்துக்கு வருவோம்.

TN-EMIS (TamilNadu - கல்வியியல் மேலாண்மைத் தகவல் மையம்)

தமிழகப் பள்ளிக்கல்வித் துறையின் அனைத்துப் பள்ளிகள், மாணவர்கள், ஆசிரியர்கள், கல்விக்கான திட்டங்கள் உள்ளிட்ட அனைத்தும் உள்ளடக்கிய தளம்தான் இது. TN - EMIS என இணையத்தில் தேடினால் ஏராளமான தொடர்புள்ள செயலிகளை நம்மால் காண முடியும். இவை, கடந்த பல ஆண்டுகளாகவே அப்டேட் செய்யப்பட்டுக்கொண்டே இருக்கின்றன. இவற்றில் தகவல்களையும் அன்றாடம் தொடர்ந்து அப்டேட் செய்ய வேண்டியுள்ளது.

கற்பித்தலைப் பின்னுக்குத் தள்ளும் EMIS பதிவேற்றங்கள்

டிஜிட்டல் இந்தியாவின் மாடலாக நமது தமிழக பள்ளிக்கல்வித் துறை மாறியுள்ளது. ஆம், காலையில் பள்ளிக்கு வந்தவுடன் மாணவர் வருகைப் பதிவை இணையத்தில் பதிவதை 9.30 மணிக்குள் செய்ய வேண்டும் என்று நிர்ப்பந்தம். இது மட்டுமல்ல, மாணவரது பெற்றோர் பெயர், சாதி உள்ளிட்ட ஏராளமான விபரங்களைப் பதிவு செய்ய வேண்டும். பிறந்த தேதி, முகவரி, வங்கிக் கணக்கு விவரங்கள், ஆதார் எண், கல்வி உதவித் தொகை விவரங்கள், பொதுத் தேர்வு மாணவர் குறித்த விவரங்கள் என அடுக்கிக் கொண்டே போகலாம்.

துறையின் தலைமை கொடுக்கும் வாட்ஸ்அப் வழிச் செய்திகள், படிப்படியாக மாவட்டம், கல்வி மாவட்டம், பள்ளிகள் என கீழ் நிலையில் இருப்பவர் வரை மருத்துவமனையின் அவசர சிகிச்சைப் பிரிவு போலப் பறக்கும். இறுதியாக அந்தப் பணிகளைச் செய்பவர்கள் யார்? ஆசிரியர்கள்தான். நீ பாடம் நடத்து, நடத்தாமல் போ, கேட்கும் தகவல்களை உடனடியாகப் பதிவு செய் என்பதுபோல அந்தத் தோரணை இருக்கும். உடனடியாக ஆசிரியர்களும் 'எதையாவது படி அல்லது எழுது' என்று மாணவர்களிடம் கூறிவிட்டு அப்டேட் வேலையில் மும்முரமாகி விடுகின்றனர். இதனால் கற்பித்தல் பணி கடுமையாக பாதிக்கப்படுகிறது. தற்போதைய சூழலில், மாணவர்களைக் கவனிக்க இயலாமல், கல்வித்துறை உயரதிகாரிகளின் வாட்ஸ்அப் வழிக் கட்டளைச் செய்திகளுக்கு ஏற்ப வினையாற்றுவதே ஆசிரியர்களின் தலையாய பணியாக இருக்கிறது.

இது குறித்து அரசுப்பள்ளி ஆசிரியர்கள்சிலரிடம் பேசியபோது, அவர்கள் முன் வைத்த கருத்துகளைக் காண்போம்.

ஆசிரியர் கோபால், அருப்புக்கோட்டை

Not marked list- இல் நமது பள்ளியின் பெயர் வரக்கூடாது என்ற பரபரப்புடன், ஒவ்வொரு நாள் காலைப்பொழுதும் நகர்கிறது. உயர் அதிகாரிகளுக்கு வேண்டிய தகவல்களை, குறிப்பிட்ட கால அவகாசம் கொடுத்துக் கேட்டாலும் பரவாயில்லை. அதைவிடுத்து, உடனடியாக EMIS - இல் பதிவு செய்ய வேண்டும் என்று உத்தரவு. போதாக்குறைக்கு, காலை 10 மணிக்கு மேல் சர்வர் பிரச்சனையால், EMIS APP - இல் ஒரு பதிவு செய்வது என்பது கிராமப்புறப் பகுதி களில் பெரும் கேள்விக்குறியாக உள்ளது.

ஆசிரியர் ராதா ரத்தினம்

காலை வந்தவுடன் முதல் பாட வேளை 30 நிமிடம். ஆனால், வகுப்பிற்கே செல்ல முடியாமல், EMISஇல் வருகைப் பதிவு செய்ய மைதானத்தில் நிற்பதுதான் நடக்கிறது. வருகைப்பதிவு செய்யாத பட்டியலில் நம் பள்ளியின் பெயர் வரக்கூடாது என்பதே அதிகாரிகள் கவலை. ஆனால், பாடம் நடத்த முடியாமல் போவதால் மாணவர்கள் பாதிக்கப்படுவார்கள் என்பது ஆசிரியர்கள் கவலை.

ஆசிரியர் பிரகாஷ் குமார்

பள்ளி மானியச் செலவினங்களை 36 மணி நேரத்தில் EMIS தளத்தில் பதிவு செய்ய வேண்டும். இதற்காகப் பல மணி நேரம் போராட வேண்டியுள்ளது.

ஆசிரியர் வே. சங்கர்

தொழில்நுட்ப வளர்ச்சி என்ற பெயரில், இதெல்லாம் தேவை யில்லாத கால விரயம்தான். கற்பித்தலைக் கெடுக்கும் பணிகள்.

ஆசிரியர் காதி

ஆசிரியர் பணி என்பதன் இலக்கணமே மாறிப்போய், இன்று மாணவர்களுடன் நேரத்தைச் செலவிட வேண்டிய நாம், அலைபேசி, கணினி என அல்லாடும் நிலை. 'இன்று புதியன கற்றுக் கொடுக்கவேண்டும், மாணவர்களோடு மகிழ்வாய் வகுப்பறை நிகழ்வுகளில் ஈடுபடவேண்டும்' என்ற கனவோடு செல்லும் எம்போன்ற ஆசிரியர்களுக்கு இது ஒரு சாபக்கேடு.

இதற்கெல்லாம் தீர்வு காணாமல், அரசு எத்தனைத் திட்டங்கள் கொண்டு வந்தாலும் தரமான கல்வி சாத்தியமில்லை. நூறு மாணவர்கள் பயிலும் பள்ளிகளில், அலுவலகப் பணியாளர்களை நியமிக்கும் நிலை மீண்டும் கண்டிப்பாக வரவேண்டும் அல்லது குறுவளமைய ஒருங்கிணைப்பாளர்கள் (BRTE), ஆசிரியப் பயிற்று நர்கள், வட்டார வளமையக் கணினி உதவியாளர்கள் போன்றோரை இதுபோன்ற பணிகளை மேற்கொள்ளச் செய்யலாம்.

ஆசிரியர்கள் பற்றாக்குறை, போதிய வகுப்பறைகள் இன்மை, இதுபோன்ற சூழலில் EMIS பணிகளால் ஆசிரியர்கள் மிகுந்த மன அழுத்தத்திற்கு ஆளாகி வருகின்றனர், இந்நிலை மாறவேண்டும்.

ஆசிரியர் எஸ். பிரசாத், பெருந்துறை

கல்வித்துறையில் மாணவர்கள், ஆசிரியர்கள், கல்வி அலுவலர்கள் விவரங்கள் ஆகியவை, தகவல் தொழில்நுட்பத்தின் உதவியுடன் ஆன்லைனில் பதிவு செய்யப்படுகிறது. இந்த விவரங்களை ஒரு முழுமையான கட்டமைப்பு செய்தபின், அதில் உள்ளீடு செய்தால் சிறப்பாக இருந்திருக்கும். கிட்டத்தட்ட 2012-ஆம் ஆண்டின் தொடக்கத்திலிருந்து இந்த உள்ளீடுகளைச் செய்யும் பணி தொடங் கியது. ஆனால், இன்றுவரை முழுமை பெறாமல் நாள்தோறும் புதுவிதமான அப்டேட்கள் வந்து கொண்டே இருக்கின்றன. சதா சர்வகாலமும் வாட்ஸ் அப் செயலி மூலம் இரவு பகல், விடுமுறை நாட்கள் என்றெல்லாம் பாராமல் எந்த நேரமும் அப்டேட் செய்ய வேண்டும் என வாட்ஸ்அப் மூலமாக ஆசிரியர்களுக்கு அறிவுறுத்தப் பட்டு வருகிறது. இதனால், வாரத்தில் ஆறு நாட்கள் பள்ளி வேலையை முடித்துவிட்டு, ஒரு நாள் வீட்டில் குடும்பத்தோடு இருக்கும் ஆசிரியர்கள் மன உளைச்சல் அடைகின்றனர். மிகுந்த மன உளைச் சலுக்கு இடையே பணியும் செய்து முடிக்கின்றனர். ஆக, கற்பிக்க வந்த ஆசிரியர் பெருமக்களை, வெறும் டேட்டா என்ட்ரி ஆப்ப ரேட்டர்கள் ஆக்கிய பெருமை இந்த கல்வித்துறையையே சாரும்.

ஆசிரியர் ரவி முத்து, ஈரோடு

நமது கல்வித்துறை, ஆசிரியர்களை Data entry operator-களாக மாற்றியுள்ளது. கற்றல், கற்பித்தல் எல்லாம் இதற்குப் பிறகுதான் என்றாகிவிட்டது. தனியார் பள்ளிகளைப்போல ஒவ்வொரு

பள்ளிக்கும், Data Entry Operator பணிக்கு உரிய நபர்களை நியமித்தால், புதிய வேலை வாய்ப்புகளும் உருவாகும்.

இடைநிலை ஆசிரியர் அ. பிரகாஷ், ஊ.ஒ.தொ.பள்ளி, பண்ணவயல், பிசி பட்டுக்கோட்டை

பட்டுக்கோட்டை ஒன்றியத்தில் பல பள்ளிகளுக்குச் சென்றுள் ளேன். அங்கு சாதாரணமாக ஆசிரியர்களைத் தொடர்பு கொள்ளவே அலைவரிசை (சிக்னல்) கிடையாது. இது ஒரு மாதிரி (sample) தான். தமிழகம் முழுக்க 412 ஒன்றியங்களில் இப்படியான சூழலில், ஆயிரக்கணக்கான பள்ளிகள் இருப்பதைக் காணலாம். ஆனால் 9.30 மணிக்குள் வருகையைப் பதிவு செய்ய நிர்ப்பந்திப்பது எந்த விதத்திலும் சரியல்ல.

தலைமை ஆசிரியர் விஜி, இராமநாதபுரம் மாவட்டம்

EMIS இணையதளம் வரவேற்கத்தக்க ஒன்றுதான், மறுப்பதற்கில்லை. மாணவர்களுடைய கல்வி மேம்பாட்டிற்கான அப்டேட் இருந்தால் நாம் அந்தப் பணிகளைச் செய்யலாம். ஆனால், தேவை யில்லாத நிறைய அப்டேட்கள் தற்போது நடைபெற்று வருகின்றன. உதாரணமாக, தினசரி செலவுக் கணக்குகள் மற்றும் பருவத் தேர்வு மதிப்பெண்களை ஆன்லைனில் ஏற்றுவது போன்ற இன்னும் பல. EMISஆல் மாணவர்கள் அடைந்த பலன் ஒன்றுகூடக் கிடையாது.

ஆசிரியர் ரவிச்சந்திரன், பெருந்துறை

EMIS தளத்தை உடனடியாகச் சரிசெய்து மேம்படுத்திவிட்டு ஆசிரியர்களிடம் அப்டேட் செய்யக் கூறினால் எளிமையாக இருக்கும். சர்வர் பிரச்சினை தொடர்ந்துகொண்டே இருப்பதுதான் வேதனை.

ஆசிரியர் கரிகாலன், தர்மபுரி

இது அவசியமான ஒன்றுதான். இது இருப்பதால்தான் பாதி ஆசிரியர்கள் 9.30 மணிக்கு முன் பள்ளிக்கு வருகிறார்கள். தற்போதுதான் சில பள்ளிகளில் உள்ள மாணவர்கள் எண்ணிக்கை விவரம் சரியாக உள்ளது. EMIS இணையதளம் அவசியமான அத்தியாவசியமான ஒன்று.

ஆசிரியர் ஜோதி வேணுகோபால்

காலையில் புத்துணர்ச்சியுடன் ஆர்வமாகப் பாடம் நடத்த முடிவதில்லை. எமிஸ் பதிவு முழுமை பெற ஏறக்குறைய 45 நிமிடம் ஆகிறது. LKG, UKG வகுப்பு தொடங்கப்படவில்லை. ஆனால், அவர்களுக்கும் 'a' என்று பதிவிட வேண்டும் தொடங்கப்படாத வகுப்பிற்குப் பதிவா? வருகிற மாணவர்களுக்கே சிக்னல் தடையால் பதிவு செய்ய முடிவதில்லை.

18 மாதம் கழித்துப் பள்ளிக்கு வந்த மாணவனின் கற்றல் நிலைபற்றி யாரும் கண்டுகொள்ளவதில்லை. ஒவ்வொரு பள்ளிக்கும் மோடம் இணையவசதி ஏற்படுத்தி, ஆஃபீஸ் ஒர்க் மற்றும் கணினிப் பணிகளுக்கென்று தனி ஒரு Computer Staff போட வேண்டும். ஆசிரியர்களுக்குக் கற்பித்தல் பணி மட்டும் இருக்கவேண்டும்.

2015 முதல் எங்கள் நடுநிலைப்பள்ளியில் ஒரே ஒரு இடைநிலை ஆசிரியர்தான் இருக்கிறார். ஆனால், 45, 50, 60 என்று மாணவர்கள் எண்ணிக்கை உயர்ந்து, தற்போது 80 மாணவர்கள் இருக்கிறார்கள். இப்படி இருந்தால் அடிப்படைக் கல்வியின் தரம் எப்படி நன்றாக இருக்கும்? EMISஇல் LOCATION இருக்க வேண்டும், NOTE செய்ய வேண்டும், அவரவர்களின் வருகையைப் பள்ளி LOCATIONஇல் இருந்து அவரவர்களின் ID, PASSWORD போட்டுப் பதிவு செய்ய வேண்டும்.

ஆசிரியர் செல்வகுமார், பவானி

இதனால் காலம் விரயமாகிறது, ஆசிரியர்கள் கற்றல் கற்பித்தலுக் காகத் தங்களுடைய மாணவர்களுடன் செலவிடும் நேரத்தை, இம்மாதிரியான செயல்பாடுகள் விழுங்கிவிடுகின்றன.

ஆசிரியர் ருக்மணி, கிருஷ்ணகிரி மாவட்டம்

EMIS எப்பவும் சுத்தோ சுத்துனு சுத்தி, நம்மள தலைய சுத்த வைக்குது. EYE SCREENING TEST ரொம்ப அபத்தமா இருக்கு. இந்த ரிப்போர்ட்டை வச்சி என்ன செய்வாங்கனு ஒன்னும் விளங்கல. மாற்றுத் திறனாளிகள் விவரம் EMISல பதிவு செய்யும் போது, அதில் இருக்கும் கேள்விகளுக்கு, பெற்றோரே யோசிச்சி யோசிச்சி குத்துமதிப்பாதான் பதில் சொல்றாங்க.

ஒரு பள்ளியின் DISE CODE தெரிந்தால் போதும். அந்த ஒன்றியம் முழுவதும் ஒரே மாதிரியான PASSWORD. யார் வேண்டுமானாலும் அங்கே போய்ப் பார்க்கலாம். தகவல்களைத் தவறாகப் பதியலாம் என்ற நிலைமை.

ஆசிரியர் சத்யகுமார், திருவண்ணாமலை

EMIS-இணையதளம் துவங்கப்பட்ட நாள் முதலே, முற்றிலும் சோதனை ஓட்டமாகவே உள்ளது. என்றைக்கு செயல்வடிவம் பெறுமோ? மாணவர்களின் புகைப்படம் RESIZE - OPTION கண்டிப்பாக இணையதளத்தில் இடம்பெறச் செய்யவேண்டும். அதிகபட்சமான மாணவர்களின் புகைபடப் பதிவுகள் அடையாளம் காணமுடியாதபடி உள்ளன.

EMIS தளத்தில் உள்ள குளறுபடிகள்

• சர்வர் வேகம் மிகக் குறைவாக உள்ளது. காலையில் ஒரே நேரத்தில் அனைத்துப் பள்ளிகளில் இருந்தும் அப்டேட் செய்ய முயல்வதால் தளம் முடங்கிவிடுகிறது.

• EMIS தளம் தற்சமயம் Firefox friendly-ஆகச் செயல்படுகிறது. Pop up block ஆவதால் Google Chrome-ல் தளத்தைப் பயன்படுத்த முடியவில்லை.

• தளத்தில் பதியப்பட்டுள்ள அதிகபட்சத் தகவல்கள் தளத்தைப் பார்வையிடும்போது தெரிகிறது. ஆனால், அதைப் பதிவிறக்கம் செய்தால் அதில் பல தகவல்கள் வருவதில்லை. (எ.கா. ஆசிரியர்கள் விவரம்)

• Raise Request option தவறாகப் பயன்படுத்தப்படுகிறது. (எ.கா. மாணவர்கள் விகிதாச்சார அடிப்படையில் - ஆசிரியர்கள் நியமனத்திற்காக) ஒரு மாணவன் அரசுப் பள்ளிக்குச் சென்றாலும், அம்மாணவன் அப்புதிய பள்ளியின் EMIS-ல் இணைக்கப்பட்டாலும், RAISE REQUEST-ஐப் பயன்படுத்தி பழைய பள்ளியில் அம்மாண வனை இணைத்துக் கொள்கிறார்கள். இதற்குத் தீர்வு காண, மாணவனின் பெற்றோர் கைபேசிக்கு OTP அனுப்பி உறுதி செய்யும் வசதியை உருவாக்கலாம்.

- மாற்றுச் சான்றிதழ் (TC) சரியான FORMAT-ல் இல்லை.

என்ன செய்யலாம்?

அரசுப்பள்ளி ஆசிரியர்களுக்கு இப்பணி கூடுதல் பணிச்சுமை தருவதுடன், மன அழுத்தத்தைத் தரும் அச்சுறுத்தலாகவே இருக்கிறது. சமீபமாக, சரியான நேரத்தில் EMIS வருகைப் பதிவு செய்ய இயலாத ஆசிரியர்களுக்கு, தொழில்நுட்பக் கோளாறுகளே காரணமாக இருந்தாலும்கூட தண்டனை வழங்க, துறை ரீதியான நடவடிக்கை எடுக்க, வாய்வழி உத்தரவு பிறப்பித்துள்ளனர் கல்வி அதிகாரிகள். கற்பித்தல் பணியைச் சீரமைக்க வேண்டுமெனில், பெரிய பள்ளிகள் ஒவ்வொன்றிற்கும் ஒரு டேட்டா என்ட்ரி பணியாளரை அரசே நியமிக்க வேண்டும். மாணவர்களின் கல்விக்காக ஆசிரியர்கள் ஒதுக்க வேண்டிய நேரத்தை, அதிகாரிகள் அபகரிக்கக் கூடாது.

கல்விக் கொள்கையா? கல்விக் கொள்ளையா?

[டிசம்பர் 10, 2021 அன்று எழுதப்பட்ட கட்டுரை]

ஒரு நாட்டை அழிக்க நினைத்தால், அதன் ஆரம்பக் கல்வியை அழித்தாலே போதுமானது. அந்த வகையில் இன்று நம் தமிழகத்தின் ஆரம்பக்கல்வி வேகமாக அழிந்து வருகிறது என்பதை உற்றுக் கவனித்தால் தெரியும்.

புதிய தேசிய கல்விக் கொள்கை 2020, அதீதப் பிரச்சனைகளை மட்டுமே உள்ளடக்கிய கொள்கையாக அமைந்ததால்தான், கடந்த மூன்று வருடங்களாகவே, [வரைவுக் கொள்கை 2019 வந்த நாட்களில் இருந்தே] எதிர்த்து வருகிறோம்.

பாராளுமன்றத்தில் விவாதிக்கப்படாமலேயே, மக்களிடம் கருத்துக் கேட்பு நடத்தாமலேயே வேகவேகமாக புதிய தேசிய கல்விக் கொள்கையை மத்திய அரசு நடைமுறைப்படுத்தத் தொடங்கியது. மற்ற மாநிலங்களைக் காட்டிலும் தமிழகத்தில் கடந்த இரு கல்வியாண்டுகளில், குறிப்பாக கடந்த அதிமுக ஆட்சியின்போதே மிக வேகமாக, புதிய தேசிய கல்விக் கொள்கையின் பல கூறுகள் நடைமுறைப்படுத்தப்பட்டன. அப்போது தமிழ்நாட்டில் ஏராளமான எதிர்ப்புகள் தொடர்ந்து எழுந்தவண்ணம் இருந்தன.

தமிழ்நாட்டில் நடைமுறைப்படுத்தப்பட்ட தேசிய கல்விக் கொள்கையின் உட்கூறுகளாக, பள்ளிகள் இணைப்பு, வளாகப் பள்ளிகள் உருவாக்கம், மழலையர் வகுப்புகள் துவக்கம் என வரிசையாகக் கூறிக்கொண்டே போகலாம். உச்சபட்சமாக 3, 5, 8-ஆம் வகுப்புகளுக்குப் பொதுத்தேர்வு என்று ஒரு அரசாணையை வெளியிட்டபோது அது மக்களிடையே பெரும் தாக்கத்தையும் எதிர்ப்புகளையும் உருவாக்கியதால், அந்த அரசாணையை அரசு திரும்பப் பெற்றது என, கடந்த கால நிகழ்வுகள் கல்வி மீது அக்கறை

கொண்டவர்களிடம் மிகப்பெரிய நம்பிக்கையற்ற போக்கை உருவாக்கின.

நம்பிக்கையுடன் மாற்றங்களுக்காகக் காத்திருந்தவர்களுக்கு, தேர்தல் முடிவு கூடுதல் நம்பிக்கையைக் கொடுத்தது. புதிய அரசு பொறுப்பேற்றவுடன், தங்களது கல்வி குறித்த மிகப்பெரிய எதிர்பார்ப்புகளை நிறைவேற்றும் தருணத்தை எதிர்நோக்கியிருந்தனர். கல்வி மாநிலப் பட்டியலுக்கு வந்து விடும் என்று, இன்று வரை நம்பிக்கைக் கொண்டுதான் இருக்கின்றனர்.

ஆனால் மாணவர்களின் கற்றல் இடைவெளியைப் போக்கும் விதமாக, தற்போது 'இல்லம் தேடிக் கல்வித் திட்டம்' என்ற ஒரு திட்டத்தை நமது மாநில அரசு அறிவித்து நடைமுறைப்படுத்தி வருகிறது. இது முழுக்க முழுக்க தேசியக் கல்விக் கொள்கையின் கூறு என்பதை நாம் ஏற்கனவே விளக்கியிருந்தோம்.

இதனைத் தொடர்ந்து தற்போது பள்ளிக் கல்வியில், தேசியக் கல்விக் கொள்கையின் மற்றுமொரு கூறான 'எண்ணும் எழுத்தும்' என்ற திட்டத்தை நடைமுறைப்படுத்த நமது மாநில அரசு முனைந்துள்ளதைக் காண முடிகிறது. அதன்படி, தொடக்கக் கல்வித்துறை இயக்குநரிடமிருந்து மாநிலம் முழுவதும் உள்ள தொடக்கப் பள்ளிகளுக்கு, எண்ணும் எழுத்தும் மிஷன் குறித்தான இணையவழிச் சந்திப்பில் அனைத்துத் தொடக்கப்பள்ளி ஆசிரியர்களும் தலைமையாசிரியர்களும் கட்டாயம் கலந்துகொள்ள வேண்டும் என்ற குறிப்புகளுடன், சுற்றறிக்கை ஒன்று அனுப்பி வைக்கப்பட்டது.

2022-2023 கல்வி ஆண்டிலிருந்து தொடங்கி 2025க்குள் தமிழ்நாட்டில் அனைத்து 8 வயது வரையுள்ள குழந்தைகளும் அடிப்படை வாசிப்பு மற்றும் கணக்குத் திறன்களைப் பெறுவது சார்ந்த விளக்கம்தான் அதில் குறிப்பிடப்பட்டிருந்தது.

தேசிய கல்விக் கொள்கையின் பகுதி 1-ல் பள்ளிக் கல்வி எனும் தலைப்பில், 2-வது இயலில் அடிப்படை எழுத்தறிவும் எண்ணறிவும் கற்றலுக்குத் தேவையான அவசர மற்றும் அவசியமான முன் நிபந்தனைகள் 2.2 (பக்கம் 13) பத்தியைத்தான், 2025க்குள் நோக்கத்தை அடைவது என்று இயக்குநர் கடிதத்தில் குறிப்பிட்டுள்ளார்.

திரும்பத் திரும்ப நாம் எழுப்பும் கேள்வி, புதிய கல்விக்

கொள்கையை நிராகரிப்போம் என்று கூறியவர்கள், தேசிய கல்விக் கொள்கையின் கூறுகள் நடைமுறைக்கு வருவதை மிக எளிதாகவே எடுத்து வருவது ஏன்? தமிழகத்துக்கான தனி கல்விக்கொள்கை எப்போது உருவாக்கப்படும்?

இந்த ஒருநாள் 'எண்ணும் எழுத்தும் மிஷன் சந்திப்பு' குறித்து சில அரசுப்பள்ளி ஆசிரியர்களின் கருத்துகள்:

கிறிஸ்து ஞான வள்ளுவன், தலைமையாசிரியர்,
ஊ. ஒன்றிய தொடக்கப் பள்ளி, நரசிங்கக் கூட்டம், தூத்துக்குடி

இது பயிற்சியே அல்ல; எளிய 30 வினாக்களைக் கொடுத்து பதிலளிக்கக் கூறினர். அவற்றிற்கு பதில் தர பத்து நிமிடங்களே அதிகம். ஆனால் 15 கி.மீ. பள்ளியில் இருந்து பயணித்து, இந்த வினாக்களுக்கு பதிலளித்த உடனேயே பள்ளிக்கு மீண்டும் திரும்பிய பிறகு உதவி ஆசிரியரையும் இதற்காக அனுப்பினோம். இதை EMIS தளத்திலேயே நிரப்பலாம். அல்லது Google படிவத்தில் பதிலளிக்க வைக்கலாம். எல்லாம் ஹைடெக்காகப் போக, கல்வித்துறை மட்டும் பின்னோக்கிப் பயணிக்கிறது. ஒன்றும் சொல்வதற்கு இல்லை.

தினேஷ், ஆசிரியர், ஊராட்சி ஒன்றிய தொடக்கப்பள்ளி,
சாணார்பாளையம், சத்தியமங்கலம்

Google sheet-இல் கொடுத்திருந்தால் அவரவர் கைபேசியைக் கொண்டே பதில் அளித்திருக்க முடியும். ஆனால் (High Tech Lab) உயர் தொழில்நுட்ப ஆய்வகத்தில்தான் செய்ய வேண்டும் என்பது என்ன கட்டாயம் என்று தெரியவில்லை. ஓராசிரியர் மற்றும் ஈரா சிரியர் பள்ளிகளுக்கு இது மிகவும் சிரமமான காரியம். கல்வித்துறை சற்று மாற்றி யோசிக்க வேண்டும். ஒரு வேலையை எளிதாக்க டெக்னாலஜி பயன்பட வேண்டுமே தவிர, அனைவரையும் அலைக்கழிக்கப் பயன்படக்கூடாது. மறுசீராய்வு செய்ய வேண்டிய கட்டாயத்தில் உள்ளது பள்ளிக்கல்வித் துறை.

ருக்மணி, ஆசிரியர், ஊராட்சி ஒன்றிய தொடக்கப்பள்ளி, கிருஷ்ணகிரி

வெறும் 9 நிமிடத்தில் முடித்துவிட்டேன். பள்ளிக்கு மாவட்ட முதன்மைக் கல்வி அலுவலர் பார்வையிட வருவதாகவும் (CEO Visit) ஆகையால் சர்வேவை முடித்துவிட்டு உடனே ஆசிரியர்கள் பள்ளிக்குக்

கிளம்புங்கள் என்றும் வட்டார வளமைய ஆசிரியர் பயிற்றுநரிடமிருந்து (BRTE) செய்தி. அடித்துப்பிடித்து மறுபடியும் பள்ளிக்கு ஓடினோம். சர்வேயில் நாம் எந்த பதில் சொன்னாலும் பொருந்துவதாக வடிவமைக்கப்பட்டிருந்தது, நம்மையறியாமலே நாம் அவர்களுடைய முடிவுக்குத் தலையாட்டுவதுபோல.

ஆரோக்கிய பன்னீர்செல்வம், ஆசிரியர்,
புனித சூசையப்பர் தொடக்கப்பள்ளி, இராமநாதபுரம்

இது பயிற்சி அல்ல, வெறும் கருத்துப் பதிவுக்காகவே அழைக்கப் பட்டு இருந்தோம். அதுவும், அவர்கள் எதிர்பார்த்த பதில்கள் என்னவோ இவை அனைத்தும் என்பதுவே. அனைத்து ஆசிரியர்களும் பயிற்சியில் கலந்து கொண்டு, கேட்கப்பட்ட அனைத்து வினாக்களுக்கும் விடையளித்து, தங்களது பதிவு, வருகை, மற்றும் கல்விக் கொள்கைக்கு ஆதரவளித்தனர் எனத் தகவல் பெறப்படும் அல்லது அனுப்பப்படும்.

கமலக்கண்ணன், ஆசிரியர், ஊராட்சி ஒன்றிய தொடக்கப்பள்ளி,
அனுமார்கோவில், கறம்பக்குடி, புதுக்கோட்டை மாவட்டம்

மாணவர்களைப் பள்ளிக்கு வரவழைத்துவிட்டு, ஆசிரியர்களைப் பயிற்சிக்கு அழைக்கிறார்கள். மாணவர்களை யார் பார்த்துக் கொள்வது? 10 நிமிடத்தில் முடிக்கக்கூடிய 30 கேள்விகள். ஆனால் அரைநாள் பயிற்சி என்று சொல்லி அலைச்சல். மாணவர்கள் படிப்பில் பின் தங்கியுள்ளனர் என அனைவரிடமும் சாட்சி பெற்று விட்டு, புதிய திட்டம் கொண்டுவந்து முடிவில் கட்டாயமாக POSITIVE FEEDBACK பெற்றுக் கொள்வார்கள்.

ர.ராஜேஷ், ஆசிரியர், ஊராட்சி ஒன்றிய நடுநிலைப்பள்ளி,
தாளக்கரை, குண்டடம் ஒன்றியம், திருப்பூர் மாவட்டம்

திட்டமிடாத பணி. எந்தெந்தப் பணிக்கு எவ்வளவு நேரம் ஆகும் என்று அதிகாரிகளுக்கு தெரியாதோ? ஆசிரியர்களுக்குக் கால விரையம், தேவையற்ற மனவுளைச்சல். ஆனால், எந்தப் பயனும் இல்லை. ஆசிரியர் அற்ற வகுப்பில் அன்றையதினம் மாணவர்கள் எந்தப் பாடமும் படிக்க முடியவில்லை.

மாணவர்களுக்கும் ஆசிரியர்களுக்கும் பள்ளிக்கும் அந்த நாள்

பயனற்ற நாளாக இருந்தது. கற்றல் இடைவெளியைச் சரி செய்ய ஏற்கனவே புத்தாக்கப் பயிற்சி அளிக்கப்பட்டு வரும் நிலையில், 2, 3 வகுப்பு மாணவர்களுக்குப் பாடப்புத்தகம் அவசியமா என்பது போன்ற கேள்விகள் உண்மையிலேயே நகைப்புக்கு உள்ளாக்கியது. இந்த சர்வே வேண்டுமெனில், ஆசிரியர்கள் தங்களது மொபைலில் எளிமையாகச் செய்து இருக்கலாம். பேருந்து வசதி அதிகமாக இல்லாத கிராமப்புறங்களில், பெண் ஆசிரியர்கள் பெரும் அவதிக்குள்ளாகினர்.

பாரதி, ஆசிரியர், ஊராட்சி ஒன்றிய தொடக்கப்பள்ளி, மிட்டூர், திருப்பத்தூர்

சர்வே என்றுதான் சொல்லியிருக்க வேண்டும். பயிற்சி என்ற சொல்லை ஏன் பயன்படுத்தினார்கள்? அதற்கு ஏன் எண்ணும் எழுத்தும் என்று பெயர் வைத்தார்கள் என்றே தெரியவில்லை.

குணசேகர், ஆசிரியர், சென்னை

சரியாக 15 நிமிடத்திற்குள் பதிலளித்து விட்டேன். கேள்விகள் தீர்க்கமாக, களத்தைத் துல்லியமாக ஆராயும் விதத்தில் இல்லை. மேலும், இதற்காக ஒரு முழுநாளையோ, அரைநாளையோ வீணாக்கியதுதான் மிச்சம்.

இப்பொழுது கொடுத்த பதில்களின்படிதான், அரசு அடுத்தகட்ட நடவடிக்கை எடுக்குமா? அரசு ஏற்கனவே ஏதோ ஒரு திட்டத்தை வைத்துக்கொண்டு, புள்ளிகள் சேகரிப்பதாகக் கணக்குக் காட்டுகிறது. ஏற்கனவே, இல்லம் தேடிக் கல்விக்கு 200 கோடி ரூபாய் வீண்.

என்ன நிகழப் போகிறது?

கொரோனா ஊரடங்கால் பள்ளிகள் இயங்காத சூழலில், மாணவர்களின் கற்றல் இழப்பினை எவ்வாறு ஈடு செய்வது? என்பது சார்ந்த கேள்விகள் கேட்கப்பட்டிருந்தன என்பதுதான் இந்த ஒருநாள் நிகழ்வின் போக்காக இருந்துள்ளது.

ஏற்கனவே நாம் குறிப்பிட்டபடி, ஆரம்பக் கல்வியில் ஏராளமான பிரச்சனைகள், ஆசிரியர்களின் எழுத்துப் பூர்வமான உறுதி மொழியைப் பெற்று, 8 வயது வரையுள்ள குழந்தைகளுக்கு அடிப்படை வாசிப்புத்திறன், கணிதத் திறன் இல்லாததால் எண்ணும் எழுத்தும் மிஷன் என்ற திட்டத்தை முன்னெடுக்க வியூகங்கள் வகுத்து,

இல்லம் தேடிக் கல்வியின் தன்னார்வலர்களைப் பயன்படுத்தித் தொடக்கப் பள்ளிகளுக்கு ஆசிரியர் நியமனம் இல்லாமலேயே காலத்தை நீட்டிக்கலாம். கொஞ்சம் கொஞ்சமாக மக்களுக்கு அரசுப் பள்ளிகள் மீது நம்பிக்கை இழப்பு உருவாகும் சிக்கல் நம் கண் முன்னே தெரிகிறது.

மிஷனின் எல்லையைச் சுருக்கும் கல்விக் கொள்கை

ஒருபுறம் அரசுப்பள்ளிக் குழந்தைகளுக்கு வெறும் எண்ணும் எழுத்தையும் மட்டுமே சொல்லிக் கொடுக்க முயற்சி எடுப்பதை, எவ்வாறு ஒரு மிஷன் என்ற பார்வையில் எடுத்து வருகிறார்கள் என்பதை நாம் வியப்புடன்தான் பார்க்க முடிகிறது. கல்வியில் பின்தங்கிய மாநிலங்களில் வேண்டுமானால் இதை மிஷனாக - விஷனாகப் பார்க்கலாம். தமிழ்நாட்டைப் பொறுத்தவரை ஒப்பீட் டளவில் நாம் நிறைய முன்னோக்கிய பாதையில் பயணித்து வரும் போது, எண்ணும் எழுத்தை மிஷனாகப் பார்க்கத் தேவையில்லை. தொலைநோக்குப் பார்வையை விசாலாக்காமல் குறுகிய பார்வை கொண்ட கல்விக் கொள்கையின் கூறுகளே இவை.

என்ன செய்யலாம்?

தமிழகத்தைப் பொறுத்தவரை ஆரம்பக் கல்வியை அழித்து விடாமல் காப்பாற்ற, வகுப்புக்கு ஒரு ஆசிரியர் நியமித்து, உளவியல் அணுகுமுறையைக் கையாண்டு, குழந்தைகளை நல்ல சமூகத்திற்கான மனிதர்களாக உருவாக்கும் கல்விக் கொள்கையை விரைவில் உருவாக்க அரசு ஆவண செய்ய வேண்டும்.

புதிய தேசிய கல்விக் கொள்கையில் மறைந்திருக்கும் பாதக அடுக்குகள்

(ஜூலை-1, 2019 புதிய ஆசிரியரின் இதழில் வெளியான கட்டுரை)

தேசிய கல்விக் கொள்கை 2020 ஐ திரும்பத் திரும்ப வாசித்துப் பார்த்தால் நமது குழந்தைகளுக்கு ஏற்பில்லாத கூறுகளை மட்டுமே அது உள்ளடக்கியதாக இருப்பதை ஆழமாக உணர முடிகிறது. ஆனால் பிரதமரோ செப்டம்பர் 7, 2021 அன்று இது குறித்து ஆற்றிய கருத்தரங்க உரையில், பெற்றோர்கள், ஆசிரியர்கள், மாணவர்கள் அனைவரும் இக்கல்விக் கொள்கையை ஏற்றுக்கொண்டுள்ளதாகப் பதிவு செய்திருக்கிறார். இலட்சியக் கனவுகளை அடையும் வழியாகவும் இக்கல்விக் கொள்கை இருப்பதாகப் பிரகடனம் செய்திருக்கிறார்.

எல்லோருக்குமான சம வாய்ப்புள்ள கல்வி என்பது கனவாகவே போய்விடும் என்பதாகவே இந்தக் கல்விக் கொள்கையின் ஒவ்வொரு பிரிவும் நமக்கு உணர்த்துவதால்தான் இதனை நாம் எதிர்க்கிறோம். கொரோனா காலச்சூழலில் நாடெங்கிலும் குழந்தைத் தொழிலாளர்கள் லட்சக்கணக்கில் உருவாகி வருகின்றனர் என்ற வேதனையைச் சற்றும் சிந்திக்காமல், பிரதமர் தனது உரையில் புதிய தேசிய கல்விக் கொள்கையை அச்சுப் பிசகாமல் நடைமுறைப்படுத்த வேண்டும் எனக் கூறியிருப்பதன் பொருள் என்ன? மாநில அரசுகளைக் கவனத்தில் கொள்ளாமல், அந்தந்த மாநில ஆளுநர்களது வழியாக இதனை நிறைவேற்ற தகுந்த பணிகள் நடந்து வருகின்றன. இதன் பின்னணி என்னவாக இருக்கும்?

பள்ளிக்கல்வியைப் பொறுத்தவரை 3, 5, 8-ஆம் வகுப்புகளில் தேர்வு என்பது, எல்லோருடைய எதிர்ப்புகளுக்கும் மையமாக இக்கல்விக் கொள்கை தரும் அழுத்தம் என்றால் மிகையாகாது. கல்வி உரிமைச் சட்டம் சொல்லும் Non Detention policy குறித்து

இக்கல்விக் கொள்கையில் ஏதாவது சொல்லப்பட்டிருக்கிறதா என்ப தையும் யோசிக்க வேண்டும். இதன் மற்றொரு பக்கத்தைப் புரிந்து கொள்ள வேண்டுமானால், தமிழகத்தின் பள்ளிக்கல்வி வரலாற்றை இருபது வருடங்கள் பின்னோக்கி நாம் ஆய்வு செய்ய வேண்டும்.

அரசுப்பள்ளிகள் ஊர்தோறும் நிறைந்து பரவிக்கிடந்த நிலை இருந்த காலத்தில்கூட, ஒரு தலைமுறைக் குழந்தைகள் கல்வி மறுக்கப் பட்டு வெளித் தள்ளப்பட்ட நிலை இருந்து வந்ததை நாம் மறுக்க முடியாது. ஏதேனும் ஒரு பாடத்தில் 35 மதிப்பெண்கள் பெறவில்லை என்றாலும், ஒரு மாணவி / மாணவன் அந்த வகுப்பில் தேக்கம் பெற்றவராக, தேர்ச்சி பெறவில்லை (FAIL) என முத்திரை குத்தப்பட்ட நிறுத்தி வைக்கப்பட்ட நிலை 2000-ஆம் ஆண்டுகளில்கூடத் தொடர்ச்சியாக நிகழ்ந்து வந்தது.

அனைவருக்கும் கல்வி இயக்கத்தின் (SSA) தொடர் முயற்சிகளால், தொடக்க வகுப்புகளுக்கு அப்போது கொண்டு வரப்பட்ட கற்றல் அட்டைகள் பயன்படுத்தும் (CARDS) செயல்வழிக் கற்றல் முறை (ABL-ACTIVE BASED LEARNING) ஒரு மாற்றத்தை ஏற்படுத்தியது. அதோடு 6-8 வகுப்புகளுக்கு அறிமுகப்படுத்தப்பட்ட ALM ACTIVE LEARNING METHOD முறையும் அரசுப்பள்ளி மாணவர்கள் அனைவரும் 8-ஆம் வகுப்பு தேர்ச்சி பெறுவதற்கான வழிமுறைகளாக அமைந்தன.

மிகச்சில பள்ளிகளில் மட்டும் மிகக் குறைந்த எண்ணிக்கையில் மாணவரைத் தேக்கம் (FAIL) பெற வைத்தனர். அந்தச் சமயத்தில் 2010-இல் தமிழகத்தில் நடைமுறைக்கு வந்த கல்வி உரிமைச் சட்டம், 6 - 14 வயது வரை கட்டாயத் தேர்ச்சி பற்றிக் கூறியது. ஏற்கனவே நாம் கூறியபடி, 8 ஆம் வகுப்பு வரை பின்பற்றப்பட்ட கற்பித்தல் முறைகள் இதற்கு வழிகாட்டியாக அமைந்தன. அதைத் தொடர்ந்து நமது மாநிலத்தில் 2010-இலேயே சமச்சீர் கல்வி நடைமுறைக்கு வந்தது. 2012-இல் சிறப்பான ஒரு திருப்பமாக, முப்பருவப் பாட முறையும் அதோடு இணைந்த தொடர் மற்றும் முழுமையான மதிப்பீட்டு (CCE - CONTINUOUS AND COMPREHENSIVE EVALUATION) முறையும் அறிமுகப்படுத்தப்பட்டது. மேலும் இது (NCF) தேசியக் கலைத்திட்ட வடிவமைப்பு 2005இன் முன்மொழிவின் படியும் கல்வி உரிமைச் சட்டத்தின்படியும் உருவான மதிப்பீட்டு

முறை என்பதை நாம் மறக்கக் கூடாது.

இதன்விளைவாக, கடந்த 8 ஆண்டுகளாகவே தமிழகப் பள்ளிகளில் இடைநிற்றல் இல்லாமல் போனது என்பதுதான் உண்மை. ஏனெனில் எந்த ஒரு குழந்தையும் 8-ஆம் வகுப்பு வரை தேக்கமில்லாமல் தனது கல்வியைத் தொடர வாய்ப்பு உருவானது. அதோடு 9 ஆம் வகுப்பில் கூட கடந்த 10 ஆண்டுகளாகவே மறு தேர்வு முறை நடைமுறையில் இருந்தது. அதாவது 9ஆம் வகுப்பில் தேர்ச்சி பெறாத மாணவருக்கு ஜூன் மாதமே, 9 ஆம் வகுப்பு இறுதித் தேர்வில் தேர்ச்சி அடையாத பாடத்தில் மறு தேர்வு வைத்து, கல்வியாண்டின் ஆரம்பித்திலேயே பத்தாம் வகுப்பிற்குள் ஈர்த்துக் கொள்வது என்பதுதான் நடைமுறை.

இப்படியாக, தமிழகத்தைப் பொறுத்தவரை பத்தாம் வகுப்பு வரை பெரும்பாலும் மாணவர் இடைநிற்றல் என்பதே இல்லாத சூழல் உருவானது. அதனைத் தொடர்ந்து பெரும்பாலான குழந்தைகள் மேல்நிலைக் கல்வியை முடிப்பதற்கான அனைத்து சாத்தியக்கூறுகளும் தமிழகப் பள்ளிக் கல்வியின் முக்கிய அம்சங்களாக இருந்து வந்தன. இன்றும் அதன் தொடர்ச்சியாகவே உயர் கல்வி பெறும் மாணவர் எண்ணிக்கை சதவீதம் உயர்ந்தது என்பதைக் கல்வியாளர்களும் பள்ளி ஆசிரியர்களும் நன்கு அறிவர்.

ஆனால், புதிய தேசிய கல்விக் கொள்கையோ 3, 5, 8-ஆம் வகுப்புகளுக்குப் பொதுத் தேர்வுகள் குறித்துப் பேசுவதால், அங்கு கல்வி உரிமைச் சட்டத்தின் 8 ஆம் வகுப்பு வரை ஒரே வகுப்பில் ஒரு குழந்தையை வைத்திருக்கக்கூடாது என்ற கூறு நீர்த்துப் போகிறது. நான் டிடென்ஷன் பாலிசியைப் புறந்தள்ளும் சூழல் இது. தேசிய கலைத் திட்ட வடிவமைப்பு - 2005, தொடர் மற்றும் முழுமையான மதிப்பீட்டு முறை (CCE) அனைத்திற்கும் அர்த்தமற்ற சூழல் உருவாகிறது.

நாம் மேலே குறிப்பிட்ட கற்பித்தல் முறைகளிலும், முப்பருவக் கல்வி முறை, மதிப்பீட்டு முறை இவை அனைத்திலும் இடைவெளி களும் உண்டு என்பதை நாம் மறுக்கவில்லை. நடைமுறைச் சிக்கல் களும் உண்டு. அவற்றைச் சீர்படுத்த வேண்டுமே தவிர, புறந்தள்ளி விட்டுப் புதிய தேசிய கல்விக் கொள்கையை நடைமுறைப்படுத்து வதில் மத்திய அரசு முனைப்பு காட்டுவது எந்தக் கோணத்தில் சரியானது எனத் தெரியவில்லை.

அதேபோல, பள்ளிக் கல்வியில் 6 - 14 வயது வரை குழந்தைகளது கட்டாயக் கல்வி பற்றி கல்வி உரிமைச் சட்டம் பேசுகிறது. புதிய தேசிய கல்விக் கொள்கையோ 3 வயது முதல் அனைவரையும் முறையான பள்ளிக்கல்வி அமைப்பிற்குள் கொண்டு வருவது குறித்துப் பேசுகிறது. எனில், கல்வி உரிமைச் சட்டம் குறித்தான கூறுகளை நீர்த்துப் போக இக்கல்விக் கொள்கை வழிகோலுமா என்பதும் நமக்கான ஐயம். அதை வெளிப்படையாகவும் கல்விக் கொள்கை பேசவில்லை என்பதுதான் நிதர்சனம்.

அடுத்து, மருத்துவக் கல்விக்கான நீட் தேர்வு போல, மற்ற எல்லா உயர்கல்விக்கும் நுழைவுத் தேர்வு கொண்டு வருவது. ஏற்கனவே கல்வியை மாநிலப் பட்டியலுக்குக் கொண்டுவரப் போராடிக்கொண்டு இருக்கும் நாம், கண் எதிரிலேயே மற்ற எல்லா உயர்கல்விப் படிப்புகளுக்கும் போராட வேண்டிய நிர்ப்பந்தத்தைத் தருகிறது இக்கல்விக் கொள்கை. 12-ஆம் வகுப்பு முடித்த ஒவ்வொரு குழந்தையும் கல்லூரிக்குள் நுழைய, புதியதாக ஒரு நுழைவுத் தேர்வைச் சந்திக்க வேண்டும் என்பது, 15 வருட பள்ளிக் கல்வியைக் கேள்விக் குள்ளாக்குகிறது. பள்ளிக் கல்வியின் கற்றல் அடைவுகள் குறித்து எவ்விதச் சிந்தனையுமில்லாமல், தேசியத் தேர்வு முகமை (National Testing Agency) நிர்ணயிக்கும் எல்லைகள் எதற்கு?

மருத்துவக் கல்வியை பணக்காரர் மட்டுமே படிக்கமுடியும் என்ற நிலைக்குத் தள்ளியதுபோல, எல்லா உயர் கல்வியும் பணம் படைத்தவருக்கு மட்டும் என்ற சூழலை உருவாக்கி, கல்வியை எல்லோருக்குமானதாக்கத் தவறும் மிகப்பெரிய தவறைச் செய்யும் கல்விக் கொள்கையாகத்தான் இது அமைந்துள்ளது.

விக்னேஷ்வரன், ஆதித்யா, மோதிலால், ஜோதிஸ்ரீ துர்கா ஆகிய நால்வரும் நீட்தேர்வின் பயத்தால் அடுத்தடுத்துத் தற்கொலை செய்து கொண்ட மாணவர்கள். புதிய தேசிய கல்விக் கொள்கை அமலுக்கு வரவர இன்னும் எத்தனை மாணவர்களை இழக்கப் போகிறோமோ என்ற அச்சத்தையும் இச்சூழல் விதைத்துள்ளது. ஆகவே, தேசிய கல்விக் கொள்கை 2020-இன் விபரீதங்கள் கல்வியின் பாதையை இருளின் உலகத்திற்கு அழைத்துச் செல்லும் என்பதே உண்மை. தமிழகக் கல்வியின் பாதை வெளிச்சத்திற்கு வர வேண்டுமெனில், இக்கல்விக் கொள்கையை முற்றிலும் நிராகரிக்க வேண்டும்.

கிராமப்புற மாணவர்கள் எதிர்கொள்ளும் நெருக்கடிகளும் சவால்களும்

(பிப்ரவரி-13, 2019 அன்று எழுத்தப்பட்ட கட்டுரை)

நவீன கல்வி முறை

எவ்வளவோ நவீன அறிவியல் முன்னேற்றங்களை உலகம் அடைந்துவந்தாலும், இன்றளவிலும் நமது கல்விமுறை மட்டும் பெயரளவில்தான் நவீனமாகியிருக்கின்றது. கல்விக்கான வரையறைகள், பொருள்கள் பற்றிக் கல்வியாளர்கள் பலரும், காந்தி, தாகூர், விவேகானந்தர் போன்றோரும் வேறு வேறு சொற்களால் குறிப்பிட்டுச் சொல்லியிருந்தாலும், கல்வி என்பது தனி மனிதர்களும் சமூகமும் மாற்றம் பெற்று, ஜனநாயக உரிமைகள் பெறுவதோடு தெளிவான சிந்தனைகளுடன் வாழ வழிகாட்ட உதவுவதாகவே அமைய வேண்டும். கல்வியில் சிறந்த நாடுதான் எல்லாவற்றிலும் வெற்றி காண முடியும் என்பதில் மாற்றுக்கருத்து இருக்க முடியாது.

ஒரு நூற்றாண்டு முன்பு வரை நமது நாட்டில் பின்பற்றி வந்த குருகுலக் கல்வி முறையை ஒரு சிலர் போற்றி வந்தனர். அதே சமயத்தில், பிரிட்டிஷ் ஆட்சியில் கொண்டுவரப்பட்ட மெக்காலே கல்வி முறையைப்பற்றி பல்வேறு எதிர்மறை விமர்சனங்கள் இருந் தாலும், இந்த நாட்டில் எந்தவித முன்னேற்றமும் ஏற்படுத்தியிராத பிற்போக்குக் கல்வி முறையை அகற்றி, சமூகச் சீர்கேடுகளைக் களைய வேண்டும் என்ற நோக்கில், மெக்காலே வடிவமைத்த அறிவியல்பூர்வமான நவீனக் கல்விதான் இன்றும் நம் பள்ளிகளில் பயன்பாட்டில் உள்ள கல்வி முறை.

அதற்காக, அந்தக் கல்வி முறைதான் சிறந்த கல்வி முறை என்று சொல்லிவிட முடியாது. கல்வியில் நிலவிய வேறுபாடுகளைக்

களைந்து, அனைவருக்கும் கல்வி கிடைக்க இது உதவியது என்று சொல்லலாம். ஆனால் அந்தக் கல்வி முறையில்தான் இன்று ஏகப்பட்ட குளறுபடிகள். கிராமப்புற மாணவர்கள் என்றில்லாமல், பொதுவாக எல்லா மாணவருக்குமே சவாலான, நெருக்கடியான சூழலைத்தான் இன்றைய கல்விமுறை தந்து வருகிறது.

உலகில் எந்த நாட்டிலும் இல்லாத நடைமுறை, குழந்தை பிறந்து 2 வயது ஆவதற்குள்ளாகப் பள்ளி தேடி விடுகின்றனர். அந்த வயதிலேயே தங்கள் கனவுகளைக் குழந்தைகள்மீது திணிக்கத் தயாராகி விடுகின்றனர் பெற்றோர். பிள்ளைகள் படித்து முடித்து பெரிய பதவியில் அமர வேண்டும் என்ற ஆசை நம் நாட்டில், குறிப்பாக நம் தமிழ்நாட்டுப் பெற்றோருக்கு அதிகம். அங்கு ஆரம்பிக்கின்றது குழந்தைகளுக்கான சவால்கள்.

தமிழ்நாட்டில் உள்ள பலவகைப் பள்ளிகள்

1. அரசுப் பள்ளிகள் (மாநில அரசு)
2. அரசு உதவி பெறும் பள்ளிகள் (மாநில அரசு)
3. மத்திய அரசால் நடத்தப்படும் கேந்திரிய வித்யாலயா மற்றும் நவோதயா வித்யாலயா போன்ற சிறப்புப் பள்ளிகள்
4. தனியார் பள்ளிகள்

தனியார் பள்ளிகளில் முதல் தரம், இரண்டாம் தரம், மூன்றாம் தரம் எனப் பல வகை உண்டு. தரம் என்றால் கல்வியின் தரமா? இல்லை, கல்விக்கான கட்டணத்தைப் பொறுத்துதான் இந்தத் தர வேறுபாடு. வருடக் கட்டணமாக 10000 ரூபாய் வாங்கும் பள்ளிகள், 30000 ரூபாய் வாங்கும் பள்ளிகள், 50000 ரூபாய் வசூலிக்கும் பள்ளிகள், ஒரு லட்சம் (அ) அதற்குமேல் வசூலித்துக்கொண்டு கல்வி தரும் பள்ளிகள் இப்படித்தான் வேறுபடுத்தப்படுகின்றன.

5. எல்லா வகையிலும் பன்னாட்டு என்ற பெயரை இணைத்துக் கொண்டுள்ள இன்டர்நேஷனல் பள்ளிகளும் தற்போது பெருகி விட்டன.

இப்படியான சூழலில் மேட்டிமைக் (ELITE) குடும்பங்கள், தங்கள் குழந்தைகளை லட்சங்கள் கொடுத்துப் பள்ளிகளுக்கு அனுப்ப, விவசாயக் கூலிகளும் தினக்கூலி மக்களும் கடன் வாங்கியாவது

தங்கள் பிள்ளைகளைப் படிக்க வைக்க வேண்டும் என அவரவர் சக்திக்குட்பட்டுக் கடன் வாங்கி, ஏதாவது ஒரு கட்டணப் பள்ளியில் சேர்த்துவிட்டு, தங்கள் பிள்ளைகள் கல்வியில் சாதித்து இந்த நாட்டையே ஆளப் போகிறார்கள் எனக் காத்துக் கிடக்கும் சூழல் ஒருபுறம்.

அரசுப் பள்ளிகளில் மட்டுமே படிக்க வைக்க இயலும் என்ற அடித்தட்டு வர்க்க மக்கள் மற்றும் மிகச்சில நடுத்தர வர்க்க மக்களின் குடும்பங்களிலிருந்து மட்டுமே அரசுப் பள்ளிகளுக்குக் குழந்தைகள் அனுப்பப்படுகின்றனர். கல்வி முறையில் நிறைய பாகுபாடும் ஏற்றத்தாழ்வும் நிறைந்திருக்கும் கல்வி முறை நம் நாட்டில் மட்டும்தான் இருக்கிறது.

மத்திய அரசால் நடத்தப்படும் பள்ளிகளில்கூட எல்லோருக்கும் படிப்பதற்கான உரிமை கிடையாது. எண்ணிக்கையில் மிகக் குறைந்த அளவிலேயே இருக்கும் அப்பள்ளிகளில் எல்லோருக்கும் ஒரே மாதிரியான கல்வி கிடைப்பதில்லை.

எப்போது தனியார்ப் பள்ளிகள் தலை தூக்கினவோ, அன்றே சவால்களும் சேர்த்தே முளைக்க ஆரம்பித்து விட்டன. 1970-களுக்குப் பிறகுதான் பொதுப்பள்ளி முறை கொஞ்சம் கொஞ்சமாக அழிய ஆரம்பித்து, மக்கள் தங்களுக்கு விருப்பமான பள்ளிகளில் தத்தமது குழந்தைகளைச் சேர்க்க ஆரம்பித்தனர். அது கொஞ்சம் கொஞ் சமாக வளர்ந்து 90-களில் எல்லை தாண்டி, இன்று கல்வி முற்றிலும் தனியார் மயமாகக்கூடிய சூழலில் சிக்கியுள்ளது.

ஏறத்தாழ பொதுப்பள்ளி முறை நம் நாட்டில் மொத்தமும் அழிந்துவிட்டது எனலாம். விளைவு, கல்வி வியாபாரம் ஆகி விட்டது. அப்படி வியாபாரமாகிய சந்தைப் பொருளால் பாதிக்கப்படும் நுகர்வோர் மாணவர்கள்தான். குறிப்பாக, கிராமப்புற மாணவர்கள் சந்திக்கும் நெருக்கடிகளாக நாம் சிலவற்றை இங்கு காணலாம்.

தொடக்கப்பள்ளி, நடுநிலைப் பள்ளி என்று, 8-ஆம் வகுப்பு வரை அரசுப் பள்ளியில் இலவசமாகப் படிக்கும் மாணவர்களும் சரி, தனியார் பள்ளியில் படிக்கும் மாணவர்களும் சரி, எங்கு சென்றாலும் போட்டி. போட்டியான கல்வி முறை அப்படி எதைத்தான் கற்றுத் தருகிறது? மனிதனை மனிதன் விழுங்கும் கல்வி என்று நமது கல்வி முறையைச் சாடுகிறார், கல்வியாளர் முனைவர் வசந்தி தேவி.

நாட்டின் மொத்த வருவாயில் **6%** கல்விக்காக ஒதுக்கவேண்டும் என்று, **1966-67** இன் கோத்தாரி கல்விக் குழு அறிக்கை கூறுகிறது. ஆனால் அரை நூற்றாண்டு கடந்தும் இன்னும் நம் தமிழகக் கல்வி ஒதுக்கீடு **3%** சதவீதத்தைத் தாண்டவில்லை என்றால் கல்வியின் நிலையைப் புரிந்து கொள்ளுங்கள்.

கிராமப்புறக் குழந்தைகளுக்கு பள்ளிகளது கட்டமைப்பு தொடங்கி, ஆசிரியர் பற்றாக்குறை, கற்றல் உபகரணங்கள் இன்மை என சின்னச் சின்ன விஷயங்களில் ஆரம்பித்து பள்ளிக்கல்வியை முடிப்பது வரை தொடர் சவால்கள்தான். இன்றைய கல்வி முறை, தேர்வு - மதிப்பெண்கள் சார்ந்து பள்ளிகளில் குறுகி விட்டதால் மாணவர்கள் வெளி உலக அனுபவம், பாடம் தாண்டி வாசித்தல் உள்ளிட்ட பிற திறன் சார்ந்த கல்வியைப் பெற முடியவில்லை. அதோடு, வாழ்க்கைக் கல்வியைப் பெறுவதிலும் அவர்கள் தவறி விடுகின்றனர். ஒரு வழியாகப் பள்ளிக் கல்வியை முடித்து ஒரு மாணவன் / மாணவி மேற்படிப்புக்குக் கல்லூரிக்கு வரும்போது, பல கோணங்களில் பிரச்சினைகளை எதிர்கொள்கின்றனர்.

கிராமங்களில் மேல்நிலைக் கல்வியை முடித்து வெளிவரும் அனைவரும் உயர் கல்விக்கு, அதாவது கல்லூரிக்குச் சென்று விடுவதில்லை. நகரங்களிலும் அவ்வாறே என்றாலும், கிராமங்களில் இந்த இடை நிற்றல் மிகவும் அதிகம். வாழ்வாதாரங்களைத் தேடி இளம் வயதிலேயே வேலைக்குச் செல்லும் சூழல், அப்படியான சூழலில் கல்வி கற்கக் கனவு காணும் குழந்தைகளுக்கு அருகில் கல்லூரிகள் இருப்பதில்லை. இப்படி ஒரு குறிப்பிட்ட சதவீதத்தினர் கல்வி மறுக்கப்பட்டவர்களாக வாழ்கின்றனர்.

சவால்களைக் கடந்து கல்லூரி செல்லும் மாணவர்களுக்கு, ஆங்கில மொழி வழிவகுப்புகளும், கூடுதல் திறன் சார்ந்த அறியாமையும் அவர்களுக்குள் தன்னம்பிக்கை இன்மைமையைத் தந்து, தொடர் நெருக்கடிகளையும் தருகிறது. பாடச்சுமை அதிகமாகிக்கொண்டே போகும் போக்கும், கல்விப் போட்டிக்குள் தங்கள் குழந்தைகளை வேகமாக உள் நுழைக்கும் பேராசையுடனான பெற்றோர்களும் ஒரு பக்கம்; சாதாரண பாடங்களையே படிக்க முடியாத, படிப்பு என்றாலே என்னவென்று தெரியாத பெற்றோர்கள் இன்னொரு பக்கம்.

இந்தக் குழந்தைகள் பெரும்பாலும் கிராமங்களில்தான்

வாழ்கின்றனர். ஆனால் இரு துருவங்களில் நிற்கும் எல்லாக் குழந்தைகளுக்கும் ஒரே தேர்வு, வேலை வாய்ப்புகள் இப்படியான சூழலை எதிர்கொள்வதில் பல சவால்களைச் சந்திக்கின்றனர்.

உதாரணமாக, தற்போது 3 ஆண்டுகளாக நமது நாட்டில் நிலவி வரும் மருத்துவப் படிப்பிற்கான நீட் தேர்வு, நாடு முழுவதும் கல்வியில் பின்தங்கிய மாநிலக் குழந்தைகள், கல்வியே கிடைக்காத கிராமக் குழந்தைகள், நன்றாகப் படித்த உயர்ந்த பதவியில் உள்ளவர் களின் குழந்தைகள் என அனைவருக்கும் பொதுவானதே.

கிராமப்புற மாணவர்களுக்கான கல்வி வாய்ப்புகளை அதிகப் படுத் தவே இல்லை. அந்தந்த ஊர் சார்ந்த கல்வி அவர்களுக்குக் கிடைப்பதே இல்லை. பெரும்பாலான குழந்தைகள் பல ஆண்டு பள்ளிக் கல்விக்குப் பின்னும் அடிப்படைத் திறமைகளைக் கூட எட்டுவதில்லை.

ப்ரதம் என்ற அமைப்பு ஆண்டுதோறும் ASER (Annual Status of Educational Report) என்ற கல்வித்தரம் குறித்த ஆய்வு அறிக்கையை வெளியிடும். அதில் நாடு முழுவதிலும் (2009 ஆண்டின்படி) 5 ஆம் வகுப்பு மாணவரில் 47 சதவீதத்தினர் தாய் மொழியில் 2 ஆம் வகுப்புக் குரிய பாடத்தை வாசிக்க இயலாதவர்; தமிழ் நாட்டில் 65% இத் திறனளவைக் கூட எட்ட இயலாதவர் (கல்வி ஒர் அரசியல் என்ற நூலிலிருந்து) என்று குறிப்பிடப்பட்டுள்ளது.

கல்வி என்ற முக்கோணத்தின் மூன்று பக்கங்கள் - அளவு (QUANTITY), தரம் (QUALITY), சமத்துவம் (EQUITY). இவற்றில் ஒரு பக்கம் சரிந்தாலும் அந்த முக்கோணமே சரிந்து விடும் என்று கல்வியாளர் ஜே.பி.நாயக் கூறுவது போல் நம் நாட்டில் கல்வி சரிந்து கிடக்கிறது. இப்படியான சரிவையும் கிராமத்துக் குழந்தைகள் எதிர்கொண்டு தவிக்கும் சூழல் நிலவுகிறது.

இப்படியாக கல்வியின் சவால்கள், நெருக்கடிகள் அனைத்து மாணவருக்கும் குறிப்பாக கிராமப்புற மாணவருக்கு ஆண்டாண்டு காலமாய்த் தொடர்வது நமது நாட்டில் கண்கூடு. கல்வியில் ஏற்றத்தாழ்வுகள் சமன்படுத்தப்படும்போதுதான், இந்தப் பிரச்சினை களும் முடிவுக்கு வரும். மாற்றத்திற்கான பாதையை முன்னெடுக்க அரசும் குடிமக்களும் சரியான புரிதலுடன் கல்வியை அணுக வேண்டும்.

நமது கல்வி நமது உரிமை

(ஜூலை-1, 2019 நமது மண்வாசம் இதழில் வெளியான கட்டுரை)

கல்வியின் தேவையை ஒவ்வொரு நாளும் கூடுதலாக உணர்ந்து நல்ல பள்ளிகளை நோக்கி ஓடும் மக்கள், நகரங்களில் மட்டுமல்ல, கிராமங்களிலும் அதிகரித்து வருகின்றனர் என்பதை நாம் காண்கிறோம்.

மக்களுக்கான கல்வியை ஒவ்வொரு நாடும் கட்டணமின்றிதான் வழங்க வேண்டும். உலகில் வளர்ந்த நாடுகள் அனைத்திலும் கல்வி இலவசமாகவே வழங்கப்படுகிறது. ஆனால் நம் நாட்டில் கல்வி என்பது வியாபாரமாக்கப்பட்டுப் பல ஆண்டுகள் கடந்துவிட்டன. அதற்கு முக்கியக் காரணம், நமது கல்வி உரிமைச் சட்டம் பற்றிய போதிய விழிப்புணர்வு மக்களிடம் இல்லாததும் ஆகும். அரசுப் பள்ளிகள் தரமாக இருந்தால் மக்கள் தனியார் பள்ளிகளை நாட மாட்டார்கள்.

நமது அண்டை மாநிலமான கேரளாவில், கடந்த 2 வருடங்களில் மூன்றரை லட்சம் குழந்தைகள் தனியார் பள்ளிகளிலிருந்து அரசுப் பள்ளிகளுக்கு வந்திருக்கின்றனர். ஒவ்வொரு பள்ளிக்கும் 5 கோடி ரூபாய் நிதி ஒதுக்கி, 149 பள்ளிகளின் கட்டமைப்பில் மிகப்பெரிய மாற்றங்களைக் கொண்டு வந்துள்ளது கேரள அரசு. அங்கு அரசியல் வாதிகளின் குழந்தைகளும் அரசுப்பள்ளிகளில்தான் சேர்க்கப்படு கின்றனர்.

இந்தியாவின் தலைநகரமான டெல்லியில், அரசுப்பள்ளிகள்தான் சிறப்பாகச் செயல்பட்டு வருகின்றன. கல்விக்காக 26% நிதியைச் செலவிடுகிறது டெல்லி அரசு. அதனால், அங்குள்ள பள்ளிகளின் கட்டமைப்பும் இதர கற்பித்தல் வசதிகளும் குழந்தைகள் விரும்பும் படியே இருக்கின்றன.

ஒவ்வொரு பள்ளியும் பள்ளி மேலாண்மைக் குழுக்களால் சீர் செய்யப்படுகின்றன. இந்தப் பள்ளி மேலாண்மைக் குழுக்கள்தான் அரசுப் பள்ளிகளை எல்லா வகையிலும் மாற்றும் கேடயம் என்பதை அவர்கள் உணர்ந்துள்ளனர். ஆனால் அதைக் குறித்த புரிதல் நம் தமிழக மக்களிடம் கொஞ்சமும் இல்லை என்பதே மிகப் பெரிய வருத்தம். அதனால்தான் தமிழக அரசுப்பள்ளிகள் பொலிவிழந்து, அழிந்து வருகின்றன. தமிழகத்தில் கல்விக்கு வெறும் 3% மட்டுமே நிதி ஒதுக்கப்படுகிறது.

தமிழக அரசுப் பள்ளிகளில் வகுப்பிற்கு ஒரு ஆசிரியர் கூட இல்லாத ஈராசிரியர் பள்ளிகள், பெண் குழந்தைகளைக் கருத்தில் கொண்டுகூட கழிப்பறை வசதி செய்து தரப்படாத அரசுப் பள்ளிகள், குடிநீர் வசதி, விளையாட்டு மைதானம், சுற்றுச்சுவர் என அடிப்படை வசதிகளே இல்லாத அரசுப்பள்ளிகள்தான் நம் தமிழகத்தில் எங்கு பார்த்தாலும் காட்சியளிக்கின்றன. விளைவு, மக்கள் தங்கள் குழந்தை களுக்கு நல்ல கல்வி வேண்டுமெனக் கருதி, தனியார் பள்ளிகளை நாடுகின்றனர். ஆனால், அங்கும் எல்லா வசதிகளும் இருக்கின்றனவா என்பதுதான் மிகப் பெரிய கேள்விக்குறி. நாட்டு மக்கள் கல்வியை விலை கொடுத்துத்தான் வாங்க வேண்டுமா? பொருளாதார வசதி இல்லாத மக்கள் அடிப்படை வசதிகளற்ற பள்ளிகளில்தான் கல்வி கற்க வேண்டுமா? இதற்கு மாற்று வழி என்ன? பள்ளி மேலாண்மைக் குழுக்கள் - SMC (School Management Committee) இதற்கான தீர்வு என்று கூறலாம்.

SMC என்பது நமது இந்திய கல்வி உரிமைச் சட்டத்தின் முக்கியக் கூறு. ஒவ்வொரு பள்ளியிலும் கட்டாயமாக இருக்க வேண்டிய குழு இதுவாகும். இன்றைய கல்வித் துறையிலும் பள்ளிகளிலும் நிலவும் சீர்கேடுகளைச் சரிப்படுத்தும் ஒரே ஆயுதம் இதுதான். ஒவ்வொரு அரசு மற்றும் அரசு உதவிபெறும் பள்ளியும் தன்னைக் காத்துக் கொண்டு, இந்த சமூகத்தையும் காக்க, ஜனநாயகக் கல்வியைக் காப்பாற்ற, தங்களின் கேடயமாக SMC ஐ மட்டுமே கருத வேண்டும்.

SMC உறுப்பினர்களுக்கான வரையறை

பள்ளி மேலாண்மைக் குழுவில் தலைவர், உப தலைவர், ஒருங்கி ணைப்பாளர் அனைவரையும் சேர்த்து கண்டிப்பாக 20 உறுப்பினர்கள் இருக்க வேண்டும். அந்தப் பள்ளியில் படிக்கும் குழந்தைகளின்

பெற்றோர் கண்டிப்பாகக் குழுவில் இடம்பெற்றிருக்க வேண்டும். ஊராட்சி மன்றத் தலைவர் அல்லது வார்டு கவுன்சிலர் ஒருவர், கல்வியாளர் ஒருவர், NGO / தன்னார்வலர், பள்ளி ஆசிரியர் ஒருவரோ இருவரோ கண்டிப்பாகக் குழுவில் இருக்க வேண்டும். தலைமை ஆசிரியர் குழுவின் ஒருங்கிணைப்பாளராக இருக்க வேண்டும். பள்ளியில் படிக்கும் மாற்றுத் திறனாளி மாணவரின் பெற்றோர் துணைத் தலைவராக இருக்க வேண்டும். குழுவில் 50% பேர் கட்டாயம் பெண்களாக இருக்க வேண்டும். பெற்றோரில் பெண் ஒருவரே தலைவராக இருக்க வேண்டும். வீக்கர் செக்ஸ் என்று அழைக்கப்படும் நலிந்த பிரிவினர் (SC/ST) உறுப்பினர்களில் 12 பேர் இருக்க வேண்டும். அந்த 12 பேரில் 7 பேர் கட்டாயமாகப் பெண்களாக இருக்க வேண்டும். மேற்குறிப்பிட்ட அனைத்துத் தரப்பிவிருந்தும்தான் அந்த 20 பேர் கொண்ட குழு அமைக்கப்பட வேண்டும்.

SMCஇல் நியமிக்கப்படும் கல்வியாளர் என்பவர், அந்த ஊர் அல்லது பகுதியைச் சேர்ந்த, கல்வியில் ஆர்வம் கொண்ட, பள்ளி நடைமுறைகளைக் கவனித்து, கருத்துக் கூறி செயல்பட உறுதுணையாக இருக்கும் எவரும் இருக்கலாம். ஓய்வு பெற்ற ஆசிரியர், தலைமை ஆசிரியர், வங்கி ஊழியர், கல்வி அதிகாரிகள், பேராசிரியர்கள் என யார் வேண்டுமானாலும் இருக்கலாம்.

SMC இன் பணிகள்

• பள்ளிக்கு ஆசிரியர்கள் சரியான நேரத்திற்கு வருவதைக் கண்காணித்தல் மற்றும் சிறந்த கற்பித்தலை உறுதி செய்தல்.

• குழந்தைகளின் கற்றலை உறுதிப்படுத்தி, அவர்களது கற்றலை மேம்படுத்த கூடுதலாக ஏதேனும் தேவையா என்பதைக் கண்டறிந்து, அதைப் பள்ளி நிர்வாகக் குழுவில் தெரிவித்து, தேவையானதைப் பெற்றுத் தர ஏற்பாடு செய்தல்.

• பள்ளி அமைவிடத்தைச் சுற்றியிருக்கும் வசிப்பிடக் குழந்தைகள் அனைவரும் அந்தப் பள்ளியில் சேர்தலையும் தொடர்ந்து வருகை புரிதலையும் கவனித்து உறுதி செய்தல்.

• கல்வி உரிமைச் சட்டத்தின்படி, குழந்தைகளுக்கான மன நலன், உடல் நலன் சார்ந்த தரமான கல்வியை அப்பள்ளிகளில் உறுதிப்படுத்துதல்.

- பள்ளி வளர்ச்சித்திட்ட அறிக்கை தயார் செய்து, SMCஇன் தலைவர், துணைத் தலைவர், ஒருங்கிணைப்பாளர் ஆகியோர் கையொப்பமிட்டு, நிதி ஆண்டு முடிவதற்குள் உள்ளாட்சி அமைப்பு நிர்வாகத்திடம் ஒப்படைத்தல்.

- SMC இன் சிறப்பான செயல்பாடுகளுக்காக உப குழுக்களையும் நியமித்துக் கொள்ளலாம். ஏற்கனவே கூறியவர்களுடன் மற்று முள்ள பெற்றோர், வட்டார வள மைய ஆசிரியர் பயிற்றுநர்கள், பொறியாளர்கள், சிவில் சமூகத்தைச் சேர்ந்தவர்களும் இக்குழுவில் உறுப்பினராகலாம்.

- SMC கூடித் தீர்மானம் போட்டு, அதை நிறைவேற்றக்கோரி சம்மந்தப்பட்ட துறைக்கு அனுப்ப வேண்டும். பள்ளியில் இதற்கான பதிவேடு பராமரிக்கப்பட்டு, தீர்மானங்களைக் கல்வி அதிகாரிகளுக்கு அனுப்புவதோடு, கிராம சபைக் கூட்டங்களில் இதை ஒப்படைத்து ஒப்புகை பெற்றுக் கொள்ள வேண்டும்.

பள்ளிக்கு வகுப்பறை, கழிப்பிட வசதி வேண்டி, பராமரிப்பு, விளையாட்டு மைதானம், தளவாடப் பொருட்கள், ஆசிரியர் நியமித்தல், நூலகம் அமைத்தல் உள்ளிட்ட பள்ளி வளர்ச்சிக்கான அனைத்துத் தேவைகளுக்கும் SMC தீர்மானம் போடலாம்.

ஒரு குறிப்பிட்ட கால இடைவெளியில், அப்பணியில் அரசு கவனம் செலுத்த வேண்டும். வைக்கப்பட்ட கோரிக்கையில் முன்னேற்றம் இல்லையெனில், சம்மந்தப்பட்ட அதிகாரிகளுக்கு நினைவூட்டல் கடிதம் அனுப்பலாம். தீர்மானத்தை மாவட்ட ஆட்சியர் அலுவலகத்தில் அதற்கான பிரிவில் ஒப்படைக்கலாம். அந்தத் தீர்மானங்களை ஆண்டுக்கு 4 முறை நடக்கும் (ஜனவரி 26, மே 1, ஆகஸ்டு 15, அக்டோபர் 2) கிராம சபைக் கூட்டங்களில் ஒப்படைத்து, உள்ளூர் செய்தி / காட்சி ஊடகங்களில் இந்தத் தகவலைப் பகிரச் செய்யலாம்.

இப்படியான முயற்சிகளை மேற்கொண்டால், எந்த ஒரு அரசுப் பள்ளியும் தரமின்றி இருக்க முடியாது. தரமான கல்வியை அரசுப் பள்ளிகள் வழங்கும்போது, மக்கள் தனியார் பள்ளிகளை நாடமாட்டார்கள். இந்த விவரங்கள் அனைத்துப் பொதுமக்களுக்கும் சென்று சேர்ந்து, மக்கள் விழிப்புணர்வு பெற்று அவரவர் ஊர் அரசுப் பள்ளியைப் பாதுகாக்க வேண்டும். நம் கல்வி, நம் உரிமை அல்லவா?

உரிமைகளை மீட்டெடுப்போம்.

சுவடு பதிப்பக வெளியீடுகள்

வ. எண்	நூல் பெயர்	நூலாசிரியர்	வகைமை
1	திராவிடச் சுவடுகள்	சுவடு வெளியீடு	கருத்தியல்
2	மனுநீதி (எ) மனுதர்ம சாஸ்திரம்	நல்லு இரா. லிங்கம்	மதம்
3	கனவுகள் மெய்ப்படட்டும்	ரமாதேவி இரத்தினசாமி	பெண்ணியம்
4	கலைமொழி	ரெ. சிவா	ஓவியக் கலை
5	மந்திரக் கிலுகிலுப்பை	சரிதா ஜோ	சிறார் நாவல்
6	கரிச்சான் குஞ்சும் குயில் முட்டையும்	செல்வ ஸ்ரீராம் (வயது 8)	சிறார் படைப்பு
7	ரிக்ஷா ஸ்டேண்டு பிள்ளையார் கோயில்	தமிழன் காசி	சிறுகதைகள்
8	கடவுளை விழுங்கியவன்	ஜெயாபுதீன்	கவிதைகள்
9	பெரியார் வாழ்ந்துகொண்டிருக்கிறார்	பேரா.தி.நெடுஞ்செழியன்	கருத்தியல்
10	உயிர்வேலி	சாதாரணன்	சூழலியல்
11	வாசிப்பின் வாசல்	ரெ. விஜயலெட்சுமி	நூல் அறிமுகம்
12	களிறும் பிடியும் பின்னே ஞானும்	பிரபு தர்மராஜ்	கவிதைகள்
13	வேர்களாகும் விழுதுகள்	ரமாதேவி இரத்தினசாமி	பெண்ணியம்
14	இன்றைய சூழலில் கல்வி	சு. உமா மகேஸ்வரி	கல்வி
15	பதநீர்	அமுதா பொற்கொடி	கவிதைகள்
16	குட்டிப்பாப்பாவின் அற்புத உலகம்	உதயசங்கர்	சிறார் கதைகள்
17	குருத்தோலை வாசம்	அமுதா பொற்கொடி	கட்டுரைகள்
18	ஏகாந்தச் சிறகுகள்	செல்வி பிரகாஷ்	கவிதைகள்
19	அப்பத்தா எனும் தலைவி	நுழைபுலம் தொகுப்பு	சிறுகதைகள்
20	கண்மணிகளின் கலாட்டாக்கள்	பூங்கொடி பாலமுருகன்	சிறார் கட்டுரைகள்
21	கனவுக்குள் ஒரு கண்ணாமூச்சி	சரிதா ஜோ	சிறார் நாவல்
22	மியாவ் ராஜா	கன்னிக்கோயில் ராஜா	சிறார் கதைகள்
23	காலத்தின் கட்டாயம்	கணபதி அன்னமத்தேசி	கட்டுரைகள்